பெரும் மழை நாட்கள்

சா. கந்தசாமி

நற்றிணை பதிப்பகம்

பெரும் மழை நாட்கள் * நாவல் * சா. கந்தசாமி *

© சா. கந்தசாமி

 * முதல் பதிப்பு: டிசம்பர் 2013 * இரண்டாம் (குறும்) பதிப்பு: டிசம்பர் 2019 * வெளியீடு: நற்றிணை பதிப்பகம் (பி) லிமிடெட் * பிளாட் எண்: 45, சாய் கவின்ஸ் குமரன் அபார்ட்மெண்ட்ஸ், ஸ்ரீ தேவி கருமாரியம்மன் நகர், கிருஷ்ணா நகர் பிரதான சாலை, நூம்பல், ஐயப்பன் தாங்கல், சென்னை – 600 077.

* மின்னஞ்சல் : natrinaipathippagam@gmail.com

* இணையம் மூலம் புத்தகம் வாங்க : www. natrinai.in

விற்பனை அலுவலகம்:
எண். 82, மல்லன் பொன்னப்பன் தெரு,
திருவல்லிக்கேணி, சென்னை – 600 005.
தொலைபேசி : 044 – 2848 1725

* அச்சாக்கம் : சாய் தென்றல் பிரிண்டர்ஸ், சென்னை-600005

முன்னுரை

2012– பிப்ரவரியில் பெங்களூர் ஹெசரகட்டாவில் சங்கம் ஹவுஸ் சர்வதேச எழுத்தாளர்கள் முகாமில் இருந்தேன். அது இரும்புத் தாது பூமி. பழுப்பு நிற மணல் பறந்துகொண்டே இருந்தது. மூங்கில், தேக்கு மரங்கள் இடையிடையே செம்பருத்தி செடிகள் ஊடாக. பின்லாந்து, இத்தாலி, நார்வே, உத்திரபிரதேசம், டில்லி– என்று பல பகுதிகளில் இருந்தும் எழுத்தாளர்கள் வந்திருந்தார்கள். அதில் பெண்கள் அதிகம். ஆனால், அவர்கள் தங்களைப் பெண் எழுத்தாளர்கள் என்று பிரித்து வைத்துக் கொள்ளவில்லை. அறையின் கதவை சாத்திக்கொண்டு எழுதிய படியே இல்லை. காலையில் வாக் போனார்கள். நடுப்பகலில் தூக்கம் போட்டார்கள். இரவில் பேசிக்கொண்டிருந்தார்கள். அரசியல், சமூகம், புத்தகங்கள், படிப்பு, இலக்கியம் – என்று பேச்சு இருந்தது. இடையிடையே எழுதிக்கொண்டிருந்தார்கள்.

எழுதுவது என்பது ஒரு வேலைதான். அது எத்தனைதான் படைப்பு, சிருஷ்டி என்றாலும் கையால் எழுதவேண்டும்; இல்லாவிட்டால் கைவிரலால் டைப் அடிக்க வேண்டும். வாயால் சொல்லி எழுத வைக்கிறவர்களும் உண்டு. படைப்பு என்பது மொழியாலும், எழுத்தாலும் அர்த்தம் பெறுகிறது. ஆனால், மொழியால் யாரும் சிந்திப்பது கிடையாது. சிந்தனைக்கும், சிருஷ்டிக்கும் மொழிக்கும் சம்பந்தம் இல்லை. சிந்தனை – சிருஷ்டி என்பது மொழிவழியாகச் சொல்லப் படுகிறது. அது பின்னால் எழுத்தால் எழுதப்படுகிறது. மொழி என்பது ஒலி. அதாவது சப்தம். அரூபமானது. எழுத்து என்பது காட்சியானது. உருவம் உடையது. கண்ணால் பார்க்கலாம்; கையால் தடவலாம். ஏனெனில் இரண்டும் மனிதர்களின் கண்டுபிடிப்பு. எனவேதான் உலகத்தில் பல்வேறு மொழிகளும் – பலவிதமான எழுத்து முறைகளும் இருக்கின்றன.

கதையைச் சொல்ல – கருத்தை நிலைநாட்ட – சிந்தனை என்பதை நிலைநிறுத்த ஒரு சாதனமாக மொழி இருக்கிறது. இது கலையும் பண்பாடு என்பதின் வெளிப்பாடு. ஆனால்,

மொழியோ – கதை எழுதும் எழுத்து என்பதோ இலக்கியம் கிடையாது. இலக்கியம் மொழியின் வழியாக – எழுத்தில் எழுதப்படுகிறது. அதில் பெரிய மொழி, பழைய மொழி என்பதாலேயோ – கோடிக்கணக்கான மக்கள் பேசும் மொழி – எழுதும் மொழி என்பதாலோ – அம்மொழிகளில் எழுதப்படுவதெல்லாம் இலக்கியம் ஆவது கிடையாது. மகத்தான இலக்கியம் கொண்டது எம்மொழி என்று பிரகடனப்படுத்திக் கொள்வதாலோ – நான் புத்தம் புதிய காவியம் படைத்து இருக்கிறேன் என்று சொல்லிக் கொள்வதாலோ, மதிப்பு பெறுவதில்லை.

இலக்கியம் என்பது காலமும் – எழுத்தின் சரித்திரமும் சம்பந்தப்பட்டதில்லை. கையால் எழுதப்பட்டது; கம்ப்யூட்டரில் பதிவு செய்யப்பட்டது; வாய்மொழியாக சொல்லப்பட்டது என்பதால் எல்லாம் உயிர்ப்பு அடைவது இல்லை. அதோடு அது அறிவும் கிடையாது. மனம் சார்ந்தது. எத்தனையோ பெரிய பெரிய அறிவாளிகள் எழுதியதை எல்லாம் அடித்துக்கொண்டு போகப்பட ஞானிகள் எழுதியது மட்டுமே நிலைத்து இருக்கிறது. ஞானி தன்னை ஒரு பொழுதும் பிரகடனப்படுத்திக் கொள்வது கிடையாது. அவனை அவன் படைப்பு வழியாகவே அறிய முடிகிறது. அவன் தனக்குத் தெரிந்த மொழியில் மொழிக்குள் மொழியாக ஒரு மொழியில் எழுதுகிறான். அது ஜீவிதமானது. அவன் மொழியே இலக்கியமாக இருக்கிறது. அந்த மொழி பேசப்பட்டாலும் சரி; பேசப்படாவிட்டாலும் சரி; அம்மொழி புத்தகங்கள் படிக்கப்பட்டாலும் சரி; படிக்கப்படாவிட்டாலும் சரி அம்மொழி உயிர்ப்புடன் இருக்கிறது. அதுதான் மொழியின் சரித்திரம்.

படைப்பு – இலக்கியம் என்பது எளிமையானதோ – புரியும் விதமாகச் சொல்வதோ – மறைத்து ஒளித்து சொல்வதோ கிடையாது. சொல்லப்படுவது. எப்படிச் சொன்னாலும் அதைப் படிக்க முடியும். அது புரிவதும் – புரிய வைப்பதும் – புரிய வைக்காமல் விடுவதும் எழுதுகிறவன் சம்பந்தப்பட்டது இல்லை; வாசிக்கிறவன் சம்பந்தப்பட்டது கிடையாது. எல்லா இலக்கியமும் – எல்லாப் படைப்பும் எல்லோர்க்கும் புரிய வேண்டும் என்பது கிடையாது. யார்க்கு அக்கறை ஈடுபாடு இருக்கிறதோ அவர்களுக்குப் புரியும்.

அசலான எழுத்து என்பது பல நேரங்களில் எழுதுகிற வனுக்கே புரிவதில்லை. அதுதான் வாழ்க்கை என்பதின் புதிர். தன் வாழ்க்கையை – தன்னையே புரிந்துகொள்ளாமல் இருக்கிறவன் எப்படி எழுதப்பட்ட இன்னொரு எழுத்தை

அதன் அசலை அறிந்துகொள்ள முடியும்? மொழி தெரியும் என்பதால் – எழுத்தைப் படிக்க முடியும் என்பதால் எழுதப் பட்டது என்பதை எல்லாம் அறிந்துகொள்ள முடியும் என்பது கிடையாது. ஏனெனில் படைப்பாளன் – படிப்பாளன் என்பவன் எல்லாம் தனித்தனியான ஆள் இல்லை. இவனே அவனாகவும் – அவனே இவனாகவும் இருக்கிறான். வாழ்க்கை என்பது எத்தனை புதிராக – அறிந்துகொள்ள முடியாததாக இருக்கிறதோ அதுபோலவே படைப்பு இலக்கியமும் இருக்கிறது. வாழ்க்கையைப் பற்றி எத்தனைதான் சொன்னாலும் அதில் சொல்லப்பட்டதைவிட சொல்லப்படாததுதான் அதிகம் என்பதைச் சொல்லப்பட்ட வாழ்க்கையே சொல்கிறது. அதுதான் வாழ்க்கை என்பதின் சுவாரசியம். அதுதான் எழுதப்பட்ட வாழ்க்கை என்னும் கதையைப் படிக்க வைக்கிறது.

வாழ்க்கை என்பது – அது யாருடைய வாழ்க்கையாக இருந்தாலும் எந்த விதிகளுக்கும் உட்பட்டதில்லை. மனிதன் நிர்மாணித்துக் கொண்ட விதிமுறைகள் மனவாழ்விற்குக் கிடையாது. அது ஆதி அந்தம் அற்றது. எந்தவொரு நியதிக்கும், ஒழுங்கிற்கும் உட்பட்டது இல்லை. இரவு பகல் பார்த்து வேலை செய்வது கிடையாது. அது சர்வ சதாகாலமும் இயங்கிக் கொண்டே இருக்கிறது. அதனை அறிந்து கொண்டதைவிட அறியாதது அதிகம் என்பதே அர்த்தம் உள்ளதாகிறது. அதில் பெரிய வாழ்க்கை, சிறிய வாழ்க்கை என்பதெல்லாம் இல்லை.

விழிப்பிற்கும் உறக்கத்திற்குமான மாயாலோகத்தைப் பிடித்துக்கொண்டு கனவு போலவும் நிஜம் போலவும் பிடித்துக் கொண்டு பலர் எழுதுகிறார்கள். அதில் சிலர் கண்களுக்குப் புலனாகாத இழைகளைப் பற்றிக்கொண்டு – செவிகளுக்குக் கேட்காத ஒலிகளைக் கேட்டுக்கொண்டு புதுப்புது அர்த்தம் காணும்படி எழுதுகிறார்கள். அவர்கள் மாமேதைகள். அவர்களுக்கு தேசம் கிடையாது. மொழியில்லை. காலம் அர்த்தம் அற்றது. மனிதர்கள் எப்போதும் பெயரால் அறியப் படுகிறார்கள் என்பதில்லை. மொழி, எழுத்து என்பதின் வழியாகவே ஒரு மனத்தில் இருந்து இன்னொரு மனத்திற்குப் பயணப்பட்டுப் போகிறார்கள். முடிவுறாத நெடும் பயணத்தில் அறியப்பட்டவர்களும் – அறியப்படாமல் இருப்பவர்களும் ஜீவித்துக்கொண்டே இருக்கிறார்கள். இவர்களுக்கு நாடென்று ஒன்று உண்டு என்று குறிப்பிடலாம்; இன அடையாளம் காணலாம். மொழியைச் சொல்லலாம். எழுதப்பட்ட காலத்தைக் குறிக்கலாம்.

அசல் படைப்பு என்பது இதில் எதுவுமே இல்லை. அது தண்ணீரைப் போல தூய்மையானதாகவும், காற்றைப்போல கண்களுக்குப் புலனாகாத ஒன்றாகவும், மனம் அறியக் கூடியதாகவும் இருக்கிறது.

ஃபிரான்ஸ் காஃப்கா சிறுகதைகள் தொகுப்பை காப்ரியல் கார்ஸியா மார்க்வெஸ்ஸிடம் ஒரு நண்பர் கொண்டு கொடுத்தார். காஃப்கா ஜெர்மன் மொழி எழுத்தாளர். யூதர். பெரிய படிப்பாளியோ அதிகாரியோ கிடையாது. சட்டம் படித்திருந்தார். ஒரு இன்சூரன்ஸ் கம்பெனியில் சின்னவேலை. பெரிய அளவில் பணம் சம்பாதிக்க இடம் இல்லை. காதல் செய்தார். கல்யாணம் செய்துகொள்ள முடியவில்லை. காதலிக்கு எழுதிய கடிதங்களைக்கூட தபாலில் அனுப்ப வசதி இல்லை. பலவிதமான கஷ்டங்களுக்கு இடையில் கதைகள் எழுதினார். நோயுற்றார். நண்பர்கள் மருத்துவமனையில் சேர்த்தார்கள். உடல்நிலை நாளுக்கு நாள் மோசமாகிக்கொண்டு வந்தது. தான் எழுதி வைத்திருக்கும் கதைகள், டைரியை எல்லாம் கொளுத்தி விடும்படி நண்பனிடம் சொன்னார். ஆனால், நண்பர் காஃப்கா சொன்னதைக் கேட்கவில்லை. அவர் இறந்த பின்னர் அதைப் புத்தகமாக்கினார். அசல் படைப்பு தன்னைத்தானே ஸ்தாபித்துக் கொள்கிறது. அதற்கு சிபாரிசு வேண்டியதில்லை. படித்தால் போதும். அது அவர்களின் சொத்தாகி விடுகிறது. அதுதான் காஃப்கா எழுத்திற்கு நேர்ந்தது. அவர் எழுத்தைப் படித்தவர்கள் அறிவால் அறியவொணாததை – அறிந்துகொள்ளவே முடியாததென சொல்லப்பட்டு வந்த அகத்தின் ஆழங்களை தன்னளவில் அறிந்துகொண்டார்கள். அது அவர் நாட்டில் – அவர் எழுதிய மொழிக்கான நாட்டில்தான் நடந்தது என்பதில்லை. பிரான்ஸ், இங்கிலாந்து, அமெரிக்கா, அர்ஜண்டைனா, இந்தியா – என்று எல்லா நாட்டிலும் சொன்னார்கள். எழுத்தாளர்கள்தான் சொன்னார்கள் என்பதில்லை. வாசகர்களும் சொன்னார்கள். ஏனெனில் அதெல்லாம் பொதுவில் இருந்தது. பொது மனிதனுக்கானதாக இருந்தது.

காப்ரியல் கார்ஸியா மார்க்கெஸ் சொன்னார்: காஃப்கா எழுத்து அசலானது. அது புது எழுத்து என்று. எல்லா அசலான எழுத்தும் புது எழுத்துதான். எத்தனை எழுதப்பட்டிருந்தாலும் எதனோடும் சேர்ந்து போவதில்லை.

அது புதிரான வாழ்க்கை – மர்மம் நிறைந்ததை மர்மமாகவே சொல்கிறது. படிக்கப்படுகிறது என்பதோ படிக்கப்படவில்லை

என்பதோ எழுத்து சம்பந்தப்பட்டதில்லை. அது வாழ்க்கையைத் தான் சொல்கிறது என்றாலும் – வாழ்க்கை என்பது ஒன்றுபோல் இருக்கிறது என்றாலும் எல்லா மனிதர்கள் வாழ்க்கையும் ஒன்று கிடையாது. ஒன்றாக – ஒரே குடும்பமாக இருக்கும் மனிதர்களும் ஒன்றில்லை. தொலைவில் வாழ்கின்றவர்கள் அன்னியர்கள் இல்லை. வேறு ஆள்கள் கிடையாது. விசித்திரம் என்பது சொல்லில் இல்லை. வாழ்க்கையில்தான் இருக்கிறது. அதனை அறிவதும் அறிந்தவிதமாக எழுதுவதும் அபூர்வமாகவே நடக்கிறது. அதுதான் அதன் எழுத்து; படைப்பு ஆகும்.

வாழ்க்கை என்பதில் முக்கியமானது வாழ்வது என்பது தான். அது நல்ல வாழ்க்கை, கெட்ட வாழ்க்கை என்பதெல்லாம் கிடையாது. வாழ்வது என்பது நாம் வாழ்வது மட்டுந்தான். எனவே வாழ்க்கை என்பதற்கு அர்த்தம் கொடுப்பது மாதிரி யார் யாரோ – என்னெல்லாமோ தீர்க்கமாக யோசித்து சொல்லி வைத்து இருக்கிறார்கள் என்பதுபோல எழுதியும் வைத்திருக் கிறார்கள். இன்று நேற்று என்பது இல்லை. நெடுங்காலமாக – சொல்லத் தெரிந்த காலத்தில் இருந்து – எழுத ஆரம்பித்த காலத்தில் இருந்து சொல்லிக்கொண்டும் – எழுதிக்கொண்டும் இருக்கிறார்கள். ஆனால், சொல்வதில் – எழுதுவதில் இருக்கும் ஆர்வம், ஈடுபாடு, அக்கறை என்பதெல்லாம் கேட்பதில் யாருக்கும் இல்லை. அதுதான் மனித அறிவு என்பதின் அறிவு. அறிவென்பது இல்லாதவனே மனிதர்களில் கிடையாது. படைப்பில் ஒவ்வொருவரும் அறிந்தவனும் – அறிந்ததைச் சொல்லக்கூடியவனுந்தான். அவனுக்கு இன்னொரு எதுவும் சொல்லிக்கொடுக்க வேண்டியது இல்லை. அதுதான் மனிதர்கள் என்பதற்கு அடையாளமாக இருக்கிறது. தனக்கு மேல் இன்னொருவன் இருக்கிறான் என்பதை எந்த மனிதனும் ஏற்பதில்லை என்பதையே சரித்திரம் நிலை நாட்டி வருகிறது. அது எழுதப்பட்டிருக்கும்போது படிப்பதும் – படித்து ரசிப்பதும் – படித்து சிரிப்பதும் வாழ்க்கையாக இருக்கிறது.

இலக்கியம் – படைப்பு – நாவல் – கவிதை – சிறுகதை என்பது எல்லாம் தீர்மானமாக எதையும் சொல்வது கிடையாது. சொல்வதுபோல சொல்லாமலும், சொல்லாமல் போல சொல்வது தான். அதனை ஒவ்வொரு எழுத்தாளனும் – படைப் பாளனும் தன்னளவில் அறிந்தும் – அறியாமலும் சொல் கிறார்கள். அது தன் காலத்திற்காகச் சொல்லப்பட்டது கிடை யாது. வருங்கால சுபிட்சத்திற்காகவும் சொல்லப்படவில்லை.

'பெரும் மழை நாட்கள்' நாவலில் என்ன சொல்லப்பட்டி ருக்கிறது என்ன சொல்லப்படுவது மாதிரி சொல்லப்படாமல் விட்டிருக்கிறது என்பதெல்லாம் சொல்லவேண்டியதில்லை. எழுதப்பட்ட ஒரு படைப்பு பற்றி யாராலும் சரியாக எழுதியது மாதிரியோ அதற்கு மேலாகவோ - கீழாகவோ எதுவும் சொல்லிவிட முடியாது. விமர்சனங்கள் - வாசகர்கள் என்று தான் இல்லை அதை எழுதிய படைப்பாளன்கூட - எழுத்தை அறிந்துகொண்டு எழுதிவிட முடியாது. எழுதியது எழுதப்பட்டு விட்டது. அது மாதிரி இன்னொன்று எழுதுவது இயலாது. அது ஓடிய தண்ணீர்; விழுந்த இலை; அடித்து நகர்ந்துவிட்ட காற்று. மறுபடியும் திருப்பிக் கொண்டுவர முடியாது. எழுதப்பட்ட நாவலை அறிவதற்கான ஒரே வழி அதைப் படிப்பதுதான். அதைப்பற்றி எத்தனைதான் சொன்னாலும் முழுமையாகப் படிப்பதாகாது என்பது போல சரியாகச் சொன்னதாகவும் ஆகாது.

ஹெசர கட்டா
பெங்களூரு

சா. கந்தசாமி

பெரும் மழை நாட்கள் - நாவல் 2012ஆம் ஆண்டில் சங்கம் ஹவுஸ் பெங்களூரில் ஏற்பாடு செய்திருந்த சர்வதேச எழுத்தாளர்கள் முகாமில் எழுதப்பட்டது. நாவல் எழுதக் களம் அமைத்துக்கொடுத்த சங்கம் ஹவுஸினர்க்கு நன்றி.

சா. கந்தசாமி

1

புதுச்சேரி. காலைப்பொழுது. பத்து மணி. மழை லேசாகத் தூறியது. அரவிந்தர் ஆசிரமத்திலிருந்து அன்பரசன் வெளியில் வந்தான். அவன் மேல்சட்டை பையில் இருந்த செல்போன் ஒலித்தது. அவசர அவசரமாகக் கையில் எடுத்தான். பல்கலைக் கழகத்தில் இருந்து அழைத்தார்கள்.

"அரைமணி நேரத்தில் வந்துவிடுவேன்" என்று சொல்லி விட்டு செல்போனை அணைத்து பையில் போட்டுக்கொண்டு கையை வீசியபடி நடக்க ஆரம்பித்தான். வயதான இரண்டு வங்காளப் பெண்கள் தலையில் முக்காடு போட்டுக்கொண்டு ஒருவர் கையை இன்னொருவர் பிடித்துக்கொண்டு சாய்ந்தும் நிமிர்ந்தும் சென்றார்கள்.

ஆசிரமத்தின் இடது பக்கத்தில் புன்னை மரத்தடியில் காரை நிறுத்திவிட்டு சண்முகம் கீழே இறங்கினான். மேல் சட்டையை இழுத்து விட்டுக்கொண்டு சுற்றும்முற்றும் பார்த்தான். பேண்ட் பையில் இருந்து கைக்குட்டையை எடுத்து முகத்தைத் துடைத்துக்கொண்டு ஓரடி எடுத்து முன்னே வந்தான்.

"அடே, சண்முகம்" என்று அன்பரசன் இரண்டு கைகளை யும் அகல விரித்துக்கொண்டு சென்று அவனைக் கட்டி யணைத்துக் கொண்டான்.

சண்முகம் தலை நிமிர்ந்து பார்த்தான்.

"சண்முகம் தானே?" அன்பரசன் பிடி இறுகியது.

"அன்பு, அன்பரசன்."

"ஆமாம். நானேதான். நீ கார்ல இருந்து இறங்கும்போதே பார்த்துவிட்டேன். ஆனால், நீ கவனிக்கவே இல்லை."

சண்முகம் தலையசைத்தான்.

"மழை வருதா. பசங்களுக்கு சாக்லேட் வாங்கறதிலேயே கவனமாக இருந்துட்டேன். ஒன்னும் கவனிக்கல."

"சண்முகம். நான் உன்னை அடிக்கடி நினைத்துக் கொள்வேன். என் உண்மையான சிநேகிதர்களில் நீ முதல் ஆள். பதிமூனு வருஷத்திற்கு முன்னால் நாம் பேராசிரியர் அறையில் சந்தித்ததுகூட எனக்கு நல்லா நினைவில் இருக்கிறது."

"உனக்கு நல்ல ஞாபக சக்தி. அது எனக்கு அப்பவே இருந்து தெரியும்."

"நீ கரும்பச்சை முழுக்கை சட்டை போட்டுக்கொண்டு, போலீஸ் மாதிரி தலை முடியை ஒட்ட வெட்டிக்கொண்டு மீசையை இப்ப இருக்கறது மாதிரியே சின்னதா அழகா வைத்துக் கொண்டு இருந்த."

"நீ ரொம்ப விஷயத்தைக் கவனித்து இருக்கற."

"இதெக் கேளு. நீ என்னிடம் பேசவே இல்லை. நான் அப்படியும் இப்படியும் உன் கண்களில் படுறது மாதிரி நடந்து பார்த்தேன். நீ என்னவோ ரொம்ப கவனமாக எழுதிக்கொண்டே இருந்த. என்னால் பொறுக்க முடியவில்லை. இரண்டு முறை இருமி சப்தம் போட்டுட்டு, உன் கிட்ட வந்து வணக்கம் தெரிவித் தேன். இப்படித்தான் நம் அறிமுகம் ஆரம்பமானது."

"அப்படியா?"

"அப்பகூட நீ பேசல. தலையை அசைத்து ஒரு சிரிப்பு சிரித்தே."

"அவ்வளவு நடந்ததா? உனக்கு அபார ஞாபக சக்தி."

"இரண்டு வயதில் நடந்தது எல்லாம் எனக்கு நினைவில் இருக்கிறது."

"அது நல்லாத் தெரியுது."

"எங்க, ஆசிரமத்திற்கா? மழை விட்டுவிட்டது. வா..."

"இல்ல. கடலூர்க்கு தேன்மொழியை கூப்பிடப்போறேன்."

தேன்மொழி என்றது அவன் மனைவி.

"அப்படியா? உன்ன சந்தித்தது ரொம்ப சந்தோஷம்" என்றான் அன்பரசன்.

இருவரும் பதிமூன்று ஆண்டுகளுக்கு முன்னால் பொன் அரங்கநாதனாரிடம் முனைவர் பட்டத்திற்காக சேர்ந்து இருந் தார்கள். சண்முகம் புதுக்கோட்டை ஆள். திருச்சி பிஷப் ஹீபர் கல்லூரியில் படித்துவிட்டு ஆராய்ச்சிக்கு வந்தான்.

"தலைப்பு?" என்று கேட்டான் அன்பரசன்.

"இந்தியாவின் முதல் சர்வேஜெனரல் மெக்கன்சி திரட்டு."

"யார்? என்ன திரட்டு."

"உன் ஆராய்ச்சி."

"தமிழக நாட்டுப்புறப் பாடல்களில் பெண்களின் இருப்பும் இருத்தலும்."

சண்முகம் அவன் முகத்தையே பார்த்தபடி இருந்தான்.

"எழுநூறு நாட்டுப்புற பாடல்கள் மனப்பாடமாக இருக்கிறது. அதில் நானூறு பாடல்களுக்கு மேல நானே புனைந்தது. ஆனால், ஒருத்தராலையும் அதெ கண்டுபிடிக்க முடியாது. அதில் காதல்பாட்டு, தாலாட்டு, ஒப்பாரி, ஏற்றப்பாட்டு, எசப்பாட்டு எல்லாம் உண்டு."

"அப்படியா?"

"நான் பாடுறத கேட்டுட்டு எது ஒரிஜினல் நாட்டுப்புற பாட்டு; எது என் பாட்டுன்னு கண்டுபிடிக்க முடியாது. அது மாதிரி வார்த்தை எல்லாம் போட்டு வச்சிருக்கறேன்."

"அது இருக்கட்டும். தலைப்பு ரொம்ப புதுமையாக இருக்குதே. யார் கொடுத்தா."

"எல்லாம் நம்ப பேராசிரியர்தான். ஆனால், அதற்குள்ள ஒரு பெரிய கதையே இருக்கிறது."

சண்முகம் கையை கட்டிக்கொண்டு அவன் முகத்தையே பார்த்தபடி இருந்தான்.

"நான், பேராசிரியர் கிட்ட ஐந்தாறு தலைப்புகள் எழுதிக் கொடுத்தேன். எல்லாம் ரொம்ப நல்ல தலைப்புகள். நாட்டுப் புற பாடல் வரிகளையே தலைப்பாக புதுஅர்த்தம் தொனிக்கும் படி திருப்பிப் போட்டிருந்தேன். புதுச்சேரி புரட்சிக் கவிஞர் பாரதிதாசன் மகளிர் கல்லூரி முதல்வர் மங்கைத் தாயார் பாண்டு ரங்கன் மூன்று தலைப்புகள் எழுதிக் கொடுத்தார்கள். பாளை யங்கோட்டை செயிண்ட் சேவியர் கல்லூரி நாட்டுப்புறவியல் துறை பேராசிரியர் லூர்து ஐயா மணியாக இரண்டு தலைப்பு குறித்துக் கொடுத்தார்கள். மதுரை பல்கலைக்கழக சமூகவியல் புலம் தலைவி சுஜாதா வெங்கடராமன் இரண்டு தலைப்புகள் எழுதிக் கொடுத்து, 'பேராசிரியரிடம் என் பெயரைச் சொல். நான் அவர் பிரியத்திற்குரிய மாணவி' என்றார். ஒரு நாட்டுப்புற

மாணவனுக்கு இவ்வளவு ஆதரவா என்று ஆச்சரியப்பட்டுப் போனேன். எல்லோரும் என் வளர்ச்சியில் எல்லையில்லாத ஈடுபாடுகொண்டிருந்தார்கள். எனக்கு எந்தத் தலைப்பை எடுத்துக்கொண்டு ஆராய்ச்சி செய்வது என்று பிடிபடவே இல்லை."

"அதெல்லாம் இருக்கட்டும். விஷயத்திற்கு வா?"

"நான் பேராசிரியரிடம் எல்லா தலைப்புகளையும் ஒரு பைலில் போட்டு பணிவோடு கொடுத்தேன். அவர் பைலை வாங்கி தலைப்புகளை ஒரு முறைக்கு இன்னொரு முறை படித்துப் பார்த்தார். அப்புறம் பைலை இடதுபக்கமாக வைத்துக் கொண்டு தலையசைத்தார். எனக்குக் கொஞ்சம் தெரிந்தது. கரம் கூப்பி வணக்கம் தெரிவித்துவிட்டு வெளியில் வந்து விட்டேன்."

"இது ரொம்ப நல்லா இருக்கிறது."

"இன்னும் நிறைய இருக்கிறது. நான் அடிக்கடி போய் பேராசிரியரைப் பார்த்துக்கொண்டிருந்தேன். நான் போன போதெல்லாம் சின்ன சின்ன வேலை கொடுத்தார். ஒருநாள் போஸ்ட் ஆபீஸ் போய் பத்து ரூபாய்க்கு ரெவின்யூ ஸ்டாம்பு வாங்கிவரச் சொன்னார். இன்னொரு நாள் கன்னிமாரா நூலகத் திற்குப் போய் ஐ.ஏ.எஸ். தேர்விற்குப் படிக்கிற மகளுக்கு இரண்டு புத்தகங்கள் வாங்கிவரச் சொன்னார். ஒருநாள் கூத்துப் பட்டறை முத்துசாமிக்கு ஒரு கடிதம் கொடுத்துவர சொன்னார். கூத்துப் பட்டறையைக் கண்டுபிடிக்க ரொம்ப கஷ்டப்பட்டு போயிட் டேன். ஆனால், நான் எந்த வேலையும் கஷ்டமென்னோ, செய்ய முடியாதென்னோ விட்டு விடுகிற ஆள் இல்லை. எப்படியாவது முண்டியடித்து செய்து முடித்து விடுவேன்."

"உன் பேச்சிலேயே தெரியுது, அப்புறம்."

"அப்புறம் என்ன? மூணு மாதம் ஆகிவிட்டது. தலைப்பு ஒன்னும் சரியாக அமையவில்லை. என்ன செய்வது என்று தெரியாமல் அடிக்கடி பேராசிரியர் முன்னால் போய் நின்று கொண்டே இருந்தேன். ஒவ்வொரு முறையும் அவர் என்னவோ என்ன புது ஆள் பாக்கறது மாதிரி பார்த்துக்கொண்டே இருந்தார். நானும் அவரை விடுறது இல்லேன்னு விரட்டிக் கிட்டே இருந்தேன்."

"நீ என்ன சினிமா கதை வசனம் எழுதுற ஆளா?"

"திரைக்கதை எழுதுற ஆள் தனியாகவா பிறந்து வர்றான். எல்லாம் நம்மை மாதிரியான ஆள்கள்தான். அங்க இங்க சுற்றி

என்னவோ கற்றுக்கொண்டது மாதிரி எழுதுறான். நான்கூட இரண்டு திரைக்கதை எழுதி வச்சி இருக்கிறேன்.”

“ரொம்ப விஷயம் கைவசம் வச்சி இருக்கற.”

“ஆனால், படித்து பட்டம் வாங்கறதுதான் முதல் இலட்சியம்.”

“அது நல்லதுதான்.”

“சரி. நம்ப கதையைக் கேளு. நான் ஒருநாள் பேராசிரியர் அறைக்குப் போய் கையைக் கட்டிக்கொண்டு அவரையே பார்த்துக்கொண்டு நின்றேன். அப்ப மாலை நான்கு மணி இருக்கும். வீட்டிற்கு புறப்பட தயாராகிக்கொண்டிருந்தார். என்னை முதல் முறையாகப் பார்ப்பது போல ஒரு பார்வை பார்த்தார். அப்புறம் என்னவோ நினைத்துக்கொண்டு நாற்காலி யில் சாய்ந்தபடி, “அன்பு, நாட்டுப்புறப் பாட்டு எல்லாம் பாடுவீயா?” என்று கேட்டார்.

“நான் அதற்குப் பதில் சொல்லவில்லை. எதற்கும் பதில் கிடையாது. நான் ஒரு தாலாட்டுப் பாடினேன். அவர் குழந்தை யாகிப் போனார். நான் அவரைப் பெற்றெடுத்த தாயாகிப் போனேன். என் பாட்டில் அவர் கண்ணுறங்கிப் போனார். அது எனக்குத் தெரிந்தது. கொஞ்ச நேரம் காத்துக் கொண்டிருந் தேன், கண் விழிக்கட்டுமென்று. விழித்தெழுந்ததும், தலையை சிலுப்பிக்கொண்டார். நிமிர்ந்து உட்கார்ந்து என்னை ஒரு பார்வை பார்த்தார்.”

“அவர் மதுரை திருமங்கலம் ஆள். சல்லிக்கட்டு வீரர். கல்லூரியில் படிக்கும்போது கோவூர் சல்லிக்கட்டில் கலந்து கொண்டு மாடு பிடித்து நூறு ரூபாய் பரிசு வாங்கியவர் என்று லூர்து ஐயா ஒருமுறை சொல்லக் கேட்டிருக்கிறேன். எது கேட்டாலும் என்ன பார்த்தாலும் நான் மறப்பது இல்லை. வாடி வாசல் திறக்கச் சீறிப்பாய்ந்துவரும் முரட்டுக் காளையைப் பிடித்து அடக்கிய காதலன் – காதலி பாடும் பாட்டொன்றை ஆண் பெண் குரலில் மாற்றி மாற்றிப் பாடினேன். அவர், பாடலில் கட்டுண்டு போய்விட்டார். எனக்கு அது நன்றாகத் தெரிந்தது. எனவே அது போதுமென்று நிறுத்திக்கொண்டு விட்டேன்.”

“அன்பு, நீ பிரமாதமாகப் பாடுற. இத்தனை நல்லா பாடு வேன்னு நான் நினைக்கவே இல்லை. உனக்கு நல்ல குரல்வளம் இருக்கிறது. நீ சங்கீதம் கற்றுக்கொண்டு பெரிய பாடகராகி விடலாம். நம்ப ஊர்க்காரன் சினிமாவில் இருக்கிறான். நான் சொல்லி விடுகிறேன்.”

"இல்லை ஐயா. எனக்கு உங்களிடம் ஆராய்ச்சி செய்து பட்டம் பெறவேண்டும் என்பதுதான் இலட்சியம். எனக்குப் பாட்டு முதல் இல்ல; பட்டம் வாங்குவதுதான் முதல்."

"அது நல்லதுதான். கற்பதும் கற்பிப்பதும் தலையான மக்கள் சேவை. கல்வியே மானிட சமூகத்தை நல்வழிப்படுத்தி விடுகிறது."

நான் தலையசைத்தேன்.

"இப்ப, உனக்கு ஏதாவது வேலை இருக்கிறதா?"

"உதயகுமாரனை காசினோ தியேட்டரில் சினிமா பார்க்க டிக்கெட் வாங்கச் சொல்லியிருந்தேன். எனக்கு சினிமா என்றால் கொள்ளை ஆசை. தமிழ், இங்கிலீஷ், இந்தி என்று மாறி மாறி வாரத்திற்கு நான்கு படங்கள் பார்த்துவிடுவேன். உதயகுமார் எங்கள் ஊரில் இருந்து வந்து சட்டம் படித்துக் கொண்டிருந்தான். அவனுக்கு சினிமா சங்கீதத்தின் மேல் எல்லாம் ஆசை கிடையாது. சட்டம் படித்துப் பெரிய வக்கீலாகி நிறையப் பணம் சம்பாரிக்க வேண்டும். அப்புறம் சுப்ரீம் கோர்ட் தலைமை நீதிபதியாகி பெரிய பெரிய தீர்ப்பு எல்லாம் எழுத வேண்டும் என்று கனவு கண்டுகொண்டு இருந்தான். தன் கனவுகள் பற்றி அடிக்கடி சொல்லிக்கொண்டே இருப்பான். நான் அவன் சொல்வதை எல்லாம் சிரித்தபடி கேட்டுக் கொண்டே இருப்பேன். கனவு காண்பது நல்லதுதான். நம்முடைய முன்னாள் ஜனாதிபதி அப்துல்கலாம் கனவு காணும்படி சொல்லிக்கொண்டே இருக்கிறார். நான் நிறைய கனவு காண ஆசைப்படுகிறேன். ஆனால், எனக்குக் கனவு வந்ததே இல்லை. நான் பகல் தூக்கத்திலோ, ராத்திரி தூக்கத்திலோ கனவு கண்டதே இல்லை. அதை ஒரு நாள் தலப்பாகட்டு ஓட்டலில் ஈமு கோழி பிரியாணி சாப்பிடும்போது உதயகுமாரிடம் சொன்னேன்."

"அவன் ஒரு டம்ளர் தண்ணீரைக் குடித்துவிட்டு, உதடு களை இடது கையால் துடைத்துக்கொண்டு, "தம்பி, அன்பு நம் அப்துல்கலாம் உன்னை தூக்கத்தில் கனவு காண சொல்ல வில்லை. ஓர் இலட்சியத்தோடு செயல்பட சொல்கிறார். இலட்சி யந்தான் கனவு. நான் உச்ச நீதிமன்ற தலைமை நீதிபதியாக வேண்டும் என்று நினைப்பதை அவர் கனவு என்கிறார். அது மெய்ப்பட உழைக்க வேண்டும் என்கிறார்."

"ஓ! அப்படியா?"

"நம்முடைய ஜனாதிபதி சொன்னதை நீ உன் அறிவு கொண்டு அறிந்து கொள்ளவேண்டும். வக்கீல் கூறுவதையும் சாட்சிகள் சொல்வதையும், கட்சிக்காரன் எடுத்து விடுவதையும் நீதிபதி பகுத்தறிந்து தீர்ப்பு சொல்வது போல. எதையும் ஒற்றை இழையாகப் பார்க்கக்கூடாது. முன்னே இருப்பதுபோல பின்னால் இருக்காது; பின்னால் இருப்பது மாதிரி முன்னால் இருப்பது இல்லை. அதை கவனத்தில் வைத்துக்கொள்ள வேண்டும்" என்றான்.

பேராசிரியர் இருக்கையில் இருந்து எழுந்தார். நான் அவர் சாப்பாடு கொண்டு வரும் பையைத் தூக்கிக் கொண்டு அவரோடு நடந்தேன். காரின் டிக்கியைத் திறந்து சாப்பாட்டுப் பையை வைத்தேன்.

"காரில் ஏறு" என்றார்.

"நான் ஆச்சரியத்தோடு அவரைப் பார்த்தேன். நான்கு மாத பழக்கத்தில் அவர் என்னைக் காரில் ஏற சொன்னது இல்லை. இரண்டு மூன்று முறைகள் அவர் மதிய சாப்பாடுப் பையையோ புத்தகங்களையோ காரில் கொண்டு வந்து வைத் திருக்கிறேன். நான் தயங்கியபடி நின்று கொண்டே இருந்தேன். அவர் தன் மாருதி பச்சை நிற காரில் ஏறி உட்கார்ந்தார். அவருக்கு டிரைவர் கிடையாது. அவர்தான் டிரைவர். வேக மாகப் பச்சை நிற காரை ஓட்டி வருவார். பச்சைநிற கார் வைத்து இருக்கும் ஆளாகத் தமிழ்நாட்டிலேயே அவராகத்தான் இருப்பார். கார் என்றால் சிவப்பு, கறுப்பு, நீலம், பழுப்பு, வெள்ளை நிறந்தான். மற்ற கலர் எல்லாம் அவரவர் மனோநிலை பற்றியது என்று ஒருமுறை உதயகுமாரன் சொன்னான். மனிதன் உணர்வுகளை, எண்ணத்தை, செயல்பாடுகளை அணியும் உடைகளின் நிறத்தில் இருந்தும், வைத்து இருக்கும் கார்களின் வர்ணத்தில் இருந்தும் அறியமுடியும் என்று ஆராய்ச்சி செய்து சொல்லியிருக்கிறார்கள் என்றான். அது எனக்கு ஆச்சரியமாக இருந்தது. மனிதர்கள் செயல்களை அறிய பலவிதமான கண்டுபிடிப்புக்கள் வந்து இருக்கின்றன என்பது எனக்கு முதன் முதலாகத் தெரிந்தது."

"உதயகுமாரன் உச்சநீதிமன்ற தலைமை நீதிபதியாகி தீர்ப்பு வழங்குவது மாதிரியே நினைத்துக் கொண்டேன். இருபத்து நான்காவது வயதில் நான் கண்டு பிரமித்த ஆள் என்றால் அது அவன்தான். எப்பொழுதும் வெள்ளைப் பேண்ட், வெள்ளை முழுக்கை சட்டைப் போட்டுக்கொண்டு கறுப்பு பூட்ஸ் அணிந்து கொண்டு கையை வீசி நடப்பான். சாலையில் நடக்கும்போதே

அவன் தனியாகத் தெரிவான். பேசும்போது திருத்தமாகப் பேசுவான். அவன் எப்போதும் தனியாகவே இருந்தான். நான் அவனிடம் இருந்து ஏதோ கொஞ்சம் சின்ன வயதில் கற்றுக் கொண்டேன்."

"நீ சொல்வதே கற்றுக்கொள்ள வைக்கிறது" என்றான் சண்முகம்.

அன்பரசன் சிரித்துக்கொண்டான்.

காரை பேராசிரியர் வேகமாக ஓட்டிக்கொண்டு சென்றார். அன்பரசன் கைகளை மார்பில் வைத்துக்கொண்டு சுற்றும் முற்றும் பார்த்துக்கொண்டே இருந்தான்.

2

பெசன்ட் நகரில் கடலைப் பார்த்த தனிவீடு; மாடி வீடு. வீட்டு வாசலில் இரண்டு பக்கமும் சரக்கொன்றை மரங்கள். இலையே இல்லாமல் மஞ்சள் நிறப் பூக்களை சரக்கொன்றை மரங்கள் சொரிந்துகொண்டிருந்தன. நான் கத்தும் கடலையும் சரக்கொன்றை மரங்களையும் மாறிமாறிப் பார்த்துக்கொண்டு காரில் இருந்து இறங்கினேன். கேட்டைத் திறந்துவிட்டேன். பேராசிரியர் காரை செட்டில் கொண்டு வந்து நிறுத்தினார்.

பேராசிரியர் திருமகள் வெள்ளை நாய்க்குட்டியோடு வந்து எங்களை வரவேற்றார். சிறிய வெள்ளை நாய்க்குட்டி புதிய மனிதனாகிய என்னைக் குறுகுறுப்போடு பார்த்துக்கொண்டு இருந்தது.

"வா" என்றபடி உள்ளே சென்றார் பேராசிரியர்.

நான் கையைக் கட்டிக்கொண்டு அவர் கூடவே சென்றேன்.

"சவிதா. இது அன்பரசன். புது ஆராய்ச்சி மாணவர். அற்புதமாக நாட்டுப்புறப் பாடல்கள் பாடுகிறார். நான் இந்த மாதிரியான ஒரு குரலைக் கேட்டதே இல்லை. அவ்வளவு குழைவு. உனக்குப் பிடிக்குமே என்றுதான் அழைத்துக்கொண்டு வந்தேன்."

சவிதா இதழ் பிரியாமல் சிரித்தபடி நாய்க்குட்டியை மார்போடு அணைத்துக்கொண்டு கரம் கூப்பி வணக்கம் தெரிவித்தார்.

பேராசிரியர் சோபாவில் உட்கார கைகாட்டிவிட்டு, "லெமன் டீ அம்மா" என்றபடி உள்ளே சென்றார்.

நான் தயங்கியபடி சோபாவில் அமர்ந்து தலைநிமிர்ந்து பார்த்தேன். எதிர் சுவரில் ஒரு பெண்மணி போட்டோவாக இருந்தார். அவருக்கு மல்லிகைப் பூ மாலை கட்டியிருந்தார்கள். காலையில் சூட்டியது வாடியிருந்தது. பேராசிரியர் மனைவி

சவிதா அம்மா என்று தீர்மானம் செய்துகொண்டேன். மனத்திற்குள் அன்னைக்கு அஞ்சலி செலுத்தினேன்.

என் வீட்டில் அப்பா அம்மா போட்டோ மாட்டியது இல்லை. அம்மா போட்டோவிற்கு யாரும் பூமாலை சூட்டியது கிடையாது. அம்மா பதினைந்து வயதில் போய்விட்டது எனக்கு நினைவில்தான் இருக்கிறது. அம்மா கறுப்பாக உயரமாக பல் எடுப்பாக இருக்கும். அம்மா கையைப் பிடித்துக்கொண்டு மீன் வாங்கிக்கொண்டு வந்தது எல்லாம் நினைவில் இருக்கிறது.

பேராசிரியர் வேட்டி கட்டிக்கொண்டு, கையில்லாத வெள்ளை கதர் பனியன் போட்டுக்கொண்டு வந்து நாற்காலியில் எனக்கு எதிராக உட்கார்ந்தார். அவரைப் பார்க்க புது ஆள் மாதிரி இருந்தது. ஆடைதான் ஒரு ஆளை நிலை நிறுத்துகிறது என்று உதயகுமாரன் சொன்னது நினைவிற்கு வந்தது.

சவிதா ஒரு ட்ரேயில் மூன்று கப்களில் லெமன் டீ கொண்டு வந்தார். என்னிடம் முதலில் ட்ரேயை நீட்டியபடி புன்னகைப் பூத்தார். நான் முன்னே இருந்த கப்பை எடுத்துக்கொண்டேன். பின்னர் பேராசிரியர் ஒரு கப் எடுத்துக்கொண்டார். சவிதா கடைசியாக ஒரு கப்பை கையில் எடுத்துக்கொண்டு பேராசிரியர் அருகில் ஒரு நாற்காலியில் அமர்ந்தார். நான் சவிதாவைப் பார்த்துக்கொண்டே லெமன் டீ அருந்தினேன்.

"லெமன் டீ பிடிக்கும் இல்லை?" என்று கேட்டார்.

நான் தலையசைத்தேன்.

"சவிதா ரொம்ப நல்லா லெமன் டீ போடும். எட்டு வருஷமா நம் வீட்டில் லெமன் டீதான். பேராசிரியர் தர்மராஜன் எப்ப வந்தாலும் இரண்டு லெமன் டீ சாப்பிட்டுவிட்டுத்தான் போவார்."

நான் சவிதாவை ஏறெடுத்துப் பார்த்தேன். அவர் தலை யசைத்தபடி புன்னகை பூத்தார். அவர்க்கு என்னைவிட இரண்டு வயதோ, மூன்று வயதோ கூடுதலாக இருக்கலாம். வட்டமான முகம். கறுப்பு என்றோ சிவப்பு என்றோ சொல்ல முடியாத நிறம். பெண்களுக்கு நிறமே முக்கியம் இல்லை என்பது என் கருத்து. அவர் நீலநிற ஜீன்ஸ் பேண்ட், வெள்ளைநிற பனியன் போட்டுக்கொண்டு கவர்ச்சியாக இருந்தார். கல்யாணம் ஆனவரா இல்லையா என்பது தெரியவில்லை. கழுத்தில் மெல்லிய சங்கிலி போட்டுக்கொண்டிருந்தார். அதில் தாலி இல்லை. அவர் முகத்தில் வயதிற்கு மீறிய ஆழ்ந்த அமைதி

குடிகொண்டிருந்தது. நான் இரண்டு பேரையும் மாறி மாறி பார்த்தபடி லெமன் டீயைப் பருகியபடியிருந்தேன்.

"அன்பு, இது என் மகள். ஐ.ஏ.எஸ். தேர்விற்குப் படித்துக் கொண்டிருக்கிறார். பெரிய மகன் இளந்தேவன். டாக்டர். கனடாவில் இருக்கிறார்; மருமகள் பவதாரணிதேவி. வங்கத்துப் பெண். ரொம்ப நல்ல மாதிரி. அவரும் மருத்துவர். ஒரு பேத்தி. இளந்தேவன் தன் தாயின் நினைவாக அன்னபூரணாதேவி என்று பெயரிட்டு இருக்கிறார்" என்றார்.

நான் சுவரில் மாட்டப்பட்டிருக்கும் அன்னை அன்னபூரணா தேவி படத்தையே பார்த்தபடி இருந்தேன். நல்ல குடும்பம் ஒரு பல்கலைக்கழகம் என்று பாரதிதாசன் கவிதையில் படித்தது நினைவிற்கு வந்தது. வெள்ளை நாய்க்குட்டி திடீரென்று என்னைப் பார்த்து குரைத்தது. சவிதா உதட்டில் விரலை வைத்து நாயை அடக்கினார். அது அவர் காலடியில் படுத்துக்கொண்டு மேலே தலை நிமிர்ந்து பார்த்தது. நான் சவிதாவை ஏறெடுத்துப் பார்த்தேன். அன்னை, அன்னபூரணா தேவியை அப்படியே கொண்டிருந்தார். அந்த முகம் என்னை மறுபடியும் மறுபடியும் பார்க்கத் தூண்டியது. தாயின் இளமையையும் பூரிப்பையும் வசீகரத்தையும் சவிதாவிடம் கண்டேன்.

ஒரு பெண்ணைப் பற்றி அதிகமாகச் சொல்லக்கூடாது. அதுவும் கல்வி கற்பிக்கும் ஆசிரியர் மகள் பற்றி ஒன்றும் சொல்லக்கூடாது. ஆனால், பல மாணவர்கள் குருவின் மகளை மனைவியாக்கிக் கொண்டிருக்கிறார்கள். சிலர் நன்றாக வாழ்ந்து குருவை, ஆசிரியரை ஸ்தாபித்து இருக்கிறார்கள். அப்படி செய்யாதவர்கள் பற்றி– பரபரப்பையும், தவிப்பையும் அடக்கிக் கொண்டேன். கையை மார்போடு அணைத்துக்கொண்டு பேராசிரியரையே பார்த்துக்கொண்டிருந்தேன்.

"சவிதா, அன்பு ஒரு இலக்கிய மாணவர். ஒரு இலக்கிய மாணவர் பாடுவது ரொம்ப அபூர்வம். இவர் நல்லாப் பாடுகிறார். அதனால் பாடகராகப் போகிறாரா, ஆசிரியராகப் போகிறாரா என்பது தெரியவில்லை."

"அப்படியா, அப்பா."

"இவர் பாட்டைக் கேட்கும்போதே உன் நினைவுதான் வந்தது. ஒய்.எம்.சி.ஏ. அரங்கில் ராஜேந்திரன் சங்கத் தமிழ் என்று பேசுவதாக போன் பண்ணி கூப்பிட்டிருந்தான். இவர் பாட்டைக் கேட்டதும், கூட்டத்திற்குப் போவதை விட்டுவிட்டு

இவரை அழைத்துக்கொண்டு வந்துவிட்டேன். நல்ல காரியத்தைச் செய்ய நாள்கிழமை பார்க்கக்கூடாது என்று உன் அம்மா அடிக்கடி சொல்வார்" என்றார்.

நான் தந்தையையும், மகளையும் மாறிமாறிப் பார்த்துக் கொண்டிருந்தேன். பாட்டு என் நாவின் நுனியில் தவழ்ந்து கொண்டிருந்தது. என்னைப் பாடச் சொல்லாமல் என்னவோ பேசிக்கொண்டிருக்கும் பேராசிரியரைப் பிடிக்கவே இல்லை. நான் சவிதாவை குத்திட்டுப் பார்த்தேன். அவர் குனிந்து நாய்க் குட்டியைத் தூக்கி மடியில் வைத்துக்கொண்டார்.

"இசைதான் மனிதர்களின் மொழி. அது நல்ல மொழி. எல்லா மனிதர்களுக்கும் தெரிந்த மொழி அதுதான்" என்றார் பேராசிரியர்.

"அப்பா, பாட்டைக் கேட்போம்."

"ஒருமுறை ஜெர்மன் சர்வாதிகாரி ஒலிம்பிக் போட்டியை தொடங்கி வைக்க வந்தான். என்ன பேசி என்ன அடம் பண்ணப்போகின்றானோ என்று ஒவ்வொருவரும் மனம் பதை பதைக்கக் காத்துக்கொண்டிருந்தார்கள்."

"அப்பா, இசை."

"ஆமாம். ஹிட்லர் அதைத்தான் செய்தான். 'நான் ஒலிம்பிக் கைத் தொடங்கி வைக்கிறேன்' என்று ஒரு வார்த்தை சொல்லி விட்டு அமர்ந்துவிட்டான். ஒலிம்பிக் கோலாகலமாகத் தொடங்கியது" என்றவர் என்னைப் பார்த்து சந்தோஷமாகத் தலை யசைத்தபடி, "அன்பு, நீ பாடு" என்றார்.

"நான் ஒரு வினாடி கண்களை மூடித் திறந்தேன். தலையை இரண்டு முறை சிலுப்பிக்கொண்டேன். எனக்கு எந்தப் பாட்டுப் பாடி தொடங்குவது என்ற ஐயமெல்லாம் வந்ததே இல்லை. புத்தகத்தில் ஏடுகள் புரள்வது மாதிரி என் மனத்தில் பாடல்கள் ஒவ்வொன்றாக நகர்ந்துகொண்டே இருக்கும். அதில் முன்னே இருக்கும் பாட்டைப் பாடுவேன். அது எல்லோர்க்கும் பிடித்த பாட்டாகவே இருக்கும். ஏனெனில் என்னிடம் நல்ல பாட்டு; அனைவருடைய மனத்தையும் கவர்கின்ற பாட்டுகள்தான் இருக்கும்.

நான் ஒரு இளந்தாயின் தாலாட்டு ஒன்று பாடினேன். தன் பிறந்த வீட்டின் பெருமைகளை, தன் சகோதரர்களின் வீரத்தை, அவர்கள் தன் மீது கொண்டிருக்கும் பாசத்தை, குழந்தையைக் காண மாமனும் அத்தையும் சீர்கொண்டு வரும்

சிறப்பைப் பாட்டாகப் பாடினேன். அது என் பாட்டு. நாடோடி பாட்டு மாதிரி இருக்கும் தாலாட்டு. ஆனால், அது ஏற்கனவே ஒரு தாய் பாடிய பாட்டு இல்லை. இன்னொருவர் பாடிய எச்சில் பட்ட பாடல் கிடையாது. அது புதுப் பாட்டு. சவிதா விற்காக நானே புனைந்த பாட்டு. அதன் முதல் அம்சம் சவிதாவை சின்னஞ்சிறிய குழந்தையாக பாவித்துக்கொண்டு நான் ஒரு தாயாக இருந்துகொண்டு பாடினேன். அதாவது சவிதா குழந்தை. நான் தாய். ஆனால், நான் சவிதாவையோ, பேராசிரியரையோ பார்க்கவில்லை. நானும், பாட்டுமாக ஒன்றிப் போனேன். அந்தப் பாட்டில் அவர்கள் கண்மூட ஆரம்பித் தார்கள். பாட்டிற்கு வயதில்லை; பாடுகிற ஆளுக்கும் வயது கிடையாது. அதுதான் தாலாட்டு என்பதின் மகத்துவம். அசலான தாலாட்டு குழந்தையைத் தானாகவே கண்ணுறங்க வைத்துவிடும். அது எனக்குத் தெரியும். மெதுமெதுவாகக் குரலைத் தாழ்த்திக்கொண்டே போய் சப்தமே இல்லாமல் பாட்டை முடித்தேன். அவர்கள் இரண்டு பேரும் உறங்கிப் போனார்கள்.

இரண்டு நிமிடங்கள் மௌனத்தில் கழிந்தது. மௌனம் என்றால் மகாமௌனம். ஒரு மரம், ஒரு செடி, ஒரு இலை அசையவில்லை. ஜன்னல் வழியாகக் காற்றுகூட வரவில்லை. ஒவ்வொன்றும் மௌனம் காத்தன. நான் மௌனத்தின் சாட்சி யாக இருந்தேன்.

பேராசிரியர் முதலில் கண் விழித்தார். கனவிலும் கற்பனை யிலும் அவர் சஞ்சரித்துக்கொண்டிருந்தார். அது எனக்குத் தெரிந்தது. ஆனால், நான் ஒன்றும் பேசாமல், ஒன்றும் தெரியாத வன் போல நானே அங்கு இல்லாதவன் போல இருந்தேன். அவர் விழித்தெழுந்து, "சவிதா... சவிதா... பிரமாதம்" என்றார். அவர் குரலே புதுக்குரலாக இருந்தது. அதுதான் முக்கியம்.

சவிதா உறக்கத்தில் இருந்து கண் விழித்தார். அது ஒரு பூ பூப்பது போலவும், ஒரு மழலை கண் விழிப்பது போலவும் இருந்தது. ஆனால், நான் அடக்க ஒடுக்கமாக ஒன்றுமே தெரியாதவன் போல இருந்தேன். என்னால்தான் அது நடந்தது என்றாலும் அதில் பங்கு பெறாதவன் போல ஒதுங்கி இருந்தேன்.

"ரொம்ப அற்புதம் அப்பா, இப்படியான ஒரு பாட்டை நான் கேட்டதே இல்லை" என்றார் என்னைப் பார்த்தபடி.

எனக்கு அது போதும். என்னால் என்னையே கட்டுப் படுத்திக் கொள்ள முடியவில்லை. ஆனால், அமைதியாக இருந்தேன்.

"ஆமாம் அம்மா" என்றார் அவர்.

என்னால் எதையும் கேட்கவோ பார்க்கவோ முடியவில்லை. என் மனம் முழுவதும் பாட்டால் கரைந்தொழுகியது. தலையை இரண்டு முறை சிலுப்பிக்கொண்டு பாட ஆரம்பித்தேன். அது ஒரு காதல் பாட்டு. காதலனும் காதலியும் மாறிமாறி – கானல் வரி போல பாடும் பாட்டு. அது நாட்டுப்புறப் பாடல் இல்லை என்பது போல காவியப் பாட்டும் இல்லை. ஆனால், எல்லா வற்றில் இருந்தும் சிலவரிகளை எடுத்து நானே புதிதாகப் புனைந்த பாட்டு. பழைய சொல் புது அர்த்தம் கொண்டது.

நானே, என்னைக் காதலனாகப் பாவித்துக்கொண்டேன். காதலியை நான் கண்டுபிடிப்பது இல்லை. காதலி என்றால் யார்? தன் காதலனைக் கண்டுபிடித்துக்கொண்டு அவன் கரம்பற்றிப் பாடுகிறவர். அதுதான் என் பாட்டு. கோவலன் கானல்வரி பாடினால் மாதவி அதனோடு சேர்ந்து பாட வேண்டும். அதுதான் என் பாட்டு. சங்கீதமும் சாகித்யமும் நான்தான். என் பாட்டில் சொற்கள் எச்சில் படாதது. எச்சில்பட முடியாது. ஒவ்வொரு சொல்லும் பாதரசம் போல உருண்டு சவிதாவின் செவியில் புகுந்து மனத்திற்குள் பாய்ந்தோடியது. அது எனக்கும் சவிதாவிற்கும் மட்டும் தெரிந்தது. சவிதாவின் கண்களிலும் முகத்திலும் நெஞ்சிலும் அவர் தவிப்பைக் கண்டு புளகாங்கிதம் கொண்டேன். அது சவிதாவிற்கும் தெரிய வேண்டும் என்பதற்காகப் பாட்டை நிறுத்திவிட்டு பேராசிரி யரையே பார்த்துக்கொண்டு இருந்தேன்.

அவர் தலையை அசைத்துக்கொண்டு இரண்டுமுறை கை தட்டினார்.

"அப்பா, நாட்டுப்புறப் பெண்களின் இருப்பும், இருத்தலும் அன்பரசன் பாடிய பாடல்களில் இருக்கின்றன" என்றார் சவிதா.

பேராசிரியர் எழுந்து சவிதா பக்கம் வந்தார். அவர் கையைப் பிடித்துக்கொண்டு இரண்டுமுறை குலுக்கினார். நான் இருவரையும் மாறிமாறிப் பார்த்துக்கொண்டு இருந்தேன்.

"சவிதா, ரொம்ப நல்ல தலைப்பு. அறிவுபூர்வமாக இருக் கிறது. அன்பரசன் நாட்டுப்புற பாடல்கள் ஆய்விற்கு என்ன தலைப்பு கொடுப்பது என்று மூன்று மாதங்களாகவே யோசித் துக் கொண்டு இருந்தேன். யார் யார் கிட்டேயோ என்னென்னவோ தலைப்பு எல்லாம் எழுதி வாங்கிக்கொண்டு வந்தார். ஒன்றும் சரியாக இல்லை."

“அப்படியா அப்பா.”

“ஆய்வுக்கு சிபார்சு பயன்படாது. மணிப்புரி பல்கலைக் கழக நாட்டுப்புறவியல் பேராசிரியை தருண் மைத்ரி ‘ஆய்வுக்குத் தலைப்பு பூ மலர்வதுபோலத் தானாக வரவேண்டும்’ என்று சிட்னி பல்கலைக்கழகக் கருத்தரங்கில் கூறினார். அது சரிதான் என்று நீ சொன்னதில் இருந்து மெய்பிக்கப்பட்டுவிட்டது” என்றார்.

“நான் மனத்திற்குள் குறித்துக்கொண்டேன்.”

“இவ்வளவு நடந்து இருக்கிறதா?” என்று கேட்டான் சண்முகம்.

“நான் ரொம்ப சுருக்கமாகச் சொல்லி இருக்கிறேன். சொன்னதைவிட சொல்லாததுதான் அதிகம் இருக்கிறது.”

சண்முகம் அவன் முகத்தையே பார்த்தபடி இருந்தான்.

“உன் தலைப்பு. அதற்கு எவ்வளவு பாடு பட்ட.”

“எனக்கு ஒரு கஷ்டமும் இல்லை. இந்தியாவின் முதல் சர்வே ஜெனரல் கானல் மெக்கன்சி திரட்டு என்று சொன்னதும் மோதிரத்தைத் திருகிக்கொண்டிருந்த பேராசிரியர் அதை விட்டுவிட்டு நிமிர்ந்து உட்கார்ந்து கொண்டார். தனக்கு முன்னே இருந்த நாற்காலியில், ‘உட்கார்’ என்றார். நான், ‘இருக்கட்டும், சார்’ என்று ஓரடி முன்னே எடுத்து வைத்தேன். அவர் என்னை நிற்கவே விடவில்லை. உட்கார வைத்துவிட்டார்.”

“அதான் அவர் பழக்கம்.”

“கானல் மெக்கன்சி பெரிய அறிஞன். சின்ன வேலைக்கு இங்கிலாந்தில் இருந்து வந்தான். கோட்டையில் எழுத்தர் வேலை தான் பார்த்தான். எழுத்தரை ரைட்டர் என்று சொல்வார்கள். ராபர்ட் கிளைவ்கூட முதல்ல ரைட்டராகத்தான் வந்தான். கிளைவ் முரடன். முட்டாள். அதனால் கழுத்தை அறுத்துக் கொண்டு செத்தான். மெக்கன்சி கலைஞன். இவன் நம்முடைய பழைய கதைகள், பாட்டுகள், ஓலைச்சுவடிகள், சிலைகள், காசுகள், படங்கள் என்று ஒவ்வொன்றையும் திரட்டினான். அவன் காலத்தில் காகிதம் எழுதுறது எல்லாம் நடைமுறையில் இருந்தது. மையொற்றி கல்வெட்டை எல்லாம் பிரதியெடுத்தான். கதைகளை, சரித்திரச் சம்பவங்களை எழுதி வாங்கிக்கொண்டு காசு கொடுத்தான்.”

“நான் அவர் சொன்னதை எல்லாம் கேட்டுக்கொண்டே இருந்தேன். மெக்கன்சி பற்றி கொஞ்சம் படித்து வைத்து

இருந்தேன். ஆனால், பேராசிரியர் ரொம்ப தெரிந்து வைத்துக் கொண்டு இருந்தார். கைடுக்கு ஒன்னும் தெரியாது என்று பலர் சொல்லக் கேட்டு இருக்கிறேன். ஆனால், இவர் அப்படி இல்லை. திப்பு சுல்தான்கூட சண்டைபோட சென்னையில் இருந்து மைசூர்வரையில் சிப்பாய்கள், பீரங்கி வண்டி எல்லாம் போக மெக்கன்சிதான் ரோடுபோட சர்வே செய்தான் என்றார்."

நான் தலையசைத்தேன்.

"மெக்கன்சி பற்றி நான் அடிக்கடி நினைக்கறது உண்டு. நம் சரித்திரப் பேராசிரியை கனகசுந்தரியிடம் நல்ல ஆராய்ச்சி மாணவனிடம் மெக்கன்சி பற்றி ஆய்வு பண்ணச் சொல்லு என்று இரண்டு மூன்று முறைகள் சொன்னேன். ரொம்ப நல்ல யோசனை சார், அவசியம் செய்ய வேண்டுமென்று சொல்லிக் கொண்டே ஓய்வு பெற்று கனடாவிற்கு மகள் வீட்டோடு போய் விட்டார்."

நான் ஒரு சிரிப்பு சிரித்தேன்.

"கானல் மெக்கன்சி பெயரைச் சொல்லிக்கிட்டு வந்துட்ட. மூனு வருஷத்தில நல்லபடியாக ஆராய்ச்சி பண்ணி முடித்து விடலாம். இப்ப நிறையப் புத்தகம் எல்லாம் வந்திருக்கிறது" என்றார்.

"உனக்கு மூனு வருஷமென்று கணக்காகச் சொல்லிட்டார். எனக்கு எத்தனை வருஷம் ஆகுமோ தெரியவில்லை" என்றான் அன்பரசன்.

3

அன்பரசன் திருவண்ணாமலை பக்கத்து ஆள். டேனீஸ் மிஷின் உயர்நிலைப் பள்ளியில் படித்ததாகச் சொன்னான். அவன் வீட்டைச் சுற்றிலும் கூத்துக்காரர்கள் இருந்ததாகவும், நினைவு தெரிந்தது முதல் கூத்துப் பார்த்ததாகவும், பாட்டுக் கேட்டதாகவும் சொன்னான். அவன் பேச்சில் இசையும், நடப்பில் நளினமும் இருந்தன. அவனைப் பார்க்கும்போதே வித்தியாசமான ஆளாகத் தோன்றும். நெடுநெடு என்று உயரம், கூரான முகம், நேர் வகிடு எடுத்து தலை முடியை வாரிக் கொண்டிருந்தான். இடது காதில் ஒரு பச்சைக்கல் கடுக்கண். சிதம்பரத்தில் நடராச பிள்ளை கடையில் தாத்தா வாங்கிக் கொடுத்தது என்று சொன்னான்.

அவன் சாரங்கபாணியின் இரண்டாவது மனைவியின் முதல் மகன். சாரங்கபாணி, குருசாமி படையாச்சியின் மூன்றாவது பையன். ஒல்லியாகவும், ஒடிசலாகவும் இருந்தான். கடலூர் கனகசபை செட்டியார் அலமேலு ஆச்சி அடகுக் கடை யில் கணக்கு எழுதிக்கொண்டிருந்தான். பத்தாம் வகுப்பு ஆங்கிலத்தில் மூன்று மார்க்கில் பெயில். கணக்கில் தொண்ணூறு மார்க்கு. பெரிய பெரிய கணக்கை எல்லாம் மனக்கணக்காகவே போட்டுவிடுவான். அதனால் செட்டியார் அவனுக்குக் கணக்கு எழுதும் வேலை கொடுத்து பக்கத்தில் வைத்துக் கொண்டி ருந்தார். வட்டிக் கணக்கை கடைசி நாள் வரையில் துல்லிய மாகப் போடுவான். தேவனாம்பட்டிணம் கோதண்டராமப் பிள்ளை, பரங்கிப்பேட்டை முகமது கனி, குறிஞ்சிப்பாடி ஆறுமுக ஆச்சாரி யாராக இருந்தாலும் அவனுக்கு ஒன்றுதான். சீட்டில் கணக்கு எழுதி கனகசபை செட்டியார் முன்னே வைப்பான். சீட்டுக் கணக்கைப் பார்த்துவிட்டு செட்டியார் நூறு ரூபாய், நூற்றியம்பது ரூபாய் ஆளுக்கு ஏற்ற மாதிரி தள்ளுபடி செய்வார்.

ஐந்து வருடங்களாக சாரங்கபாணி கணக்கில் பிசகு ஒன்றும் தெரியவில்லை. ஆனால், கடைக்கு கனகசபை செட்டி யார் இரண்டாவது மகன் கருப்பையா செட்டியார் பொறுப்பாக

வந்தான். அவனுக்கு வயது முப்பத்தேழு. பதினாறு வருஷத்திற்கு முன்னால் சிவகாமி ஆச்சியோடு கல்யாணம். கொஞ்ச நாட்கள் சென்னை வாசம். சினிமா எடுக்க ஆசை. மலேசியா முருகப்ப செட்டியார் மகன் ஐயப்பன் செட்டியாரோடு என்னென்னவோ செய்தான். சிநேகிதம் கூடியது. காஸ்மாபாலிட்டன் கிளப், தியாகராயர் நகர் கிளப் என்று கிளப்களில் பல நாட்கள் நண்பர் களோடு உட்கார்ந்து சினிமா எடுப்பது பற்றிப் பேசினான். மூன்று இளம் டைரக்டர்களோடு நல்ல பழக்கம் ஏற்பட்டது. ஒரு தொலைக்காட்சித் தொடரில் நடித்த தெய்வமணி என்ற தெலுங்கு நடிகையோடு நெருக்கம் ஏற்பட்டது. அவளோடு வளசரவாக்கத்தில் ஓராண்டு குடும்பம் நடத்தினான்.

ஆனால், அவளோடு அடிக்கடி சண்டை ஏற்பட்டது. ஒருநாள் இரவில் அவள் இரண்டு சிநேகிதிகளை அழைத்துக் கொண்டு வந்து அவனை அடித்து வெளியில் துரத்தினாள். அவனுக்கு அவமானமாகப் போய்விட்டது. டாக்சி பிடித்து ஊருக்கு வந்தான். இரண்டு மூன்று நாட்கள் அறைக்குள்ளேயே முடங்கி இருந்தான். பிறகு மெதுமெதுவாக தன் மனைவி சிவகாமியிடம் அடகுக்கடையை பார்த்துக்கொள்ளலாம் என்று இருக்கிறேன் என்றான். அவள் கனகசபை செட்டியாரிடம் பேசினாள். அவள் செட்டியார்க்குப் பிரியமான மருமகள். கெட்டியான பெண். படிப்பு என்னவோ பத்தாம் வகுப்புதான். ஆனால், இங்கிலீஸ் நன்றாக எழுதுவாள். பேசுவாள். தினம் அவளுக்காகவே செட்டியார் இந்து பேப்பர் வாங்கிப் போட்டார். அவள் என்ன சொன்னாலும் இவர் கேட்பார் என்பது போல இவர் என்ன சொன்னாலும் அவள் கேட்டாள்.

ஒருநாள் மத்தியானம் விரால் மீன் குழம்பு சாப்பிட்டுவிட்டு செட்டியார் வெற்றிலை போட்டுக் கொண்டிருக்கும்போது சிவகாமி அவர் பக்கம் சென்று நின்றாள். அவர் வெற்றிலையைக் குதப்பிக்கொண்டே, “என்னம்மா?” என்று கேட்டார்.

“கடை வைக்கலாமென்று ஆசைப்படுறாங்க?”

“புத்தி வந்து இருக்குது. எல்லாம் நல்லதுக்குத்தான்.”

அவள் தலையசைத்தாள்.

“ஆமாம், என்ன கடை?”

“காசு கடைதான்.”

“சமாளிப்பானா?”

“கா. சொனா கூட இருக்கிறாராம்.”

ஒருகணம் யோசித்தார். கா.சொனா என்கிற கானாடு காத்தான் சொக்கலிங்கம் செட்டியார் நகை வியாபாரத்தில் தேர்ச்சியான ஆள். மலேசியாவில் ஒரு கடையும் கொழும்பு செட்டித் தெருவில் மூன்று கடைகளும் இருந்தன. கொழும்பில் தமிழர்களுக்கும் சிங்களவர்களுக்கும் கலவரம் ஏற்பட்டபோது கலகக்காரர்களுக்கும் போலீஸுக்கும் பணம் கொடுத்து செட்டித்தெரு கடைகளைக் காப்பாற்றியவர். இன்ஸ்பெக்டர் ஜெனரல் லட்சுமண் ஜெயவர்த்தனே மகள் இவர் காசுக்கடைக்கு வந்து அடிக்கடி நகை வாங்கிக்கொண்டு செல்கிறவள்.

அவர் துணையிருந்தால் எதுவும் சரியாக நடக்கும். எதை எப்படித் தீர்ப்பது என்பது அவர்க்குத் தெளிவாகத் தெரியும். ஆனால், பெரிதாகத் தப்புத் தண்டா பண்ணுகிற ஆள் இல்லை. அதுதான் அவர்.

கருப்பையா, சிவகாமி ஆச்சி தங்கமாளிகை கடையை சிதம்பரத்தில் தொடங்கினான். மேலாளர் சாரங்கபாணி. சிவகாமி ஆச்சி தங்கமாளிகையை பிரபல நடிகை திவ்யாதேவி தொடங்கி வைத்தாள். முதல் விற்பனையைச் செய்தவர் சிவகாமி ஆச்சி. முதல் நாளே நாற்பது லட்ச ரூபாய்க்கு வியாபாரம் நடைபெற்றது. நல்ல வியாபாரந்தான். வாண்டையார் மாலையில் வந்து பதினொரு பவுன் காசு மாலை வாங்கிக்கொண்டு பணம் கொடுத்துவிட்டுச் சென்றார். கருப்பையாதான் வாங்கி எண்ணிப் பார்த்து பெட்டியில் வைத்தான். மூன்று லட்சம் ரூபாய். எல்லாம் நூறு ரூபாய். பழைய நோட்டுகள். கல்லாப் பெட்டியில் வைத்துப் பூட்டினான். சாவி அவனிடந்தான் இருந்தது.

சாயந்திரம் கணக்குப் பார்த்தபோது மூன்று லட்சம் ரூபாய் குறைந்தது. சந்தேகம் சாரங்கபாணி மீது வந்தது. இரவு முழுக்க விசாரணை செய்தார்கள். அவன் எனக்குத் தெரியாது; நான் பார்க்கவில்லை. கல்லாப் பெட்டிச் சாவியை நான் எடுக்கவில்லை என்றான். அவன் பொய் சொல்கிறானா மெய் சொல்கிறானா என்று யார்க்கும் தெரியவில்லை. ஆனால், சிவகாமி ஆச்சி அவன் திருடி இருக்கமாட்டான் என்று நம்பினாள். கருப்பையா செட்டியார், ‘அவன் திருடன், அவன் பெரிய திருடன்,’ என்று கத்தினான். அவனுக்கு எதிராக யாராலும் ஒன்றும் சொல்ல முடியவில்லை. அவன் எல்லோரையும் பார்த்தபடி நின்று கொண்டிருந்தான்.

கடைசியில் போலீஸில் அவனைப் பிடித்துக் கொடுப்பது என்று முடிவாகியது. ஆனால், ஆச்சிதான் முதல் நாளிலேயே கடையைப் பற்றி போலீசில் வரவேண்டாம் என்றாள். அதுவும் நல்ல யோசனை மாதிரிதான் செட்டியார்க்குப் பட்டது.

சாரங்கபாணி முகத்தில் காறித்துப்பி, "போடா நாயே" என்று கழுத்தைப் பிடித்துத் தள்ளிவிட்டான் கருப்பையா. அவன் ஒருகணம் அப்படியே நின்றான்.

'நான் பணத்தைப் பார்க்கவே இல்லை' என்று முணு முணுத்தபடியே நடந்து சென்றான். இரவு கடையைக் கட்டும் போது சாக்கு மூட்டைகளோடு காகிதத்தில் சுருட்டி ஒரு கட்டாக மூன்று லட்சம் ரூபாயும் கிடந்தது. சாரங்கபாணிதான் பதுக்கி வைத்து இருக்கிறான் என்று கருப்பையா செட்டியார் நம்பினான். ஆச்சி அது அவன் வேலையில்லை என்று நினைத் தார். எப்படியானாலும் பணம் கிடைத்தது நல்ல சகுனமாகப் பட்டது.

சாரங்கபாணி கோவிலில் வந்து கொஞ்சநேரம் உட்கார்ந்து இருந்தான். சுவாமியிடம் தன்னைப் பற்றி விண்ணப்பித்துக் கொண்டான்.

'நடராஜா, உனக்கும் எனக்கும் என்ன சண்டை. எதற்கு இப்படி வம்பில மாட்டிவிட்டு வேடிக்கைப் பார்க்கற. நான் என்ன செய்யறது?' என்று அழுதான். ஆனால், அவன் கண் களில் இருந்து ஒரு சொட்டுக் கண்ணீர் கூட வரவில்லை. கொள் ளிடத்திற்கு நடந்து சென்றான். சீர்காழி, வைத்தீஸ்வரன் கோயில், மயிலாடுதுறை என்று கோவில் கோவிலாகச் சென்றான். வைத்தீஸ்வரன் கோவிலில் பழைய சிநேகிதன் பகலவனைச் சந்தித்தான். பகலவன் திருவண்ணாமலையில் பழக்கடை வைத்து இருந்தான். பழம், பூ விற்பனை. ஒரு மாதம் போல அவன் கடையில் வேலை பார்த்தான்.

ஆறு மாதத்திற்குப் பிறகு திருவண்ணாமலை அழகு நிலையத்தில் முடி திருத்தும் கலைஞனாகச் சேர்ந்துவிட்டான். இந்த வேலையை அவனுக்கு யாரும் கற்றுக் கொடுக்கவில்லை. செய்தித்தாள் படிக்கச் சென்றவன், கண்களால் பார்த்துப் பார்த்து தொழிலையும் கற்றுக் கொண்டுவிட்டான். அவன் நடவடிக்கைகள் இமயவரம்பன் நெடுஞ்சேரலாதனுக்குப் பிடித்துப் போய்விட்டது. நான்கு சுழலும் நாற்காலிகள், ரேடியோ, மின்விளக்குகள், வாசனை திரவியங்கள், நுரைக்கும் சோப்பு, டர்க்கி டவல், திரைச்சீலைகள், லெனின், ஸ்டாலின், பெரியார்,

காந்தி படங்கள், பறக்கும் குட்டை பாவாடையை தொடை யோடு அழுத்திக் கொண்டு சிரிக்கும் மர்லின் மன்றோ – என்று பலவிதமான படங்கள் வாங்கி மாட்டினான். அண்ணாமலை அழகுநிலையம் அரசியல் சுரங்கமாகியது. நிறைய இளைஞர்கள், சினிமா, அரசியலில் ஈடுபாடு கொண்டவர்கள் வர ஆரம்பித் தார்கள். அதோடு முடி திருத்திக்கொண்டார்கள்; மீசையை சரி செய்து கொண்டார்கள். திருவண்ணாமலையில், இமயவரம்பன் நெடுஞ்சேரலாதன் அழகுநிலையம் ஒரு முக்கிய இடமாகியது.

திருவண்ணாமலைக்கு வந்த அண்ணா திடீரென்று இமயவரம்பன் நெடுஞ்சேரலாதன் அழகு நிலையத்திற்குள் நுழைந்து முகச்சவரம் செய்துகொண்டார். கத்தியை எடுத்துக் கொண்டு இமயவரம்பன் முன்னே சென்றார். அண்ணா, "தம்பி நீ வா" என்று சாரங்கபாணியை அழைத்து முகச்சவரம் செய்யச் சொன்னார். அண்ணா, இமயவரம்பன் நெடுஞ்சேரலாதன், சாரங்கபாணி எல்லாம் எடுத்துக்கொண்ட புகைப்படம் பல ஆண்டுகள் அழகு நிலையத்தில் பொக்கிஷம் போல மாட்டப் பட்டிருந்தது.

இமயவரம்பன் தன் இளைய மகள் அழகு சுந்தரியை சாரங்கபாணிக்குத் திருமணம் செய்து கொடுத்து கடையையும் அவன் வசம் ஒப்படைத்தார். அப்பொழுது எடுத்த புகைப்படம் ஒன்றை அன்பரசன் சண்முகத்திடம் காட்டினான்.

"தாத்தா மாதிரிதான் இருக்கிற."

"அம்மா அதான் சொல்லும். மீசை இருந்தா தாத்தாதான் என்று."

அவன் போட்டோவையே பார்த்தபடி இருந்தான்.

"அப்பா கூட்டத்தில் ரொம்ப நல்லா பேசுவாராம். அவர் பேச்சுக்கு நல்ல மதிப்பு இருந்ததாம். செங்கம், உத்திரமேரூர், காஞ்சிபுரம், செங்கல்பட்டு எல்லாம் கூட்டம் பேச கூப்பிட்டுக் கொண்டு போனார்களாம். அப்பதான் தேர்தல் ஒன்று வந்து இருக்கு. அதுல அப்பா வட்டச் செயலாளர்க்கு நின்னு இருக்கார். அதில் பெரிய தகராறு வந்து இருக்குது. சிநேகிதர்கள் எதிரிகளாகவும், எதிரிகள் சிநேகிதர்களாகவும் மாறி அடிதடியில் இறங்கி இருக்கிறார்கள். உத்திரமேரூர் பெரிய ஏரிக்கரையில் அப்பாவை போட்டுத் தள்ளிவிட்டார்கள்."

"கொலையா?"

"தலைவேற உடம்புவேற. எனக்கு அப்போது பத்து வயது."

"பாவம்."

"என்ன செய்யறது. அதில் இருந்து நான் என்னமோ ஆகிட்டேன். ஆனால், பாடுறது மட்டும் என்னோட வந்துக் கிட்டே இருக்கிறது. எங்கள் அப்பா வழியில் யார் பாடுவாங்க, அம்மா வழியில யார் பாடுவாங்கன்னு எனக்குத் தெரியாது."

"அது ஒன்னும் அவசியம் இல்லை."

"அப்படியா?"

"ஆமாம். மனித அறிவு என்பது எல்லாவற்றையும் தன்னுள் கொண்டிருக்கிறது. அது சிலரிடம் தன்னைத்தானே வெளிப் படுத்திக் கொள்கிறது. சிலர் வழியாக வெளிப்படுத்திக் கொள்ளாதது இல்லை. ஆனால், இது எல்லாம் இல்லாமல் போவது இல்லை."

"தெரியல" என்றான் அன்பரசன் துக்கமான குரலில்.

"நீ ரொம்ப மேல வந்துடுவ."

"நானா?"

"ஆமாம். நீ அப்புறம் நான் சொன்னதை அடிக்கடி நினைத்துக் கொள்ளுவே" என்றான் சண்முகம்.

"உன் வாக்குப் பலிக்கட்டும்" என்று அவன் கையைப் பிடித்துக் குலுக்கினான் அன்பரசன்.

4

அன்பரசன் கல்லூரி படிப்பை முடிப்பதற்குள் நாடறிந்த பெரிய பாடகனாகி இருந்தான். அவன் பெயர் திருவண்ணாமலை, செங்கம், உத்திரமேரூர் தாண்டி கடலூர், சிதம்பரம், திருச்சி, மதுரை வரையில் எட்டியிருந்தது. அவன் பாட்டைக் கேட்டவர்கள் பரவசமுற்றது போல, கேட்காதவர்கள் கேட்பதற்கு ஆவல் கொண்டிருந்தார்கள். கல்லூரி கலை விழாக்களில் அவன் அடிக்கடி பாடினான். கோவை விவசாய பல்கலைக்கழகத்தில் மரம், செடி, கொடிகள், காய், கனிகள் பற்றிய பாடல்களைத் தொகுத்துப் பாடினான். தலைமை வகித்த துணைவேந்தர் கொற்கை பாண்டியன் அவன் தொகுப்புமுறையைப் பாராட்டினார். "ஒவ்வொருவரும் மரம் செடி கொடிகளைத் தெரிந்து கொள்ள வேண்டும். அதுதான் வாழ்க்கை என்பதற்கு ஆதாரம். நான் வேளாண்மை பல்கலைக் கழக துணைவேந்தர் என்பதற்காகச் சொல்லவில்லை. மனிதன் என்பதற்காகவே சொல்கிறேன். இங்கு வந்து இயற்கை வனப்புகளைத் தொகுத்துப் பாடிய அருமை மாணவர் வேளாண்மை படிக்கிறவர் இல்லை. ஆனால், அவர்க்கு இந்தக் காலத்திற்கான தேவை என்னவென்று தெரிந்து இருக்கிறது. தெரிந்தது மட்டுமல்ல, அதனை எல்லோரும் கேட்கும்படியாகப் பாடவும் தெரிந்து இருக்கிறது. எனக்கு கொண்டாட்டங்கள், கேளிக்கைகளில் எல்லாம் ஈடுபாடு கிடையாது. படிக்கும்போது மாணவர்கள் கருத்தூன்றிப் படிக்க வேண்டும் என்பதில் திடமான நம்பிக்கை கொண்டவன். எனவே அரைகுறையான மனத்தோடு ஐந்து நிமிடம் இருக்கலாம் என்றுதான் வந்தேன். ஆனால், அன்பரசன் முதல் பாட்டைக் கேட்டதும் முழு நிகழ்ச்சியையும் இருந்து கேட்பது என்று முடிவு செய்துவிட்டேன்.

"அவர் காந்தள் மலர் பற்றி பாடிய பாடல் என்னை இளம் பருவ காலத்திற்கு அழைத்துச் சென்றுவிட்டது. நான் வேளாண்மைக் கல்லூரியில் சேர்ந்த இரண்டாவது மாதம் காந்தள் மலர்களைத் தேடித் திரிந்து கண்டு மகிழ்ந்தேன். காந்தள்

மலர்தான் தமிழ்நாட்டின் மலர் என்று எங்கள் பேராசிரியை அலர்மேல்வள்ளி சொல்லி எங்களை ஆச்சரியப்படுத்தினார். காந்தள் மலர் சங்க இலக்கியங்களில் இடம்பெற்று இருக்கிறது என்றார். நான் பிறகு சங்க இலக்கியம் படிக்க ஆரம்பித்தேன். இயற்கையோடு நம்மை இணைத்த அன்பரசனுக்கு என் சார்பாகவும் பல்கலைக்கழகத்தின் சார்பாகவும் பாராட்டுக் களைத் தெரிவித்துக்கொள்கிறேன். அவர்க்கு ஆயிரம் ரூபாய் சன்மானம் வழங்கப்படுகிறது" என்றார். மாணவர்கள் அனை வரும் கைத்தட்டிப் பாராட்டினார்கள். அவன் பணிவாகவும் அடக்கத்தோடும் மேடைக்கு வந்து பதிவாளரிடம் பணத்தைப் பெற்றுக்கொண்டான்.

அவனுக்குப் பாடுவதற்கு நிறைய வாய்ப்புகள் வந்தன. பொள்ளாச்சியில் நடைபெற்ற விவசாயிகள் வாழ்வாதார மாநாட்டில் ஒரு மணிநேரம் தென்னை, பாக்குமரங்கள் பற்றிப் பாடினான். பாட்டில் பல அவனே புனைந்துகொண்ட பாடல்கள். பூம்புகாரில் நடைபெற்ற தாய் மண் பாதுகாப்பு மக்கள் மாநாட்டில் கடற்கரையில் அமைக்கப்பட்டிருந்த நெய்தல் அரங்கில் நின்றுகொண்டே இரண்டு மணிநேரம் பாடினான். அவன் பாட்டில் அலை வீசும் கடலும், துள்ளிப் பாய்ந்து செல்லும் மீன்களும், மீன்களைப் பிடிக்க படகில் போகும் பரதவர்களும் மறுபடியும் மறுபடியும் இடம்பெற்றார் கள். அவன் பாடி முடித்ததும், இப்படி யாரும் தங்களைப் பற்றி பாடியதில்லை என்று பேரவைத் தலைவர் திரும்பத்திரும்பச் சொல்லிக்கொண்டே இருந்தார். அது நல்ல பௌர்ணமி நாள். வானம் தெளிவாக இருந்தது. முழு நிலா வானத்தில் காட்சி யளித்தது. மணல் பரப்பில் அவன் பரதவர்களோடு நண்டு, இறா, சுறாபுட்டு சாப்பிட்டான். சாப்பிடச் சாப்பிட ஆசை கூடியது. சாப்பிட்டுக்கொண்டிருக்கும்போதே அவனை விடப் பெரியவனாக இருந்த ஒருவன் தாழ்ந்த குரலில், "அண்ணே... கொஞ்சம் விஸ்கி" என்றான்.

அவன் தலையசைத்து கரம் கூப்பி வணங்கினான். மணலில் கையூன்றி எழுந்தான். மழை வருவது போலக் காற்று வீசியது.

"தம்பி, உங்களை நம்ப படகில இருபது இருபத்தைந்து மையில் கூட்டிக்கிட்டு போகலமென்று இருந்தேன். ஆனால், மழைவருது. அதான் பார்க்கறேன்."

"அடுத்த முறை நான் வர்றேன்."

“கண்டிப்பாக வாங்க. பாட்டுக் கச்சேரி கடல்ல; நம்ப படகிலதான். ஜோரா ஜோடித்து வச்சிடுறேன்.”

“ஆமாம்” என்று அவன் கரம் கூப்பி விடை பெற்றுக் கொண்டான்.

அது சனிக்கிழமை. கிளியூரில் இளைஞர் எழுச்சி மாநாட்டில் பாட அவனைச் சிறப்பு அழைப்பாளராக அழைத்து இருந்தார்கள். அவன் திருவல்லிக்கேணி முருகேச நாயக்கர் மேன் சனில் எட்டாவது அறையில் தங்கி இருந்தான். அது மகாதேவன் அறை. அவன் பெயரில்தான் அறை இருந்தது. மகாதேவன் திருச்சி பக்கம். சட்டக்கல்லூரியில் இரண்டாம் ஆண்டு படித்து வந்தான். அவன் படிப்பு மாலைக் கல்லூரி. பகலில் ஜின்னா கம்பெனியில் கணக்கெழுதிக் கொண்டிருந்தான். எனவே அவன் இவனைப் பார்ப்பதும், இவன் அவனைப் பார்ப்பதும் அபூர்வம். அப்படி பார்த்துக்கொண்டாலும் மகாதேவன் இந்து, டைம்ஸ் ஆப் இந்தியா, இண்டியன் எக்ஸ்பிரஸ் என்று பத்திரிகைகள், லாஜர்னல் வாங்கி அடுக்கி வைத்துக்கொண்டு படித்துக் கொண்டு இருப்பான். அதனால் இவனுக்கு அவன் தொந்தரவு இல்லாமலும் அவனுக்கு இவன் பிரச்சனை இல்லாமலும் இருந்தார்கள்.

அன்பரசன் தலையைச் சீவிக்கொண்டு மேல் சட்டையை மாட்டிக்கொண்டு கிளியூர்க்குப் புறப்பட ஆயத்தமாகிக் கொண்டிருந்தான்.

“சார்” என்று ஓர் ஆள் வந்து வணக்கம் தெரிவித்தான்.

“வணக்கம்” என்றான்.

“கிளியூர்க்கு வண்டி வந்து இருக்கு சார். செயலாளர் மேல வர்றார் சார்” என்றான் டிரைவர்.

“நானே வந்துட்டேன்” என்று அறையின் கதவை சாற்றி விட்டு அன்பரசன் வெளியில் வந்தான்.

“தம்பி, வணக்கம். நான் மகேந்திர பூபதி. நான்தான் செயலாளர். இது திரிசடை சிற்றம்பலம். மாநாட்டு ஒருங்கிணைப் பாளர்.”

“வேலையை எல்லாம் விட்டுட்டு எதுக்கு வந்தீங்க. நானே கார்ல வந்துடுவேனே.”

“உங்களிடம் கொஞ்சநேரம் பேசிக்கொண்டு தனியா பாட்டு கேட்டுக்கிட்டு, போகலாமே என்றுதான்.”

"இது ரொம்ப நல்லா இருக்கு."

"நீங்கள் பின்னால திரிசடை சிற்றம்பலத்தோடு வாங்க. உங்கள் பாட்டு, பேச்சில் ரொம்ப ஈடுபாடு" என்றான் மகேந்திர பூபதி. வயது நாற்பது நாற்பத்தைந்து இருக்கும், குறுந்தாடி வைத்துக்கொண்டிருந்தான்.

மரங்கள் நிறைந்த சாலையில் பெரிய காரில் மூவரும் பயணித்துக்கொண்டு இருந்தார்கள். மேற்கில் சூரியன் மலைகளுக்குப் பின்னால் மறைந்துகொண்டிருந்தது. திடீரென்று வானம் கறுக்க சிலுசிலுவென்று காற்று வீசியது. மழை தூறலாக விழுந்தது.

"அன்பு, உங்களுக்காகத்தான் மழை வருகிறது. மழை வந்து வரவேற்பு நல்குகிறது."

"ஆமாம், அதுதான்" என்றாள் திரிசடை சிற்றம்பலம். அவள் இலங்கை இனக்கலவரத்தின் போது புலம் பெயர்ந்து சென்னைக்கு வந்தவள். யாழ்ப்பாணம் பல்கலைக்கழகத்தில் சமூகவியலும், சரித்திரமும் படித்துக்கொண்டிருந்தாள். ஆனால், முடித்துப் பட்டம் வாங்கவில்லை. இருபத்தைந்தாவது வயதில் உயிர் பிழைத்தால் போதுமென்று ஓடிவந்தாள். அடுத்தநாள் அவள் வீடு எரிந்து சாம்பலாகியது. அப்பா பாரிஸ்டர். நிறைய சட்டப் புத்தகம், சமூக, அறிவியல் புத்தகங்கள் எல்லாம் வைத்து இருந்தார். எல்லாம் எரிக்கப்பட்டுவிட்டன. அன்றைய தினத்தில் இருந்தே சமூக வன்முறைக்கு ஆளாகி புலம் பெயர்ந்து வரும் மக்களின் நல்வாழ்விற்காகவே தன்னை அர்ப்பணித்துக் கொள்வது என்று தீர்மானித்துக்கொண்டாள். ஆனால், அதனை அவள் யாரிடமும் சொல்லவில்லை. சொல்வது அவசியம் என்று படவில்லை. அவள் அண்ணன் ஆனந்தன் சிற்றம்பலம் கனடாவில் டொரோண்டோவில் மேபிள் பல்கலைக்கழகத்தில், ஆங்கிலப் பேராசிரியராகப் பணியாற்றிக்கொண்டிருந்தான். தங்கை ஆதிரைசிற்றம்பலம் ஆஸ்திரேலியாவில் மெல்போனில் சிறு குழந்தைகளுக்காக டேகோர் என்ற மழலையர் பள்ளி நடத்திக்கொண்டு இருக்கிறாள். அவள் கணவன் கனக சுந்தரேசன் பல் மருத்துவர். தாய் சுசீலா சிற்றம்பலம் யாழ்ப் பாணத்திலும், தந்தை பொன்னம்பலம் சிற்றம்பலம் திருச்சியிலும் காலமானார்கள்.

தன் குடும்பம் என்னும் கூடு சிதைந்தது பற்றி அவள் அறுபது வரியில் ஒரு கவிதை எழுதி வைத்துக்கொண்டு அடிக்கடி தனக்குத்தானே படித்துக்கொள்கிறாள். கூடு சிதைந்த

கவிதையை அவள் பிரசுரிக்கவோ, மற்றவர்களிடம் படிக்கவோ கொடுத்தது இல்லை. அந்தக் கவிதை தனக்கும் தன் ஆத்மாவிற்கு மானது என்று நம்பினாள். அது சிதைந்தகூடு. இனி வரும் போதும் அந்தக் கூட்டைக் கட்ட முடியாது. ஆனால், அவர் எல்லோரும் பங்கு பெற ஒரு வலைதளத்தை – புலம்பெயர்ந்த வர்கள் துக்கத்தையும், மகிழ்ச்சியையும் பகிர்ந்துகொள்ள நடத்தி வந்தாள். ஒவ்வொரு வாரமும் புதிது புதிதாக ஆட்கள் எழுதினார்கள். அதைப் பராமரிப்பதே பெரிய வேலையாக இருந்தது. அதோடு அவள் புலம் பெயர்ந்தவர்கள் அனுபவங் களைப் பகிர்ந்து கொள்ள அடிக்கடி மாநாடுகள், கருத்தரங்குகள் நடத்தி வந்தாள்.

வானம் கறுத்துக்கொண்டு வந்தது. அன்பரசன் காரின் கண்ணாடிக் கதவுகளை இறக்கிவிட்டுக் கொண்டு தலையை வெளியே நீட்டிப் பார்த்தான். மழைத்துளிகள் முகத்தில் விழுந்தன. இன்னும் கொஞ்சம் என்று கழுத்தை நீட்டினான். மழையில் தலை நனைந்தது. அவன் மழையின் பிரியன். எப்பொழுதும் மழைக்குள் சஞ்சரித்துக்கொண்டே இருந்தான். மழை அவனுக்குப் பிடித்திருந்தது போல, மழைக்கும் அவனைப் பிடித்திருந்தது. அதனால் அவன் போகுமிடமெங்கும் மழை தொடர்ந்து வந்துகொண்டிருந்தது. கார்க்குள் மழையின் சாரல் அடித்தது. திரிசடை சிற்றம்பலம் கழுத்தைச் சுற்றிப் போட்டிருந்த சிவப்புத் துப்பட்டாவை எடுத்து அவன் முகத்தைத் துடைத்து விட்டாள்.

நெடுஞ்சாலை வளைந்து திரும்பியது. இரண்டு பக்கமும் எதிர் எதிராக மருத மரங்கள் மழை நீரால் தலை சாய்ந்து நின்றுகொண்டிருந்தன. தொலைவில் வானவில் தென்பட்டது.

“வானவில் நம்மை வரவேற்கிறது” என்றான் மகேந்திரபூபதி.

“வானவில் போல அற்புதம் ஒன்றும் இல்லை. இது மழை, ஒளி ஒன்றுசேர்வதின் விளைவு என்று விஞ்ஞானமாகச் சொல்லிவிடலாம். ஆனால், அது எழுத முடியாத கவிதை, வரையமுடியாத ஓவியம்” என்றாள் திரிசடை சிற்றம்பலம் அன்பரசனைப் பார்த்தபடி.

அவன் இரண்டு கைகளையும் மார்போடு கட்டிக்கொண்டு வானவில்லையும், சூரியனின் வெளிச்சத்தையும், லேசாகத் தூறும் மழைத்துளிகளையும் மாறி மாறிப் பார்த்துக்கொண்டே வந்தான்.

“நாம் கிளியூர்க்குப் போகும்போது மழை நின்று இருக்கும்.”

“மழைக்கு எல்லாம் தெரியும்” என்றாள் திரிசடை.

"நான் மழையைப் பற்றி நூறு பாடல்களுக்கு மேல் வைத்து இருக்கிறேன். ஆனால், அவை மழை பற்றிய பாடல்கள் இல்லை. மழைப் பாடல்கள். அதாவது மழையே பாடல்களாக இருக்கின்றன."

"கேட்கவே புதிதாக இருக்கிறது" என்றான் மகேந்திர பூபதி.

"எனக்கு மழை என்றால் பித்துப்பிடித்து விடுகிறது. நான்கு ஐந்து தூறல் மேலே விழுந்ததும் ஆளே மாறிப் போய் விடுகிறேன். அது இன்று நேற்று என்பது இல்லை. நினைவு தெரிந்த நாளாக அப்படித்தான் இருக்கிறேன்."

"அது தெரிகிறது" என்றாள் திரிசடை.

"நான் மழையில் நனைந்துகொண்டே பள்ளிக்கூடத்தில் இருந்து வீட்டிற்கு வருவேன். பக்கத்து வீடு, எதிர்வீட்டுக்காரர்கள் எல்லாம் அம்மாவிடம், அவனுக்கு ஒரு குடை கொடுக்கக் கூடாது. இப்படி மழையில் தொப்பமாக நனைந்துகொண்டு வருகிறானே, காய்ச்சல் வந்துவிடப் போகிறது" என்பார்கள். அதற்கு அம்மா அன்பு மழைக்குப் பிறந்தவன். அவனை மழை ஒன்றும் பண்ணாது என்று சொல்லும்."

"மழையும் அன்பும் வேறில்லை" என்றாள் திரிசடை சிற்றம்பலம்.

"கிளியூரில் மழை பொழிந்து அன்பு பாட முடியாமல் போய்விடப் போகுது" என்றான் மகேந்திர பூபதி.

"அப்படியெல்லாம் ஒன்றும் ஆகாது. மழைக்கு எல்லாம் தெரியும்."

கார் வேகமாகக் கிளியூரை நோக்கிச் சென்றுகொண்டு இருந்தது. மழை குறைந்துகொண்டே வந்தது.

இரவு எட்டரை மணிக்கு கிளியூர் சென்றடைந்தார்கள். மழை சுத்தமாக விட்டிருந்தது. மேடைக்குக் கீழே ஆயிரம் பேர்களுக்கு மேல் கூடியிருந்தார்கள். அதில் தொலை தூரத்தில் இருந்து காரிலும், லாரியிலும், ஸ்கூட்டரிலும் சைக்கிளிலும் வந்த இளைஞர்களும் இருந்தார்கள். விவசாயிகளும், பெண்களும்கூட இருந்தார்கள்.

அன்பரசன் ஒரு லெமன் டீ பருகிவிட்டு மேடை மீது ஏறினான். பெரும் கூட்டத்திற்குக் கரம் கூப்பி வணக்கம் தெரிவித் தான். வானத்தை நிமிர்ந்து பார்த்தான். நிலா மழை மேகத்தில் மறைந்திருந்தது. நட்சத்திரங்கள் ஒன்றுகூடத் தென்படவில்லை.

காற்று ஈரப்பசையோடு வீசியது. அவன் தலையைச் சிலுப்பிக் கொண்டு மழைப்பாடல்கள் பாட ஆரம்பித்தான். அடக்கமான தொனியில் ஆரம்பித்த பாடல் வெகு விரைவிலேயே பெருமழை பொழிவதுபோல இருந்தது. தொலைவில் நின்றுகொண்டிருந்த வர்கள் எல்லாம் மெது மெதுவாக நகர்ந்து முன்னே வந்தார்கள். மழை தூற ஆரம்பித்தது. கையில் குடை வைத்துக்கொண்டிருந்த வர்கள் குடையை விரித்துக்கொண்டும், குடையில்லாதவர்கள் பக்கத்து ஆள் குடையில் தலையை மறைத்துக்கொண்டும் முன்னே வந்தார்கள்.

அவன் ஐந்தாவது பாட்டுப் பாடும்போது மழை நின்று விட்டது. குடையை விரித்துப் பிடித்துக்கொண்டிருந்தவர்கள் அதை மடக்கி கக்கத்தில் வைத்துக்கொண்டார்கள், மரங்களின் மறைவிலும், கட்டிடங்களின் ஓரத்திலும் ஒதுங்கி நின்றவர்கள் அரங்கத்தை நோக்கி முன்னே வந்தார்கள். அவன் கனத்த குரலில் மழையைத் துதித்துப் பாட ஆரம்பித்தான். அவன் பாடியது மழைப்பாடல் என்றாலும் அது வரையில் அவன் பாடாத பாட்டு. இதுவரையில் யாரும் கேட்காத பாட்டு. அவனே புனைந்து மெட்டமைத்துப் பாடினான். ஒவ்வொரு பாட்டும் வேறுவேறு விதமாக மழை பொழிவது மாதிரியும், மழையோடு காற்று வீசுவதுபோலவும், காற்றோடு இடி இடிப்பது போலவும் இருந்தது. அதில் சந்தோஷமுற்று கூடி யிருந்தவர்கள் கைதட்டி ஆரவாரித்தார்கள்.

அவன் பாட்டை நிறுத்திவிட்டு வானத்தை நிமிர்ந்து பார்த்தான். நிலவும் நட்சத்திரங்களும் கண்களில் படவே இல்லை. வானமண்டலம் முழுவதும் இருண்டு கிடந்தது. காற்று வேகமாக வீச ஆரம்பித்தது. பெருமழை பொழியப் போகிறது என்று தீர்மானித்துக்கொண்டான். பின்னால் இருந்து ஓரடி முன்னே எடுத்து வைத்து மைக்கைக் கையில் பிடித்துக் கொண்டான். காற்றின் ஈரம் கையில் தெரிந்தது.

'மாமழை போற்றுதும், மாமழை போற்றுதும்' என்று பெருங்குரலில் பாட ஆரம்பித்தான். அவன் மூன்றாவது வரி பாட ஆரம்பித்தபோது நிஜமாகவே பெரும்மழை, பேரோசை யுடன் பொழிய ஆரம்பித்தது. அவன் முன்னே இருந்தவர்கள் பின்னால் நகர ஆரம்பித்தார்கள். கையிலும், கக்கத்திலும் குடை வைத்துக்கொண்டிருந்தவர்கள் அவசர அவசரமாகக் குடையை விரிக்க ஆரம்பித்தார்கள். மழை நின்று நிதானமாகப் பொழிந்து கொண்டே இருந்தது. அவன் கரம் கூப்பி எல்லோர்க்கும் நன்றி தெரிவித்துவிட்டு அரங்கில் இருந்து வெளியே வந்து மழையில் நனைந்தபடியே கைவீசி நடக்க ஆரம்பித்தான்.

"மழையரசன்" என்று அவன் முன்னே வந்து கைகளைப் பிடித்துக்கொண்டாள் திரிசடை சிற்றம்பலம். அவள் மழையில் நனைந்துகொண்டிருந்தாள். அவன் மழைநீர் போல அவள் கரங்களில் குளிர்ந்தான்.

மகேந்திர பூபதி பெரிய குடையை விரித்துப் பிடித்தான்.

"எனக்கு மழை பிடிக்கும்" என்று அவன் இரண்டடி எடுத்து வைத்து முன்னே நடந்தான். பெரிய மழை கொஞ்சம் கொஞ்சமாகக் குறைய ஆரம்பித்தது. யார் யாரோ வந்து அவன் கரத்தைப் பிடித்துக்கொண்டு புகழ்ந்தார்கள். அவன் பாட்டைக் கேட்க மழை வந்தது என்று உரைத்தார்கள். அவன் நெற்றியில் வழிந்த தண்ணீரை இடது கைவிரலால் வழித்துவிட்டுக் கொண்டு எல்லாவற்றையும் அடக்கமாகக் கேட்டுக்கொண்டான். அவனே அதுதான். சின்ன வயது என்றாலும் பெரிய மனிதன் போல உணர்ச்சி வசப்படாமல் இருந்தான்.

"ரொம்ப நனைஞ்சிட்ட" என்று மகேந்திர பூபதி அவன் கையைப் பிடித்து வீட்டிற்கு அழைத்துச் சென்றான். திரிசடை பெரிய துண்டைக் கொண்டு வந்து கொடுத்தாள். அவன் முதலில் தலையையும் உடம்பையும் துடைத்துக்கொண்டான். உள்ளறைக்குச் சென்று நனைந்து போயிருந்த பேண்ட், மேல் சட்டையைக் கழற்றிவிட்டு டீ சர்ட்டும், ஜீன்ஸ் பேண்டும் போட்டுக்கொண்டு வந்து சோபாவில் உட்கார்ந்தான்.

ஓர் ஆள் ஆவி பறக்க தேநீர் கொண்டு வந்து கொடுத்தான்.

"நானே கேட்க வேண்டும் என்று இருந்தேன்" என்று சொல்லிக்கொண்டு திரிசடையைப் பார்த்தான்.

"அன்பு, டீ சாப்பிடு" என்றான் மகேந்திர பூபதி.

அவன் உதட்டைக் குவித்து ஒருமுறை தேநீரை உறிஞ்சிக் குடித்தான்.

"இலங்கை தேயிலை. நான்கு நாட்களுக்கு முன்னால்தான் வந்தது" என்றாள் திரிசடை சிற்றம்பலம்.

அவன் தேநீர் கப்பை ஸ்டூல் மீது வைத்துவிட்டு கை விரல்களை முறித்துக்கொண்டு கூடியிருந்த எல்லோரையும் ஒரு பார்வை பார்த்தான்.

"அன்பு, மழையோடு உன் குரல் இணைந்து போய்விட்டது. இரண்டிற்கும் வித்தியாசம் தெரியவில்லை. பெரிய கூட்டம் மழையைப் பொருட்படுத்தாமல் பாட்டைக் கேட்டது சந்தோஷமாக இருந்தது."

அவன் தலையசைத்தான்.

"நீ மழையோடு மாமழை போற்றுதும் என்று முடித்தது தான் அற்புதம்" என்றான் மகேந்திர பூபதி.

"அன்பு, கனடா சென்று நயாகரா அருவியின் முன்னே நின்று பாடவேண்டும். நயாகரா என்றால் ஆதி குடிமக்கள் மொழியில் நீரின் பேரோசை என்பது அர்த்தம். எப்போதும் மழை நீர் போல் பேரோசை எழுப்பும் நயாகரா அருவியில் வண்ண விளக்குகள் எரியும் இரவுப் பொழுதில் நீ பாட வேண்டும். நீர், நிலவு, வண்ண விளக்குகள், இவற்றோடு இசையும் சேர்ந்து போக, எல்லாம் நீரின் பேரோசையாகி விடும்."

"ஆமாம். அதுதான்" என்றான் மகேந்திர பூபதி.

"நான் இரண்டுமுறை கனடா போயிருக்கிறேன். பெரியண்ணா டொரோண்டோவில்தான் இருக்கிறார். இலங்கைத் தமிழர்கள் மூன்று லட்சம் பேர்களுக்கு மேல் இருக்கிறார்கள். இலங்கைக்குப் பிறகு தமிழர்கள் அதிகமாக கனடாவில்தான் இருக்கிறார்கள்."

"நல்ல நாடு. பெரிய நிலப்பரப்பு. மக்கள் தொகை வெகு குறைவு. எனவே ஏராளமானவர்கள் பல்வேறு காரணங்களால் புலம் பெயர்ந்து கனடா வந்துவிட்டார்கள். அகதிகள் என்று எவரையும் முகாம்களில் அடைத்து ரேஷன் கொடுப்பது இல்லை. அதுதான் முக்கியம்" என்றான் மகேந்திர பூபதி.

"டொரோண்டோவில் பாரதி தமிழ்ச் சங்கம் என்று ஒன்று இருக்கிறது. அதன் துணைத்தலைவர் அண்ணாதான். நான் போய்வர டிக்கெட், மற்ற செலவிற்கு எல்லாம் ஏற்பாடு செய்கிறேன்."

அன்பரசன் பதிலொன்றும் சொல்லாமல் எதிர் சுவரில் மாட்டி இருக்கும் பாரதியார் படத்தையே பார்த்தபடி இருந்தான். அவன் எப்பொழுதும் ஒரே மாதிரியான ஆளில்லை. அவன் பாடும்போது ஒரு தினுசாகவும், மழையில் நனையும்போது இன்னொரு தினுசாகவும், நண்பர்களோடு இருக்கும்போது மற்றொரு தினுசாகவும் இருப்பான். அவன் எப்படிப்பட்டவன் என்பது மற்றவர்களால் தீர்மானிக்கப்பட முடியாதது போல, அவனாலேயே தான் யார் என்பதும் தெரியாமல் இருந்தான்.

ஒருநாள் சண்முகம், "அன்பு, நீ லேசுப்பட்ட ஆளில்லை. ரொம்ப சிக்கலான ஆள்" என்றான்.

அவன் பதிலொன்றும் சொல்லாமல் ஒரு சிரிப்பு சிரித்தான்.

"அன்பு, நீ யாருன்னே தெரியவில்லை?" என்று அம்மா சொன்னது சாவதற்கு நான்கு மாதங்களுக்கு முன்னால்.

இரண்டாயிரத்து ஐநூறு ரூபாய் பணமும், இரண்டு டீசர்ட், ஒரு ஜீன்ஸ் பேண்டும் கொடுத்து மகேந்திர பூபதியும், திரிசடை சிற்றம்பலமும் வழி அனுப்பி வைத்தார்கள். அதுதான் அவன் பாடிப் பெற்ற பெரிய பணம். அதனைப் பேராசிரியர் மகள் சவிதாவிடம் சொல்லவேண்டும் என்று முதல் முறையாகத் தோன்றியது.

5

அது மாலைப்பொழுது.

அன்பரசன் புத்தம் புதிய நீலநிற ஜீன்ஸ்பேண்ட், கறுப்பு டி சர்ட்டை போட்டுக்கொண்டு பெசன்ட் நகர் பேராசிரியர் வீட்டிற்கு ஆட்டோவில் சென்றான். சவிதா வெள்ளை நாய்க் குட்டியோடு வாசலில் நின்றுகொண்டிருந்தாள். அவள் இவனை எதிர்பார்க்கவில்லை. ஆனால், உடனே அடையாளம் கண்டு கொண்டு தலையசைத்து வரவேற்றாள். நாய்க்குட்டி மிரட்சியோடு அவனையே பார்த்துக்கொண்டு இருந்தது.

"சார்" என்று கேட்டான்.

"அப்பா கம்போடியா போய் இருக்காங்க. வர இரண்டு வாரம் ஆகும். எங்க ஆளையே காணோம்."

"நான்கைந்து இடத்தில் பாடப் போயிட்டேன்."

"அப்பா, ஊர்க்குப் போறதுக்கு முன்னால கேட்டுக் கொண்டே இருந்தாங்க."

"வரனுமென்னுதான் பார்த்தேன்."

அவள் கதவைத் திறந்துகொண்டு நாய்க்குட்டியைத் தூக்கிக்கொண்டு முன்னே சென்றாள். அவன் கூடவே உள்ளே சென்றான்.

"உட்கார் வர்றேன்" என்று உள்ளே சென்று நாயைக் கட்டி விட்டு வந்து அவன் எதிராக அமர்ந்தாள். அவன் அவளையே பார்த்தபடி இருந்தான்.

"ஆராய்ச்சி எப்படிப் போகுது."

"அப்பா அன்னகாமு தாலாட்டுப் புத்தகம் இருக்குன்னு சொன்னாங்க."

"ஐயா, வந்தால் கொடுன்னு எடுத்து வைத்துவிட்டுப் போய் இருக்காங்க."

“நான் ஐயா இல்லை. வெறும் மாணவன். ஐயாவாக இன்னும் இருபது இருபத்தைந்து வருஷம் போல இருக்கிறது.”

“பரவாயில்லை. எல்லாம் தெரியுது” என்றவள் திடீரென்று எழுந்து,” லெமன் டீ” என்றாள்.

“அதற்குத்தான் வந்தேன்” என்றான்.

அவள் பதிலொன்றும் சொல்லாமல் எழுந்து உள்ளே சென்றாள். அவள் ட்ராலி மீது மடித்து வைக்கப்பட்டிருந்த தினமலர் பத்திரிகையை எடுத்துப் புரட்டிப் பார்த்துக்கொண்டு இருந்தான். ரேடியோவில் வீணை ஒலிக்க ஆரம்பித்தது. அவன் கைகளைக் கட்டிக்கொண்டு கவனமாக வீணை கேட்டுக் கொண்டிருந்தான்.

சவிதா லெமன் டீ, கப்பை அவன் முன்னே வைத்துவிட்டு, “லெமன் டீ” என்று சொல்லிவிட்டுச் சிரித்தாள். அவன் கப்பை கையில் எடுத்துக்கொண்டு அவளை நிமிர்ந்து பார்த்தான். கறுப்பு ஜீன்ஸ் பேண்ட்டும், வெள்ளை டி சர்ட்டும் போட்டுக் கொண்டிருந்தாள். தன்னைவிட இரண்டு வயதோ, மூன்று வயதோ பெரியவளாக இருக்கலாம் என்று நினைத்தான். திருமணமாகி லண்டனுக்குச் சென்றவர் ஏதோ சிக்கலில் கணவனைப் பிரிந்து வந்துவிட்டாள். அதுதான் பேராசிரியர்க்கு இடி விழுந்தது மாதிரி ஆகிவிட்டது என்று கல்லூரியில் பேசிக் கொண்டார்கள். ஆனால், அவள் முகத்தில் வருத்தமோ, கோபமோ தென்பட்டதே இல்லை. எல்லோரிடமும் அன்பாக வும் இங்கிதமாகவும் நடந்துகொண்டாள். இவனை அவளுக்குப் பிடித்திருந்தது போல, இவனுக்கும் அவளைப் பிடித்து இருந்தது.

“தேநீர் அற்புதம்?” என்று கப்பைக் கீழே வைத்தான்.

“அற்புதமான தேநீர்க்கு ஒரு பெரிய விலை கொடுக்கனும்?”

“என்ன ?”

“ஒரு தாலாட்டுப் பாட்டு. எனக்குச் சின்ன வயதில் இருந்தே தாலாட்டுக் கேட்பதில் ரொம்ப ஆசை. அத்தை எங்கள் வீட்டில் தான் இருந்தாங்க. அவங்க தாலாட்டுப் பாட்டுப் பாடித்தான் என்ன தூங்க வைப்பாங்க. நான் நிறைய தாலாட்டுக் கேட்க தூங்காமல் புரண்டு புரண்டு படுத்துக்கொண்டே இருப்பேன்.”

“தாலாட்டு தூங்க வைக்கப்பாடுற பாட்டு இல்ல.”

“இது புதுசா இருக்குது.”

“உலகத்தில் எதுவும் புதுசும் கிடையாது. அது அது அந்தெந்த இடத்தில் இருக்கிறது. நாம் நமக்குத் தெரிந்தது மாதிரி ஒரு பெயர் வைத்துக்கொள்கிறோம்.”

“ஆராய்ச்சி மாணவர் சொன்னால் சரியாக இருக்கும்.”

“நான் இன்னும் ஆராய்ச்சியைத் தொடங்கவே இல்லை. ஒரு வருஷம் போல போய்விட்டது. ஆராய்ச்சி வேலையை விட்டுவிட்டு என்னென்னவோ செய்துகிட்டு இருக்கறேன்.”

“அன்பு, நீ ஒன்றும் லேசுபட்ட ஆள் இல்லை. என்ன செய்தாலும் கடைசியில் உன் ஆராய்ச்சிக்குத்தான் வந்து நிற்ப. அது நல்லாத் தெரியுது. கடைசியா என்னென்ன வேலை செய்து முடித்து இருக்கற.”

“கிளியூரில் நாட்டுப்புறப் பாட்டுப் பாடினேன். அதுக்கு ஏற்பாடு செய்த திரிசடை சிற்றம்பலம், கனடாவில் நயாகரா அருவி பக்கத்தில் பாட அழைத்துக்கிட்டு போறதா சொன் னாங்க. டொரோண்டோவில் நிறைய தமிழ் ஆள்கள் இருக்கிறார் களாம். டிக்கெட், தங்குற செலவு எல்லாம் பார்த்துக்கொள் வார்களாம்.”

“கேட்க நல்லாதான் இருக்கறது. பாட்டுப் பாடுறதுதான் வேலையா?”

“அப்படித்தான் திரிசடை சொன்னாங்க. நயாகரா அருவியில எப்பப் பார்த்தாலும் தண்ணீர் கொட்டிக்கிட்டே இருக்குமாம். அதற்கு பேரே நீரின் பேரோசைதானாம். இரவில் நிறைய விளக்கெல்லாம் போடுவாங்களாம். அங்க தமிழ்ப் பாட்டுப் பாட ஏற்பாடு செய்யறதா சொன்னாங்க.”

“ஓ! அப்படியா?”

“கனடாவில் இருந்து அமெரிக்கா ரொம்ப பக்கமாம். அதனால அமெரிக்காவிற்கும் போயிட்டு வரலாம். அதுக்கு இங்கேயே விசா எடுத்துக்கிட்டு போகணுமாம்.”

“பாஸ்போர்ட் இருக்கா.”

“பாஸ்போர்ட் எல்லாம் எடுக்கணுமென்னு நான் நினைச்சதே இல்ல.”

“அப்படி இல்லை. எல்லோரும் பாஸ்போர்ட் எடுத்து வைத்துக்கொண்டு இருக்கணும். அதுக்குத் தேவை எப்ப வேண்டுமானாலும் வரும்.”

அன்பரசன் தலையசைத்தான்.

“கனடாவிற்குப் போவதற்குள் பிளச்டியை முடிக்கப் பார். அது முக்கியம். அப்பா, எங்க நம்ப பாடகர், சினிமாவிற்குப் பாட போயிட்டாரான்னு கேட்டாங்க.”

“நான் ஒரு பக்கம்கூட எழுதுல. ஆனால், நான் பாடக னாகப் போகப் போவது இல்லை. ஆராய்ச்சி பண்ணனும். அதுதான் முக்கியம்.”

“இது போதும், தன்னால காரியம் ஆகும்.”

“உங்க ஐ.ஏ.எஸ். தேர்வு எப்ப வருது.”

“அது வந்துவிட்டுப் போய்விட்டது. நான் அதை எழுதுவதாக இல்லை. எனக்கு அரசாங்க உத்தியோகத்தின் மீது மகாக் கடுப்பு வந்துவிட்டது.”

“ஏன், எதற்கு?”

“லஞ்ச, ஊழல், பித்தலாட்டப் பேர்வழிகள் பின்னால் கைகட்டிக்கொண்டு, எஸ் சார் என்றோ, ஆமாம் ஐயா என்று பல்லவி போடவோ எனக்குப் பிடிக்கவில்லை.”

“அப்படியா?”

“அதனால் சுதந்திரமாக இருக்க வக்கீலுக்குப் படிக்கப் போகிறேன்.”

அவன் சவிதாவையே பார்த்துக்கொண்டிருந்தான்.

“ஒரு மனிதன் தன் சொந்த அறிவை நிரூபிக்கக்கூடிய இடம் நீதிமன்றந்தான் என்று ஒரு நேர்காணலில் நமது அமைச்சர் சிதம்பரம் சொல்லக் கேட்டேன். அவர் சரியாகத்தான் சொல்லி யிருக்கிறார்.”

அவன் சிரித்தான்.

“என்ன?”

“வக்கீல் நீதிபதியின் முன்னால் அடக்க ஒடுக்கமாக நிற்க வேண்டும். மை லார்ட் என்றோ, ஐயா என்றோ நீதியரசரை அழைக்க வேண்டும். அவர் மனசு நோகாமல் குறிப்பறிந்து பேசவேண்டும். சாட்சிக்காரர்கள், கட்சிக்காரர்கள் தயவிலே வாழவேண்டும். அதை எல்லாம் விட்டுவிட்டு அறிவு ஜொலிக்கிற இடமென்று சொன்னால் அது சரிதான்.”

“ஆமாம். அப்படியொன்னு இருக்கிறது இல்ல” என்று கேட்டுவிட்டு சவிதா அவனைக் குத்திட்டுப் பார்த்தாள்.

அப்புறம் சொன்னாள், "எங்கள் சித்தப்பா ஒருவர் வக்கீலாக இருந்தார். அவர் இருபது வருட சர்வீசில் ஏழோ எட்டோ கேஸ்கள்தான் ஜெயித்தார். ஆனால், பெரிய அறிவாளி என்று அப்பா சொல்லிக்கிட்டே இருந்தார். டைம்ஸ் ஆப் இந்தியாவில் அடிக்கடி சட்டம், சமூகம் பற்றி கட்டுரைகள் எழுதி வந்தார். அவர் கிட்டே இருந்த பெரிய ஞானம், சட்டம், நீதிபதிகள் பற்றி அவர் குறை சொன்னதே இல்லை. நான் வக்கீலுக்குப் படிக்க ஆசைப்படுறதுக்கு தோற்றுப்போன சித்தப்பாதான் காரணம். நான் ஜெயிக்க ஆசைப்படுகிறேன்."

"அது நல்ல ஆசைதான்."

"அது முடியுற காரியம் இல்லையா?"

"உலகத்தில் முடியாதது என்று ஒன்றும் இல்லை. ஆனால், அது அவசியமா, சுதந்திரம் இருக்கிறதா என்றுதான் பார்க்க வேண்டும்" என்று சொல்லிவிட்டு சவிதா முகத்தை ஏறிட்டுப் பார்த்தான்.

"என்ன அது?" அவள் நாற்காலியில் நிமிர்ந்து உட்கார்ந்து கொண்டு கேட்டாள்.

"இப்படி திடீரென்று கேட்டால்"

"சொல்லு, அன்பு"

அவன் சன்னமாகக் குரலெடுத்து இரண்டு அடிகள் பாடிவிட்டு நிறுத்தினான்.

"எனக்குப் பாடறது, ஆடுறதுன்னா ஒரே வெட்கம். என்னால் யார் முன்னாலும் பாடிட முடியாது. அதுவும் இல்லாமல் இந்த வயதிற்குமேல் பாட்டெல்லாம் கற்றுக்கொண்டு பாடவும் முடியாது."

"எனக்குப் பாட்டு வருமென்னே தெரியாது. நான் யாரிடமும் பயிற்சி பெறவில்லை. எனக்குக் குருவும் கிடையாது; நான் யார்க்கும் சீடனும் கிடையாது."

"நீ அசல் கலைஞன். உனக்கு குரு தேவை இல்லை. நான் உன்னை ஒரே பாட்டில் கண்டுபிடித்து விட்டேன்."

"இல்லை அம்மா. அப்படி இல்லை. ஒரே பாட்டின் வழியாக என்னை வெளிக்காட்டிக் கொண்டு விட்டேன்."

சவிதா சப்தமாகச் சிரித்தாள். அவள் நாய்க்குட்டி இரண்டு முறை குலைத்தது.

"ஓ! அவ்வளவு இருக்கிறதா?"

"இன்னும் நிறைய இருக்கிறது."

"அப்படியானால் ஒவ்வொன்றையும் ஒளிக்காமல் மறைக்காமல் சொல்லவேண்டும்."

"ஒளிப்பதற்கும் மறைப்பதற்கும் நம்மிடம் ஒன்றும் கிடையாது."

"அதுபோதும்."

"தஞ்சாவூரில் பிரகாசம் என்று ஒரு சிநேகிதர் இருக்கிறார். ரொம்ப நல்ல மாதிரி. பெரிய படிப்பாளி. தமிழ், சமஸ்கிருதம், தெலுங்கு, மராட்டி எல்லாம் தெரிந்தவர். தஞ்சாவூர் சரஸ்வதி மகால் நூலகத்தில் முத்துப் பழனின்னு ஒரு தாசி தெலுங்கில் எழுதிய புத்தகம் இருக்கிறதாம். அதை எனக்குப் படித்துக் காட்ட கூப்பிட்டு இருக்கிறார்."

"எப்ப தஞ்சாவூர் பயணம்."

"அதான் தெரியல. திரிசடை பாஸ்போர்ட் எடுக்க, விசா வாங்க எப்ப வேண்டுமானாலும் கூப்பிடுவாங்க. அது ஒரு வேலை இருக்கிறது."

சவிதா அவனைக் குத்திட்டுப் பார்த்தபடி இருந்தாள்.

"தஞ்சாவூர் பிரகாசம் விரால் மீன் குழம்பும், புழுங்கரிசிச் சோறும் போடுவார். அதைத் தின்ன மனசு எப்பச் சொல்லுதோ அப்பொழுது கிளம்பிடுவேன்."

"எனக்கு தஞ்சாவூர் சரஸ்வதி மகால் நூலகத்தைப் பார்க்க வேண்டுமென்று ரொம்ப நாளாகவே ஆசை. அப்பாவோடு ஒருமுறை போயிருந்தேன். ஒன்றையும் சரியா சுற்றிப் பார்க்க முடியவில்லை."

"சரஸ்வதி மகால் சுற்றிப் பார்க்கும் இடமில்லை."

சவிதா நாற்காலியைப் பின்னுக்குத் தள்ளிக்கொண்டு எழுந்து உள்ளே சென்றாள். அவள் நாய்க்குட்டி பலமாகக் குரைத்துக்கொண்டே இருந்தது.

6

தஞ்சாவூர் பூக்காரத் தெருவில் அன்பரசன் இரண்டு கைகளையும் மார்போடு கட்டிக்கொண்டு தலை குனிந்தபடி பிரகாசத்தோடு நடந்துகொண்டிருந்தான். பிரகாசம் தஞ்சாவூர் பூர்வீகவாசி. தன்னை தஞ்சாவூர் பிரகாசம் என்ற பெருமிதத் தோடு சொல்லிக் கொள்வான். அன்பரசனை விட ஏழு வயது பெரியவன். முன் தலை வழுக்கை விழுந்துவிட்டது. ஆனால், பின்னால் கருகருவென்று நீண்ட முடி. செம்பருத்திக் குழம்பு, துளசியிலை, கருவேப்பிலை, கீழாநெல்லி அரைத்து சுத்த தேங்காய் எண்ணெயில் காய்ச்சி மூன்று நாட்கள் ஊற வைத்து வடிகட்டிய தைலத்தில் தலை குளித்து, முடியை நான்கு முறை அலசி அலசி எடுத்து சாம்பிராணி புகையில் உலர்த்தி சீவி முடித்துக் கொண்டை போட்டுக்கொண்டிருந்தான். கோடாலிக் கொண்டை என்று ஒருநாள் சொன்னான். அகன்ற நெற்றியில் பட்டையாக திருநீறு பூசிக்கொண்டிருந்தான். திருநீற்றின் நடுவில் அரக்குக் குங்குமப் பொட்டு. இரண்டு காதுகளிலும் பச்சைக்கல் வைரக் கடுக்கண். இடதுகையில் தங்கக் காப்பு. இடுப்பில் எட்டு முழ மயில்கண் வேட்டி. கழுத்தைச் சுற்றி பீதாம்பரம். திருவையாறு தமிழ்க் கல்லூரியில் புலவர்க்காகப் படித்தான். நன்றாகப் படிக்கும் மாணவன்தான். முதல் இரண்டாண்டுகளும் கல்லூரியிலேயே அவன்தான் முதல் மாணவனாக இருந்தான். நல்ல குரல் வளம். பேச்சில் இசையின் இனிமை இருந்தது.

"பிரகாசம் உன் குரல் சங்கீதம் மாதிரியாக இருக்கிறது" என்றார், முருகேச பாகவதர். "பரம்பரை சொத்து" என்றான். எல்லாவிதமான கேள்விகளுக்கும் அவனிடம் பதில் இருந்தது. ஆனால், அவன் யாரையும் மிரட்டமாட்டான். அடக்கமாகவே இருந்தான். அது அவன் பிறவி குணமாக இருந்தது.

திருவையாறு தமிழ்க் கல்லூரியில் கடைசி ஆண்டுத் தேர்வு எழுதவில்லை. நான் படித்து பட்டம் வாங்கிக்கொண்டு வேலைக்குப் போகப் போறது இல்லை. எனக்காகத்தான் படித்தேன். போதும் என்று நின்றுவிட்டான்.

காவிரிக்கரையில் பிரகாசத்தைப் பார்த்த புலவர் குடந்தை கண்ணனார், "தம்பி பிரகாசம், நீ போன வருஷமே கல்லூரியை விட்டுடுவேன்னு நினைத்தேன்" என்றார்.

"அப்படியா ஐயா?" என்று கரம் குவித்து வணங்கினான்.

"என்ன இப்ப படிக்கப் போற."

"அப்பைய தீட்சிதரிடம் சமஸ்கிருதம் படிக்கிறேன் ஐயா."

"அவன் உன்னை சேர்த்துக் கிட்டானா?"

"ரெண்டு வருஷமா கூப்பிட்டுக்கிட்டே இருந்தார். நான் தான் தமிழ்ப் படித்துவிட்டு போகலாமென்று தள்ளித் தள்ளிப் போட்டுக்கிட்டே வந்தேன்?"

"ஓ! அப்படியா?"

தரையில் புரண்ட எட்டு முழ மயில் கண் வேட்டியை இடது கையில் கொஞ்சம் தூக்கிப் பிடித்துக்கொண்டு, "உத்தரவு வாங்கிக்கொள்கிறேன்" என்று சொல்லிக்கொண்டு நடந்தான்.

தஞ்சாவூர் செங்கமலம் தேவி பிரகாசம் என்னும் டி.எஸ். பிரகாசம் சுகஜீவி. திருவாரூரில் காவிரியாற்றுப் பாசனத்தில் இருபத்தொரு ஏக்கர் நன்செய்; கோனேரிராஜ புரத்தில் இரண்டு மாந்தோப்புகள்; கும்பகோணத்தில் இரண்டு கடைகள். தஞ்சாவூரில் அரண்மனைக்காரன் தெருவில் முற்றம் வைத்த பெரிய வீடு சொந்தமாக இருந்தன. தஞ்சாவூர் அரண்மனைக் காரன் தெரு பாட்டியின் அம்மாவிற்கு ராஜா சாம்பாஜி மந்திரி கேசவராவ்ஜி கட்டிக்கொடுத்தது. பாட்டியின் அம்மா பெயர் செங்கம்பாய். மராட்டியர்கள் காலத்தில் சதிராடும் பெண்கள் எல்லாம் தங்கள் பெயரோடு பாய் என்பதை சேர்த்துக்கொண்டு ராதாபாய், ரத்னாபாய், கமலாபாய் என்றாகிவிடுவார்கள்.

தஞ்சாவூர் அரண்மனைக்காரன் வீட்டில் பிரகாசம் இருந்தான். திருவாரூர் வீட்டில் நிலத்தைப் பார்த்துக்கொண்டு சின்ன அத்தை முத்துநாச்சியாரும், அவள் ஒரே மகள் புவனா என்கிற புவனேஸ்வரியும் இருந்தார்கள். புவனா, பாலமோகினி நாடக சபாவில் சேர்ந்து ஊர் ஊராகச் சென்று நாடகத்தில் நடித்துக்கொண்டிருந்தாள். சிவகங்கையில் ஏழு நாட்கள் நாடகம் நடந்துகொண்டிருந்தது. சிங்கம்பட்டி ஜமீன்தார் சொக்கப்ப தேவர் ஒருநாள் நாடகம் பார்க்க வந்தார். அவர்க்கு புவனாவைப் பிடித்துப் போய்விட்டது. பாலமோகினி நாடக சபா முதலாளி வேம்பு நாயக்கரிடம் ஐயாயிரம் ரூபாய் கொடுத்துவிட்டு புவனாவை அழைத்துக்கொண்டு போய்விட்டார். அப்புறம் புவனாவைப் பற்றி ஒன்றும் யார்க்கும் தெரியவில்லை.

அத்தை கமலம் மகளைத் தேடிக்கொண்டு சிவகங்கைக்குச் சென்றது. சொக்கப்பதேவர் புவனாவை அழைத்துக்கொண்டு சென்னைப் போய் புரசைவாக்கத்தில் குடிவைத்து இருப்ப தாகவும், இரட்டையாக இரண்டு பெண் குழந்தைகள் பிறந்து இருப்பதாகவும், ஊர் மனிதர்களை புவனா பார்ப்பது இல்லை, பெயரை சுந்தரி என்றும் மாற்றி வைத்துக்கொண்டு இருப்ப தாகவும் என்று வக்கீல் சுந்தரேச ஐயர் கணக்குப்பிள்ளை சோமு பிள்ளை சொன்னார். அதைக் கேட்டுவிட்டு அத்தை கண்களை முந்தானையில் துடைத்துக்கொண்டே வந்தாள். அவன் பூனைக்கு பால் வைத்துக்கொண்டு இருந்தான்.

"அத்தை, வா" என்று வரவேற்றான்.

"அந்த புவனா பண்ணின காரியத்தைப் பார்த்தியா?"

"அத்தை உனக்குத் தெரியாதது இல்லை. உலகத்தில் யார் யார்க்குச் சொந்தம். எங்கே சௌகரியமாக இருக்கமுடியுதோ அந்த இடந்தான் சொந்தம். புவனா உன் பொண்ணு. நல்ல முடிவு எடுத்து இருக்குது."

"அப்படியாச் சொல்லுற. அவளுக்கு ஒன்றுமே தெரியாது. பச்சைக் குழந்தை. கண்டவனும் ஏமாற்றி விடுவான்."

பிரகாசம் அத்தையின் கையைப் பிடித்துக்கொண்டு ஒரு சிரிப்புச் சிரித்தான். அத்தை பட்டுப் புடவையால் முகத்தைத் துடைத்துக்கொண்டாள். நிமிர்ந்து உட்கார்ந்து கொண்டு, "நான் புவனா போயிட்டாளேன்னு வந்து அழறேன், நீ சிரிக்கற" என்று கேட்டாள்.

"நீ நிஜமாவே அழறீயா அத்தை."

"அது என்னடா கேள்வி. நான் பொண்ணப் பெத்தவ."

"நாம் எல்லாம் பொண்ணப் பெத்ததற்கு அழற வம்சமா. நம்ப அழலாமா? நம்ப பொண்ணுங்க எங்க போனாலும் எப்பவும் சந்தோஷமா ஜொலிச்சிக்கிட்டே இருக்கும்."

"அப்படியா சொல்லுற. எனக்கு இனிமேல் யார் இருக்கா."

"நான் இருக்கறேன் அத்தை. நீ திருவையாறு வீட்டை விட்டுட்டு இங்க வந்துடுற. உனக்கு புதுசா ஒரு கட்டில் மேசைக்கு எல்லாம் ஆடர் கொடுத்துடுறேன்."

"புவனாவிற்கு செய்த தேக்குக் கட்டில் சும்மாதான் கிடக்குது. அவள் புதுக் கட்டிலில் ரெண்டு மாசம் கூட சரியா படுத்து எழுந்தரிக்கல."

சா. கந்தசாமி ★ 49

"அப்ப சரி. அதை எடுத்து வர ஏற்பாடு செய்துடுறேன். நீ இனிமேல் என்கூட, நாய், பூனை, கிளி, மல்லிகைச் செடிகளைப் பார்த்துக்கிட்டு தஞ்சாவூரே கதின்னு இருந்துடு."

"நீ சுலபமா சொல்லிட்டே."

"வாழ்க்கை என்பதே சுலபமானது அத்தை. அதைப் பற்றி ஒன்றும் அறியாதவர்கள் கஷ்டமானதாக்கிக் கொள்கிறார்கள்."

"பிரகாசம், நீ என்னென்னமோ பேசுற. எனக்கு ஒண்ணும் புரியல. நம்ப வீட்டில நான் சின்னப் பொண்ணாக இருந்தபோது பாட்டும், நடனமுமாக இருந்தது. பெரிய பெரிய ஆட்கள் எல்லாம் வந்து பாட்டி ஆடுறதைப் பார்த்துவிட்டு பணமாகக் கொட்டினார்கள். அது ஒரு காலம். அப்புறம் நாடகம் வந்தது. எனக்குப் பிடிக்கவில்லை. என் காலம் எப்படியோ ஓடிவிட்டது. இது புவனா காலம்... உன் காலம். அதை நினைத்தால்தான் மனசு துடிக்குது."

"அத்தை நீ எதற்கும் கவலைப்படாதே. நான் உனக்கு இருக்கிறேன். நீ எனக்கு இருக்கற. நமக்குச் சொந்தமாக வீடு, நிலம் இருக்கிறது. அப்புறம் வேறு யார்க்கும் இல்லாத பச்சைக்கிளி, மயில், நாய், பூனை எல்லாம் நம்மோடு இருக்கிறது. நமக்கு ஒரு குறையும் இல்லை அத்தை."

"ஊர்ல எல்லோரும் பிரகாசம் வெகுளி என்று பேசிக் கொள்றாங்க."

"வெகுளி என்றால் நல்லவன் என்று அர்த்தம் அத்தை. நாம் யாருக்கும் கெடுதல் பண்ண மாட்டோம்; யாரும் நமக்குக் கெடுதல் பண்ண மாட்டார்கள்."

"உன் நல்ல எண்ணத்திற்கு கடவுள்தான் துணை நிற்கணும்."

"அவர்தான் துணை இருக்கிறார். அதனால்தான் எல்லோரும் நல்லா இருக்கறோம்."

கறுப்பு பூனை, ஐந்து வெள்ளை, பழுப்புக் குட்டிகளோடு பிரகாசம் மடியில் ஏறியது. அவன் பெரிய கறுப்புப் பூனையைத் தலையைத் தடவி விட்டுக்கொண்டே, "அத்தை, நம்ப இஸ்மாயில் உயிரோடு விரால் பிடித்து வைத்து இருக்கிறானாம். உன் கையால் மீன் குழம்பு சாப்பிட்டு ரொம்ப நாள் ஆகுது. நான் போய் இரண்டு விரால் பிடித்துக்கொண்டு வருகிறேன்" என்றான்.

“அப்படியே ஒட்டு மாங்காய் வாங்கிக்கிட்டு வா.”

அத்தைக்கு பெரிய மனசு என்பது போல பெரிய கை. வீட்டில் எப்பொழுதும் விருந்துதான். நான்காண்டு காலம் பிரகாசத்திற்குச் சாப்பாட்டிற்குச் சிரமமே இல்லை. அத்தை வாய்க்கு ருசியாக சமைத்துப் போட்டுக்கொண்டே இருந்தது.

ஒருநாள் பாலக்காடு சிநேகிதன் சசிதரன் ஐயரோடு சாப்பிடும்போது, “அத்தைதான் பெரிய சமையல் நிபுணர். பாலக்காடு பாப்பான் எல்லாம் பெரிய சமையல்காரன்னு சொல்லுறதை எல்லாம் அத்தை தூக்கியடித்து விடுவாங்க” என்றான்.

சசிதரன் ஐயர் மிருதங்க வித்வான். மிருதங்கம் அடிப்பது மாதிரி தலையை அசைத்துக்கொண்டு, “பாலக்காட்டு ஐயரெல்லாம் யார்? எல்லாம் நம்ப மாயவரம், கும்பகோணம் ஆளுங்க. அதுனாலதான் நல்லா சமைக்கிறாங்க. எங்க பெரியப்பா பரமேஸ்வர ஐயர்ன்னு பெயர். பம்பாய் போய் ஓட்டல் வச்சி ஜெகஜோதியாக இருந்தார். அவர்க்கு ஐந்து பெண்கள். ஒவ்வொரு பெண்ணுக்கும் நல்ல வரனாப் பிடித்து கல்யாணம் பண்ணி வச்சி, ஒரு ஓட்டல் வச்சிக் கொடுத்தார். பாலக்காடு கல்பாத்தியில பெரிய வீடு கட்டிக்கொண்டு, கார் வைத்துக்கொண்டு ரெண்டு வாட்டி கம்யூனிஸ்டு கட்சி எம்.எல்.ஏ.வாக இருந்தார். அதான், “ஒன்னுல ஜொலிக்கிறவன் எல்லாவற்றிலும் ஜொலிப்பான்” என்றார்.

“நல்ல இசை, நல்ல நடனம், நல்ல இலக்கியம் மாதிரிதான் நல்ல விருந்தும்.”

“நல்ல பொண்ணும் என்று சேர்த்துக்கொள், பிரகாசம்” என்றான் சசிதரன் ஐயர்.

பிரகாசத்திற்கு நல்ல மெஸ் வைக்கவேண்டும் என்ற ஆசை அடி மனத்தில் இருந்தது. அதனை சசிதரன் ஐயர் சுண்டி விட்டார் என்றுதான் சொல்லவேண்டும். அத்தை இருந்த வரையில் சாப்பாடு பற்றிப் பிரச்சனை இல்லை. நான்கு வருடங்கள் அத்தை அவனோடு இருந்தது. நன்றாகத்தான் இருந்தது என்று சொல்ல வேண்டும். அத்தைக்குப் பிடித்தமான செட்டிநாட்டுப் புடவையும், கூறைநாட்டு அரக்குப் பட்டுப்புடவையும் வாங்கிக் வந்து கொடுத்தான். அத்தை கூறை நாட்டுப் பட்டுப் புடவையை இரண்டு மூன்று தடவைகள் பார்த்துக்கொண்டே இருந்தது.

“என்ன அத்தை?”

"திருவாரூர் தியாகராஜ சுவாமி கோவில்ல சதிர் ஆடிய போது இந்த மாதிரி ஒரு புடவையைக் கட்டிக்கிட்டுத்தான் ஆடினேன். அது மட்டும் நினைவு இருக்கிறது. மத்தது ஒன்றும் நினைவில் இல்லை."

"உனக்கு எல்லாம் நினைவில் இருக்கும் அத்தை."

"நீதான் பிரகாசம் சொல்லுற."

"எங்க சொல்லுறேன். நீ, திடீரென்று ரெண்டு வெள்ளைக் கார பொண்ணுங்கள அழைத்துக்கொண்டு வந்து சதிர் ஆடிக் காட்டு அத்தை என்றதும் நான் மிரண்டு போயிட்டேன். நாற்பத்தைந்து நாற்பத்தாறு வருஷத்துக்கு முன்னால ஆடியது. அப்ப சதிர் ஆடுறது கௌரவம். சுவாமி ஊர்வலத்துக்கு முன்னால ஆடிக்கிட்டு போவோம்; பின்னால நாதசுரம் ஊதிக் கிட்டு வருவாங்க. அப்புறம் சுவாமி வருவார். எல்லாம் ஒன்னா இருக்கும். பெரிய பெரிய மனுஷன் எல்லாம் இடுப்பில் துண்டு கட்டிக்கொண்டு பயபக்தியாக நின்றுகொண்டு இருப்பார்கள். நிறைய பணம், நகை, புடவைகள் என்று கிடைத்துக்கொண்டு இருந்தது. காவிரியில் தண்ணீர் ஓடுவது மாதிரி எல்லாம் சீராகப் போய்க்கொண்டிருந்தது. வீட்டில் தடபுடலாக விருந்து நடந்து கொண்டு இருந்தது. வில்வண்டி வைத்துக்கொண்டு கும்ப கோணம், திருச்சி, சமயபுரம் எல்லாம் போய் வந்துகொண்டு இருந்தோம். அப்ப, அப்ப மெட்ராஸ்க்கு போட் மெயில்ல போறது உண்டு. மெட்ராஸில் கிறிஸ்மஸ் அப்ப காங்கிரஸ் மாநாடு நடக்கும். அதில் சதிர் ஆடினாங்க கௌரி அம்மான்னு கபாலி கோவில் மனுஷி. அம்மாவைக் கட்டிப் பிடித்துக் கொண்டு முத்தமெல்லாம் கொடுத்து தஞ்சாவூர் சதிர் என்றால் செங்கமலம் சதிர்தான் என்றார். கிருஷ்ண ஐயர் இங்கிலீசில் என்னமோ பேசினார். பாட்டி சதிர் ஆடுற படம் இங்கிலீஷ் பேப்பர்ல வந்தது. எங்களுக்கு எல்லாம் ஒரே சந்தோஷம். நாங்க எல்லாம் பாட்டிய கட்டிப் பிடித்துக்கொண்டோம். பெஜவாடா நரசிங்க ராவ்ன்னு ஒரு ஆள். பெரிய கேமிராவில எங்களை எல்லாம் பாட்டிக்கூட வைத்து இரண்டு போட்டோ எடுத்தார்."

"ஒருநாள் கிருஷ்ண ஐயர் காஸ்மோ கிளப்புக்கு பாட்டி, அம்மாவை அழைத்துக்கொண்டு போய் கொஞ்ச நேரம் சதிர் ஆட வைத்தார். கிளப் பெரிய மனுஷாள் எல்லாம் வந்து இருந்தாங்களாம். நாங்க சின்ன பிள்ளைங்களா இருந்ததால் எங்களை கிளப்பிற்கு அழைத்துக்கொண்டு போகவில்லை."

"அத்தை, நீ எல்லாத்தையும் அவகிட்ட நல்லதான் சொன்னே. உன்ன மாதிரி யாரும் சொல்லலை என்று என்னிடம் சொன்னாள்."

"எங்க சொன்னேன். ஒன்னச் சொல்ல வந்தா மனசுக்குள்ள நூறு வருது. எதைச் சொல்லுறது, எதைச் சொல்லாமல் விடுறது என்று தெரியாமல் என்னல்லாமோ சொன்னேன்."

"இல்லை அத்தை. நீ சுருக்கமாக உன் மனத்திலே என்ன இத்தனைக் காலமாக இருந்ததோ அதை பிசுறு இல்லாமல் சொன்ன. அதுதான் முக்கியம்."

"எப்போதும் கலகலப்பாகவும், ஆட்டமும் பாட்டமும் இருந்தபோது சாவு வீடு மாதிரி சப்தம் அடங்கிப் போய் இருந்தது. நான் பள்ளிக்கூடம் போய்விட்டு வீட்டிற்குள் வந்தேன். பெரியப்பா முற்றத்தில் உட்கார்ந்துகொண்டு இரும்பு உலக்கையால் சலங்கைகளை உடைத்துக்கொண்டிருந்தார். பாட்டி உள் அறைக்குள் அழுதுகொண்டு கிடந்தது. அம்மா முற்றத்து உத்திரத்தைப் பிடித்துக்கொண்டு அப்பா சலங்கையை உடைப்பதையே பார்த்துக்கொண்டு இருந்தது."

"பெரியம்மா, 'போதும்' என்று பெரியப்பா கையில் இருந்த இரும்பு உலக்கையைப் பிடுங்கியது. அவர் முழங்கையால் பெரியம்மாவைக் குத்தித் தள்ளிவிட்டு உலக்கையை தூக்கி வேகமாக சலங்கையில் குத்தினார். குத்துப்பட்ட சலங்கை எகிறி அம்மா உதட்டில் வந்து விழுந்தது. நான் அம்மாவையே பார்த்துக்கொண்டிருந்தேன். அம்மா கண் இமைக்காமல் உலக்கையால் சலங்கையைக் குத்தி நொறுக்கும் பெரியப்பாவையே கோபமோ, வெறுப்போ இல்லாமல் பார்த்துக்கொண்டே இருந்தது.

"ஒரு சலங்கை, இரண்டு சலங்கை இல்லை. பத்துப் பதினைந்து சலங்கைகள். நம்ப குடும்பத்தில் ஒவ்வொரு பெண்ணும் முதல் சதிர் ஆட்டத்தின்போது அணிந்த சலங்கையை பொக்கிஷமாகக் கருதி வெள்ளிக் குடத்தில் போட்டு வைத்து இருந்தார்கள். வெள்ளிக் குடத்தைத்தான் பெரியப்பா முதலில் உடைத்து இருந்தார். அது உருத்தெரியாமல் நசுங்கிப் போய் இருந்தது.

"இனிமேல் யாராவது சலங்கை கட்டிக்கிட்டு சதிர் ஆடக் கிளம்பினால் காலை முறித்துவிடுவேன், கொன்னுடுவேன்" என்று பெரியப்பா என்னைப் பார்த்துச் சொல்லிக்கொண்டே வேட்டியை அவிழ்த்து மறுபடியும் கட்டிக்கொண்டு பேய் பிடித்தவர் போலச் சென்றார்.

"எங்கள் வீட்டிலேயே பெரியப்பாதான் சாது. அமைதியானவர் என்று பெயர் பெற்றவர். பெரிய நாதசுர வித்வான். திருப்பதி, மதுரை, திருவண்ணாமலை எல்லாம் சென்று நாதசுரம்

வாசித்துவிட்டு பட்டுபீதாம்பரம் எல்லாம் வெகுமானம் பெற்று வருவார். வீட்டிற்கு அடிக்கடி காரில் வந்து இறங்கக் கூடியவர் அவர்தான். ஊரையே நாதசுர இசையால் எழுச்சிகொள்ள வைக்கும் கோவிந்தபிள்ளை வீட்டில் இருப்பதே தெரியாது. அவர்க்குக் குழந்தைகள் இல்லை. நான்தான் அவள் பிரியமகள். தங்கம் என்றுதான் என்னை அழைப்பார். தான் பெற்ற பரிசுகளை என்னிடம் காட்டுவார். தங்கச் சங்கிலியை எல்லாம் என் கழுத்தில் போட்டு அழகு பார்ப்பார். அப்படிப்பட்ட அமைதியானவர் அன்று பொங்கி எழுந்தார். அவர் சொன்னதையெல்லாம் திருப்பிச் சொல்லணுமென்றால் ஒரு ஜென்மம் ரெண்டு ஜென்மம் காணாது. அவர் தன் குடும்பத்தைப் பற்றி மட்டும் பேசவில்லை. நிறைய குடும்பத்தைப் பற்றிப் பேசினார். நாம் ஆடியும், பாடியும், நாதசுரம் வாசித்தும் சுவாமியை சந்தோஷமாக வைத்துக்கொண்டு இருந்தால் தேவடி யாள், தாசி என்று தூஷணை பண்ணுறானுவோ. இனிமேல் ஆடவும் வேண்டாம்; தாசி என்கிற கெட்டபேரும் வேண்டாம். எவனாவது வாசிக்கட்டும்; எவளாவது ஆடட்டும். நம்ப இல்ல" என்று வெளியில் சென்றார் என்பதை நீ பிரமாதமாகச் சொன்னே அத்தை."

"போடா, நீதான் மெச்சிக்கணும். அன்னக்கி பெரியப்பா ஒரு சிங்கம் மாதிரி போனார்" என்றாள். அவன் அத்தை கமலத்தைப் பற்றி ஒரு ஆவணப்படம் எடுக்க வேண்டுமென்று இயல் இசை நாடக மன்றத்திற்குச் சென்றான். செயலாளர் டில்லிக்குப் போய் இருப்பதாகவும், வர பத்து நாட்கள் ஆகும் என்றார்கள். வழியில் ஓவியர் கிருஷ்ணமூர்த்தியைப் பார்த்தான். அவன் கையைப் பிடித்துக்கொண்டு, "பிரகாசம், நீ சொன்ன அத்தை கமலம் வாழ்க்கை வரலாற்றை கே.வி. ஐயரிடம் சொன் னேன். அவர் கன்னடத்தில் சதிர் என்று சியாமளா ராவ் என்ற பாரத நாட்டியகாரியை வைத்து படம் எடுத்துக் கொண்டிருக் கிறார். நான்தான் கலை இயக்குநர். உன்னைப் பார்க்கணும் என்றார்" என்றான்.

"நீதான் அவனை மெச்சிக்கனும். அவன் சல்லிக்காசுக்கு தேற மாட்டான்" என்று காறித் துப்பினான்.

"நீ உருப்படவே மாட்ட" என்றான் கிருஷ்ணமூர்த்தி. பெரிதாக சிரித்துக்கொண்டு கைகளை வீசியபடி நடந்தான்.

அடுத்த நாள் தூக்கத்திலேயே அத்தை இறந்துவிட்டது. பிரகாசம் அன்றுதான் அழுதான். அதுதான் அவன் நினைவு தெரிந்ததில் இருந்து துயரமான நாள். அத்தை மகத்தான மனுஷி.

அவளை ஸ்தாபிக்க வேண்டுமென்று நிறைய திட்டங்கள் வைத்து இருந்தான்.

ஒருநாள் கமலம் அத்தையைப் பற்றி சாருமதியிடம் சொன்னான். சுவரில் சாய்ந்து உட்கார்ந்து கொண்டு இருந்தவள் முன்னே நகர்ந்து கையைப் பற்றிக்கொண்டு, "சொல்" என்றாள்.

அவன் கால்மாட்டில் படுத்திருந்த கறுப்பு நாய் திடீரென்று எழுந்து குரைத்துக்கொண்டு வெளியே ஓடியது.

பிரகாசம் பரபரக்க எழுந்து வெளியே வந்தான்.

சாலையில் அரிவாள், கத்தியைத் தூக்கிக்கொண்டு பெரிதாகக் கத்திக்கொண்டு ஐந்தாறு ஆட்கள் ஓடிக்கொண்டிருந்தார்கள். நாய் புன்னை மரத்தடியில் நின்று குரைத்தபடியே இருந்தது.

சாருமதி, "என்ன?" என்றாள்.

கறுப்பு நாய் திரும்பி வந்தது.

பிரகாசம் சாருமதியை அழைத்துக்கொண்டு உள்ளே வந்தான். கறுப்பு நாய் அவர்கள் பின்னே வந்தது.

7

மழை லேசாகத் தூறியபடி இருந்தது. பிரகாசம் பட்டுத் துண்டை கழுத்தைச் சுற்றிப் போட்டுக்கொண்டு வெளியில் வந்தான். ஆளோடியில் நின்று தலையை வெளியே நீட்டிப் பார்த்தான். காற்று வீசியபடி இருந்தது. மழை வரலாம் என்று நினைத்தான். அவனுக்கு மழையும், மழையில் நனைவதும் பிடிக்கும். ஆளோடியில் வைத்திருந்த மர மிதியடியில் காலை நுழைத்துக்கொண்டு டக்டக்கென்று ஒரு நடை நடந்தான். வாசலில் ஜட்கா வண்டி வந்து நின்றது. நிமிர்ந்து பார்த்தான். அவனுக்குப் பழக்கமான சிவாஜிராவ் ஜட்கா வண்டி முன்னே இருந்து கீழே குதித்தான். ரயிலடியில் இருந்து அவனுக்குப் பழக்கமானவர்களையெல்லாம் சிவாஜிராவ்தான் அழைத்துக் கொண்டு வருவான்.

"சிவாஜி" என்று ஆளோடியில் நின்றபடி குரல் கொடுத் தான் பிரகாசம்.

"டில்லி அம்மா, ஐயா" என்று அவன் முன்னால் சென்று வண்டியைப் பிடித்தான்.

"யார்? சாருமதியா?" என்று கேட்டுக்கொண்டே ஆளோடியில் இருந்து கீழே குதித்து முன்னே சென்றான்.

சாருமதி குதிரை வண்டியில் இருந்து கீழே இறங்கினாள். அவன் இடது கையை முன்னே நீட்டினான். அவள் அவன் கையைப் பிடித்துக்கொண்டு, தண்ணீரில் கால் வைக்காமல் தாவிக் குதித்தாள்.

"சாருமதி. இது மழைத் தண்ணீர். ஒன்னும் பண்ணாது."

"ஆமாம்" என்றபடி தலையைச் சிலுப்பிக்கொண்டு வீட்டிற்குள் சென்றாள். படுத்துக் கிடந்த கறுப்பு நாய் எழுந்து வாலை ஆட்டிக்கொண்டு முன்னே வந்தது. பச்சைக்கிளி சிறகை அடித்துக்கொண்டு தாவியபடி கத்தியது.

"சாரு, எல்லாத்துக்கும் உன்ன தெரியுது" என்று சலவை செய்து மடித்து வைத்திருந்த வெள்ளைத் துண்டை எடுத்து அவளிடம் நீட்டினான்.

"ஆமாம். மனிதர்களைத் தவிர மற்ற எல்லா ஜீவராசி களுக்கும் நல்லவர்கள், உண்மையானவர்களைத் தெரிகிறது" என்றபடி துண்டை வாங்கி தலை, முகத்தைத் துடைத்துக் கொண்டாள்.

பிரகாசம் பதிலொன்றும் சொல்லாமல் சோபாவில் உட்கார்ந்தான்.

சாருமதி ஒருமுறைக்கு இரண்டு முறையாக முகத்தைத் துடைத்துக்கொண்டு அவனுக்கு நேர் எதிராக நாற்காலியில் அவனைக் குத்திட்டு ஒரு பார்வை பார்த்துவிட்டு, "தஞ்சாவூர் வர்ற வரையில் நீ இருக்கிறீயோ; இல்லையோ என்ற நினைப்பே வர்ல. ஆனால், ரயிலடியை விட்டு வெளிய வந்ததும் பயம் வந்துடுச்சி. நீ இல்லென்னா என்ன பண்ணுறதுன்னு யோசிச்சிக் கிட்டே நீ கண்ணிலே படுறீயான்னு இப்படியும் அப்படியும் பார்த்தேன். உன் சிஷ்யன் சிவாஜிராவ் வந்து, 'ஐயா ஊர்ல தாம்மா இருக்கிறார்' என்றான். அப்புறந்தான் எனக்கு உயிரே வந்தது" என்றபடி இடதுகால் மீது வலது காலைத் தூக்கிப் போட்டுக்கொண்டு புடவையை இழுத்து விட்டுக் கொண்டாள்.

"முகுந்தன்."

"அந்த நாயை பீச்சக்காலால் ரெண்டு மிதி மிதித்துவிட்டு வந்துட்டேன். அது ஜெம்மத்துக்கும் மறக்காது."

"சரி, காபி சாப்பிடுறீயா?"

"நான் எவ்வளவு பெரிய விஷயத்தைப் பற்றி சொல்லிக் கிட்டு இருக்கறேன். நீ அதைக் காதில் வாங்கிக்கொள்ளாமல் காபி சாப்பிடுறீயான்னு கேட்கற. உனக்கு ஏதாவது இருக் கிறதா?"

"எனக்கு ஞானம் இருக்கிறது. அதனால்தான் காபி சாப்பிட லாமா என்று கேட்கிறேன். முதலில் காபி சாப்பிட்டு பசியாறு வோம். அப்புறம் நீ சொல்லுற கதையை எல்லாம் கேட்கிறேன். இன்னக்கி உன் கூட இருக்கறதைத் தவிர எனக்கு வேற வேலை ஒன்றும் கிடையாது."

"சரி. மழைக்கு டிகிரி காபி நல்லாதான் இருக்கும். அதற்காக இந்த நேரத்தில் வெளியில் போகணுமா? நீ சமையலுக்கு ஓர் ஆள் வைத்துக் கொள்ளக்கூடாது."

“செந்தாமரைன்னு ஒரு பொண்ண சமையலுக்கு வைத்து இருந்தேன். ஒரு மாதத்திற்கு அப்புறம் உன் நாக்குக்கு ஒருத்தியாலும் சமைத்துப் போட முடியாது. ஒருத்திய கல்யாணம் பண்ணிக்க. அப்பதான் ருசி தெரியாமல் அவ பண்ணிப் போடுறதையெல்லாம் தின்னுக்கிட்டு கிடப்பேன்னு சொல்லிட்டுப் போயிட்டாள்.”

“சரியாகத்தான் சொல்லி இருக்கிறாள்.”

“நானும் அதைத்தான் சொல்றேன். அவள் சொன்னது என் ஞானக் கண்ணைத் திறந்துவிட்டது. கும்பகோணத்தில் இருந்து முருகப்பா படையாச்சின்னு ஒரு சமையல் கலைஞரை அழைத்து வந்து தஞ்சாவூர் மெஸ் ஆரம்பித்தேன். ஸ்பெஷல் விரால் மீன் குழம்பு, புழுங்கல் அரிசி சோறு. ஞாயிற்றுக்கிழமை மேள தாளத்தோடு திறந்தேன். தற்செயலாக தஞ்சாவூர் வந்த என் அபிமான எழுத்தாளர் நாகராஜன் முதல் பந்தியில் சாப்பிட்டுவிட்டு என் கையைப் பிடித்துக்கொண்டு இரண்டு முறை குலுக்கினார். எனக்கு அகமும் புறமும் நிறைந்துவிட்டது. தஞ்சாவூர் மெஸ்கவிச்சி நாற்றம் ஊர் முழுவதும் அடித்தது என்று சந்திரமதி சொன்னாள். நான் அவள் கையைப் பிடித்துக் கொண்டு இரண்டுமுறை சபாஷ் போட்டேன்.”

“உன் கதை எல்லாம் இருக்கட்டும். நான் கதை கேட்க வரவில்லை. என் கதை ஊரெல்லாம் நாறுகிறது. சகிக்க முடியவில்லை. மூக்கைப் பிடித்துக்கொண்டு உயிரோடு இருக்கிறேன். நீ என்னவோ தஞ்சாவூர் மெஸ் வைத்தது, சந்திரமதி பாராட்டியது என்று சொல்லிக்கொண்டு இருக்கற. உன் பிரதாபத்தை எல்லாம் நான் கேட்க வர்ல.”

“வா, அம்மா. முதலில் நாம் காபி சாப்பிடலாம்” என்று எழுந்து ஆளோடிக்கு வந்தான். மழை லேசாகத் தூறியபடி இருந்தது. மறுபடியும் உள்ளே சென்றான். சாருமதி எழுந்து புடவைத் தலைப்பை எடுத்து உதறி மறுபடியும் தோள் மீது போட்டுக்கொண்டாள்.

“சாருமதி, மழை பொழியுது. குடையை எடுத்துக்கோ” என்றான். ஆணியில் வரிசையாக கறுப்பு, மஞ்சள், பச்சை வெள்ளை, சிவப்பு என்று கலர் கலராக ஒன்பது குடைகள் தொங்கிக்கொண்டிருந்தன. அவள் குடைகளைப் பார்த்துக் கொண்டே போய் கடைசியாக மாட்டியிருந்த சிவப்புக் குடையை எடுத்துக்கொண்டு முன்னே வந்தாள்.

“சாரு, நீ சிவப்புக் குடையைத்தான் எடுக்கப்போறேன்னு தெரியும். அது புதுக்குடை. இரண்டு மாதத்திற்கு முன்னேதான்

வந்தது. குடை, செருப்பு, வேட்டி, துண்டு, பீதாம்பரம் – ஒன்றும் நான் காசு கொடுத்து வாங்கறது இல்லை. எல்லாம் யார் யாரோ செய்கிற உபயம். சிவப்புக் குடை சிங்கப்பூர் இப்ராகீம் கடை உபயம். இரண்டு மாதத்திற்கு முன்னால் நானும் அருள்வேந்தனும் சிங்கப்பூர் போயிருந்தோம். ஒரு நாள் ரெப்ல்ஸ் மார்க்கெட் பக்கத்தில் சுற்றிக்கொண்டு இருந்தோம். மழை பொழிந்து, விட்டு இருந்தது. ஒரு கடையில் இருந்து ஆளுக்கொரு குடையோடு ஆட்கள் எல்லாம் வந்துகொண்டிருந்தார்கள். மழைக்காகக் குடை வாங்கிக்கொண்டு வராங்கன்னு நினைத்துக்கொண்டு இருந்தோம்.

"ஒரு சீனப் பெண் என்னைப் பார்த்து, இப்ராகீம் கடையில் குடை சும்மா கொடுக்கிறான். போ, என்று தமிழில் சொல்லி விட்டுச் சென்றாள். நான் முன்னே ஓடினேன்; அருள் வேந்தன் என் பின்னால் ஓடி வந்தான். ஏழெட்டு பேர்கள் வரிசையாக நின்று குடை வாங்கிக்கொண்டிருந்தார்கள். நான் நிற்கிற கூட்டத்தையும், எடுத்துக் கொடுக்கிற ஆளையும் மாறிமாறிப் பார்த்துக்கொண்டே இருந்தேன். நிறைய கருப்புக் குடைகள்; நீல நிறக் குடைகள் இருந்தன. கடைசியில் ஒரு சிவப்புக் குடை இருந்தது. எனக்கு முன்னால் மலாய்க்காரி நின்று கொண்டிருந்தாள். அவளுக்குப் பின்னால் ஒரு சீனக்காரக் கிழவன். சிவப்புக் குடையை எடுத்து எனக்குக் கொடுக்க வேண்டுமென்று எல்லாம் வல்ல ஆடவல்லானை வேண்டிக்கொண்டே நடந்தேன். எம் பெருமான் கருணை மழை பொழிந்தார்."

"கொஞ்சம் பேசாமல் வா. கார் எல்லாம் வருகிறது."

"நான் சிங்கப்பூர் சிவப்புக் குடையை பயன்படுத்தவே இல்லை. நமக்குப் பிரியமானவர்தான் முதல் முதலாகப் பயன் படுத்த வேண்டும் என்று வைத்து இருந்தேன். சாருமதிக்கு அந்தப் பாக்கியம் கிடைத்துவிட்டது."

சாருமதி பதிலொன்றும் சொல்லாமல் குடையை மடக்கிக் கொண்டு மங்களாம்பிகை ஓட்டலுக்குள் சென்றாள். பிரகாசம் தாழங்குடையை வெற்றிலைப் பாக்கு ராஜாஜி சீவல் கடையின் இடது பக்கமாக வைத்துவிட்டு, மிதியடியைக் கழட்டிப் போட்டான்.

"அண்ணா வாங்கோ" என்று சுவாமிநாதன் வரவேற்றான். அவன் ஓட்டல் பாலு ஐயர் தம்பி மகன். பி.காம் முதல் வருஷம். புத்தகம் படிக்கிற பையன். ஒரு நாள், "யார் அண்ணா தி. ஜானகிராமன்?" என்று கேட்டான்.

"நம்ம ஆள் தான்" என்று இரண்டு கைகளையும் பிடித்துக் கொண்டான். 'அம்மா வந்தாள்' கொடுத்தான். மூன்று மாதங்கள் சுவாமிநாதன் அவன் கண்களில் படவே இல்லை.

பிரகாசம் ஓட்டல் மடத்தில் இருந்த குங்குமத்தை கொஞ்சம் எடுத்து நெற்றியில் வைத்துக்கொண்டு சாருமதி பக்கத்தில் போய் அமர்ந்து, "என்ன சாப்பிடுற" என்று கேட்டான்.

"காபி."

"சாரு, நீ எத்தனை வருஷமா காபி சாப்பிடுற."

"காபி சாப்பிடுறது இல்லை. குடிக்கறது."

"சரி, நீ எத்தனை வருஷமா காபி குடிக்கிற."

"டில்லியில் டீ. தஞ்சாவூர் வந்தால்தான் காபி."

"அப்படியா?"

"ஆமாம்."

"நீ ஏன் இவ்வளவு கோபமாக இருக்கிற."

"எனக்கென்ன கோபம். யார் மீது நான் கோபம் கொள்ள முடியும். இந்த உலகத்தில் எனக்கு யாரும் இல்லை; யார்க்கும் நான் வேண்டப்பட்டவளும் இல்லை."

"நீ கோபத்தின் உச்சத்தில் இருக்கிற. அதுதான் பிரச்சனை கள் எல்லாவற்றுக்கும் காரணம். முதலில் நீ உன்னை அறிந்து கொள்ளவேண்டும்; நீ முட்டாள் இல்லை. மகா அறிவாளி. ஞானி."

சாருமதி இதழ் பிரியாமல் புன்னகை பூத்தாள். கை விரல்களை இரண்டுமுறை முறித்துக்கொண்டாள்.

சுவாமிநாதன் இரண்டு காபிகளோடு வந்தான். ஒரு காபியை சாருமதி முன்னே அடக்கமாக வைத்துவிட்டு, இன்னொரு காபியை பிரகாசம் முன்னே வைத்துவிட்டு, "அண்ணா புது பசும்பால். இப்போதுதான் வந்துது. முதல்டிகிரி காபி உங்களுக்குத்தான்" என்றான்.

சாருமதி காபியை பார்த்துக் கொண்டே இருந்தாள். அவன் காபி டவராவை எடுத்து காபியை இரண்டு முறை ஆற்றி அவள் முன்னே வைத்து, "சாப்பிடு. எல்லாம் சரியாகப் போய்விடும்" என்றான்.

சாருமதி பதிலொன்றும் சொல்லாமல் ஒரு மிடறு குடித்து விட்டு, "சுட்டுப் பொசுக்குது" என்றபடி தலையை அசைத்துக் கொண்டாள்.

"காபின்னா, சூடா குடிக்கணும். ராஜாஜி கொதிக்கக் கொதிக்க காபி குடிப்பார். சூடா காபி குடிக்கறதுதான் காபிக்கே மரியாதை. நான் ஏழு வயதில் இருந்து காபி குடிக்கறேன். அத்தை அற்புதமாக காபி போட்டுக் கொடுக்கும். காபி கொட்டை அரைக்கறதுக்குன்னு வீட்டிலே ஒரு மெஷின் இருந்துச்சி. அதை நான்தான் சுத்திச் சுத்தி ஓட்டுவேன். கும்பகோணம் டிகிரி காபி புராணம் என்று காவேரியில் ஒரு கட்டுரை எழுதினேன். அப்பொழுது எனக்கு வயது பதினேழோ, பதினெட்டோ. பன்னிரண்டு வருஷம் கழித்து காபி புராணத்தை மஞ்சரி மறுபிரசுரம் செய்து பத்து ரூபாய் மணி ஆடரில் அனுப்பி வைத்தார்கள். மணி ஆர்டர் வந்ததும் சிநேகிதர்களோடு மங்களாம்பிகைக்கு வந்து காபி குடித்தோம். க.நா. சுப்ரமண்யம் காபி புராணம் கட்டுரையைப் பற்றி டைம்ஸ் ஆப் இந்தியாவில் என் போட்டோவோடு எழுதியிருந்தார்."

"ரொம்ப அழகுதான். காது வலிக்குது" என்று அவள் காபியை எடுத்துப் பருக ஆரம்பித்தாள்.

"சாரு, காபி எப்பொழுது இந்தியாவிற்கு வந்தது தெரியுமா?"

அவள் காபி டவராவை ஒரு பக்கமாகத் தள்ளி வைத்தாள்.

"இங்கிலாந்துக்கு காபி போறதுக்கு முன்னாலேயே பிரெஞ்சுக்காரர்கள் காபியை புதுச்சேரிக்குக் கொண்டு வந்து விட்டார்கள். இந்தியாவிலேயே முதன் முதலாக புதுச்சேரிக்கு தான் காபி வந்தது என்று சொல்லவேண்டும். துபாஷி ஆனந்தரங்கம்பிள்ளை 1736ஆம் ஆண்டில் எழுதிய டைரியில், முசே துரை துய்ப்ளேக்ஸ் நாற்காலியில் உட்கார்ந்துகொண்டு கிழக்குப் பக்கமாகத் திரும்பிக்கொண்டு கபே குடித்தார் என்று எழுதியிருக்கிறார்."

சாருமதி பதிலொன்றும் சொல்லாமல் எழுந்தாள்.

சாமிநாதன் அவன் பக்கமாக வந்து நின்றான்.

"மழை இருக்கா."

"இப்பதான் நிற்குது."

"சரி, மத்தியானம் மூணு விருந்து சாப்பாடு. நாலு தலைவாழை இலை."

"சரி."

அவனிடம் இருநூறு ரூபாய் நோட்டை எடுத்துக் கொடுத்து விட்டு வெளியே வந்தான். அவன் பின்னாலேயே சாருமதி வந்தாள்.

"வணக்கம். ஐயாவை பத்து நாளாக பார்க்கவே முடிய வில்லையே" என்று ஓட்டலுக்குள் வந்தார் ஆனந்த சங்கர தீட்சிதர்.

"கோவாவில் கொங்கணி சாகித்ய பரிஷத் மாநாடு. அதற்குக் கூப்பிட்டிருந்தார்கள்."

"ஓ! அதுதான். காலையில் மங்களாம்பிகையில் உன்னைப் பார்க்காவிட்டால் எனக்குப் பொழுது விடிந்த மாதிரியே இருப்பது இல்லை."

"அது சரிதான்."

"ஆஸ்திரேலியாவில் இருந்து 'சிதம்பரம் தீட்சிதர்கள்' பற்றி ஆராய்ச்சிக்கென்று ஒருத்தி வந்தாள். நான் அவளை அழைத்துக் கொண்டு வந்தேன். அவளுக்குப் பாக்கியம் இல்லை."

"காலீனா ரோஸ்தானே. சென்னையில் அவள் என்னைப் பிடித்துவிட்டாள். இரண்டு நாள். எட்டுமணிநேரம் பேட்டி கொடுத்தேன். உங்கள் நேர்காணல்தான் பயனுள்ளதாக இருக் கிறது என்று சொல்லி ஐநூறு அமெரிக்கன் டாலர் கொடுத் தாள்."

"அப்படியா? நான் மூன்று பேர்களை பேட்டி எடுக்க ஏற்பாடு செய்து கொடுத்தேன். ஒருத்தர்க்கும் ஒரு டாலர் கொடுக்கல. எனக்குத்தான் இருநூறு ரூபாய்க்கு மேல ஆட்டோவிற்கு செலவு."

"நான் கிளம்புறேன்" என்று பிரகாசம் அடி எடுத்து வைத்தான்.

"இது யார்? புது சிநேகிதியா? எங்கே இருந்து, என்னத்துக்கு வந்திருக்கிறாள்" என்று கேட்டார் சாருமதியைப் பார்த்துக் கொண்டே.

அவள் ஆனந்த சங்கர தீட்சிதரை ஒருமுறை முறைத்துப் பார்த்துவிட்டு, "அற்ப பதர்" என்றபடி குடையை எடுத்துக் கொண்டு முன்னே நடந்தாள்.

"சாருமதி, இவன் எல்லாம் தீட்சிதனே இல்லை. தீட்சிதன் என்றால் குருவிடம் தீட்சை பெற்றவன் என்பது பொருள். தீட்சை பெற்றவனுக்குப் பிறந்தவன் எல்லாம் தீட்சிதன் கிடையாது. பொறாமை அயோக்கியத்தனத்திற்கு தீட்சை எல்லாம் பெற வேண்டியது இல்லை."

"ஆமாம். டில்லியில் உன் சிநேகிதன் மாதிரி."

“உலகம் என்பது அயோக்கியர்கள் நிறைந்ததுதான். அயோக்கியர்களின் மத்தியில் சிக்கிக்கொண்ட பெண்கள் கஷ்டம் சொல்ல முடியாது. அதை மனு சொல்கிறான். கணவன் இல்லாத பெண் பருந்துகளின் முன்னே வீசப்பட்ட மாமிசம் போல. நாலா பக்கங்களிலும் இருந்து பருந்துகள் மாமிசத்தைக் குத்திப் பறிக்கப் பாய்வது போல கணவன் இல்லாத பெண்கள் மீது பாய்வார்கள் என்று.”

“மனு ஒரு அயோக்கியன். உன் சிநேகிதன் இன்னொரு அயோக்கியன். உங்களுக்கெல்லாம் காலம், இடம் என்பதே கிடையாது. எல்லா காலத்திலும், எல்லா இடத்திலும் ஜீவித்துக் கொண்டே இருக்கிறவர்கள்.”

“சாருமதி அம்மா நீங்கள் ரொம்ப கோபத்தில் இருக்கிறீர்கள். கொற்றவை என்று சுருக்காகச் சொல்லிவிடலாம். சினம் நல்லதுதான். ஆனால், ஆறுவதுதான் சினத்திற்கு அழகு.”

அவள் பதிலொன்றும் சொல்லாமல் வேகமாக நடந்தாள். வீட்டிற்கு வந்ததும் குடையை மாட்டிவிட்டு சோபாவில் உட்கார்ந்து இரண்டு முறை கால்களை ஆட்டிக்கொண்டு கண்களை மூடிமூடித் திறந்தாள்.

பிரகாசம் அவள் எதிராக அமர்ந்தான். ஸ்டூல் மீது இருந்த புத்தகங்களை எடுத்து புரட்டிப் பார்த்துக்கொண்டே இருந்தான். அப்புறம் குனிந்து ஸ்டூல் அடியில் இருந்து ஒரு புத்தகத்தை எடுத்துக்கொண்டு, “சாருமதி நீ கேட்டு இருந்தியே, கலாசேத்ரா ருக்மணி தேவி சரித்திரம்” என்று முன்னே நீட்டினான். அவள் வெடுக்கென்று பிடுங்கி சோபாவில் வீசிவிட்டு, “இந்தப் பசப்பு எல்லாம் வேணாம். நான் ரொம்ப நொந்துபோய் வந்து இருக்கிறேன். நீ எல்லாவற்றையும் கேட்டுவிட்டு நியாயம் வழங்கணும்” என்றாள்.

“நானா?”

“ஆமாம். உன் சிநேகிதன். உன்னைத்தான் எல்லாவற்றுக்கும் சொல்கிறான். பிரகாசம் சொன்னால் சரி என்று சவால் விடுகிறான்.”

“முட்டாள். அவன் அடிமுட்டாளாக இருப்பான் என்று நான் நினைக்கவே இல்லை. அவனுக்குப் பித்துத்தான் பிடித்து இருக்கிறது. ஒன்னும் அவனைப் பற்றி சொல்லவேண்டாம். நீ சொல்லித்தான் உன்னைப் பற்றியும் அவனைப் பற்றியும் நான் தெரிந்துகொள்ள வேண்டுமா? உன் கண்ணீர் எனக்கு எவ்வளவு கதை சொல்கிறது. அந்த அயோக்கியப் பயல் யாரென்று எனக்கு

நன்றாகத் தெரிகிறது." என்று எழுந்து அவள் பக்கத்தில் உட்கார்ந்து அவள் இரண்டு கைகளையும் பிடித்துக் கொண்டான்.

சாருமதி வெடுக்கென்று அவன் கைகளை உதறிவிட்டு விட்டு, நகர்ந்து உட்கார்ந்துகொண்டு, முகத்தைக் கைகளால் மூடிக்கொண்டு, "ஊர் ஊராக வந்து என் கதையைச் சொல்லி அழவேண்டியதாகிவிட்டதே" என்று உடைந்த குரலில் சொல்லிக்கொண்டு விம்மி விம்மி அழுதாள். அவள் அழுது இன்றுதான் முதல் முதலாகப் பார்க்கிறான். மனம் பதறியது. அவள் எப்பொழுதும் சிரிக்கும் பெண்; தான் இருக்கும் இடத்தை பேச்சாலும், சிரிப்பாலும் மகிழ்ச்சி நிறைந்த இடமாக வைத்துக் கொண்டிருக்கிறவள் என்று நினைத்துக்கொண்டிருந்தான். அவள் அழுவது அவன் இதயத்தை அறுப்பது போல இருந்தது.

அவள் இடது கரத்தை இறுகப் பற்றிக்கொண்டு, "சாருமதி, நான் இருக்கிறேன். நீ எதற்கும் அழாதே" என்று கூறினான். அவள் குலுங்கிக் குலுங்கி அழ ஆரம்பித்தாள். வரவர அவள் அழுகை கூடியது.

8

பொன்அரங்கநாதன் காரை வாசலில் நிறுத்திவிட்டு கீழே இறங்கி மழையில் நனைந்துகொண்டே வேகவேகமாக வீட்டிற்குள் சென்றார்.

"வாங்க அப்பா, நல்ல மழை" என்று சவிதா துவட்டிக் கொள்ள வெள்ளைத் துண்டை நீட்டினாள். அவர் துண்டை வாங்கி முகம், தலையை எல்லாம் துவட்டிக்கொண்டு நாற் காலியில் உட்கார்ந்தார். சவிதா ஃபேன் போட்டாள். காற்று அறை முழுவதும் பரவியது.

"ஒரு மணி நேரமா நல்ல மழை. கொஞ்சம் கூட விடவே இல்லை. பல்கலைக்கழக வளாகம் எல்லாம் வெள்ளக்காடு. கடல் தண்ணீர் மேலே ஏறி வந்துவிட்டது. யூ.சி.ஸி. கமிட்டி ஒன்று வருவதாக இருந்தது. கடல் தண்ணீர் ஏறுவதைப் பற்றி கேள்வி பட்டதும் சுனாமி வந்துவிடுமோன்னு பயந்துகிட்டு வர்ல. சுனாமி பயம் எப்படி மிரட்டுது பார்த்தீயா, சவிதா."

அவள் முறுவலித்தாள்.

"வீட்டிற்குப் புறப்படலாமென்று பார்த்தால் பிரெஞ்சு கயானா சிநேகிதன் ராமா நாயக்கன் டெலிபோனில் பிடித்துக் கொண்டுவிட்டான். அரைமணி நேரம் விடவே இல்லை. அடுத்த மாதம் பொண்டாட்டியை அழைத்துக்கொண்டு சென்னைக்கு வர்றானாம். புதுச்சேரிக்கு அவசியம் போகவேண்டுமாம்."

"என்ன வேலை. புதுச்சேரியில் கருத்தரங்கமா?"

"துபாஷி ஆனந்தரங்கப் பிள்ளை டைரி படித்தானாம். அதில் ஏதோ ஒரு வரி வருதாம். தன் முன்னோர்கள் புதுச் சேரியில் இருந்து அடிமைகளாகப் பிடித்துக்கொண்டு வரப் பட்டவர்கள் என்று இவன் எடுத்துக்கொண்டிருக்கிறான். அதனால் புதுச்சேரிக்கு வந்து தன் முன்னோர்களைத் தேடப் போகிறானாம்."

“இது ரொம்ப நல்லாதானே அப்பா இருக்கிறது.”

“ஆமாம். இழந்ததைத் தேடுவதில் மனிதர்களுக்கு ஆசை குறைந்ததே இல்லை.”

“அது நல்ல ஆசை தானே.”

“இழக்கறபோது இந்த மாதிரி நினைப்பு எல்லாம் ஒருத் தர்க்கும் இல்லை. எங்கேயாவது ஓடிப்போய் எதையாவது பண்ணி பணம் சம்பாரிக்க வேண்டுமென்றுதான் ஓடுகிறார்கள். அந்த ஓட்டத்திலும் அலைச்சலிலும் ஒன்னையும் கவனிக்கறது இல்லை. காசு, பணம், நிலம், வீடுன்னு ஓடுறது. பழசு எல்லா வற்றையும் தொலைத்துவிட்டு மூணு நாலு தலைமுறைக்கு அப்புறம் ஐய்யோ... எல்லாம் போயிடுச்சே என்று வேர்களைத் தேடுறது...”

“வாழ்க்கை என்பதே தேடுறதுதான் அப்பா.”

“தேட அறிவு வேணும்; எதைத் தேடுறோமென்னு தெளிவு வேணும். தேடுறது கிடைத்தால் அதனால் பலன் உண்டா என்ற கருத்து வேண்டும். ஒன்றுமே இல்லாமல் நான் வேர்களைத் தேடப் போகிறேன் என்று புறப்பட்டால் என்ன கிடைக்கும்.”

“அப்பா, மழை பொழியுது. காபி.”

“மழைக்கு காபி நன்றாகத்தான் இருக்கும். நான் கேட்க வேண்டுமென்றுதான் நினைத்தேன். ஆனால், பேச்சு சுவாரசி யத்தில் நினைவு தப்பிப் போய்விட்டது. ஆனால், நீ கேட்ட பார், அதுதான் மனசை குளிர வைக்கிறது.”

சவிதா நாற்காலியில் இருந்து எழுந்தாள்.

“உங்கள் அம்மா இப்படி எல்லாம் கேட்டு காபி கொடுத் ததே இல்லை. நான் இரண்டு மூன்று முறைகள் கேட்டால், ஒரு முறை முறைத்து விட்டு வேண்டா வெறுப்பாக காபி கொண்டு வந்து கொடுப்பாள். அதனால் நான் பெரும்பாலும் வீட்டில் காபி குடிப்பதே இல்லை.”

“அப்பா, இதை நீங்கள் அடிக்கடி சொல்கிறீர்கள்?”

“இல்லாத உன் அம்மாவை குறை சொல்வதற்காக இல்லை. இருக்கிற உன் அப்பா எப்படி இருந்தார் என்பதை சொல்வதற்குத் தான்.”

“இதெல்லாம் ஒரு பெரிய விஷயமா, அப்பா”

“வாழ்க்கையில் எதுவுமே சின்ன விஷயம் கிடையாது.”

மழை காற்றோடு அடித்தது.

"அப்பா, நல்ல மழை."

"டி.வி.யில என்ன சொல்லுறாங்க."

"நாளை காலை வரையில் மழை இருக்குமாம். வேகமாகக் காற்றுகூட அடிக்குமாம்?"

"மழை நல்லதுதான்."

"அப்பா, காபி கொண்டாறேன்" என்று சவிதா சமையல் அறைக்குள் சென்றாள்.

பேராசிரியர் தன் அறைக்குள் சென்று பேண்ட் சர்ட்டைக் கழட்டி விட்டு, வேட்டி கட்டிக்கொண்டு கதர் பனியன் ஒன்றைப் போட்டுக்கொண்டு வந்து நாற்காலியில் அமர்ந்து மேசை மீது அடுக்கி வைக்கப்பட்டிருந்த தபால்களை எடுத்துப் பார்த்தார். இரண்டு கல்யாண பத்திரிகைகள். ஒன்று புத்தக வெளியீட்டு விழா. பாலக்காடு பேராசிரியர் ராஜராம் 'கேரள தமிழர்கள்' என்ற புத்தகத்தை அனுப்பி, மேலான அபிப்பிராயம் கேட்டி ருந்தார். அவர் புத்தகத்தைப் புரட்டிப் பார்த்துக்கொண்டிருந்தார். மழை ஒரே சீராகப் பொழிந்துகொண்டே இருந்தது.

"அப்பா, காபி" என்று காபி கப்பை அவர் முன்னே வைத் தாள். அவர் புத்தகத்தை இடது பக்கமாக வைத்துவிட்டு காபியை எடுத்துக் குடிக்க ஆரம்பித்தார். அவள் அவர் காபி குடிப்பதையே பார்த்துக்கொண்டிருந்தாள். கொஞ்சநேரம் கழித்து காபி கப்பை மேசை மீது வைத்துவிட்டு துண்டால் உதடுகளைத் துடைத்துக்கொண்டார்.

சவிதா தலையசைத்தாள்.

"காபி ரொம்ப நல்லா இருக்கே. என்ன புது காபித் தூளா."

"நீங்க என்ன சொல்லுறீங்கன்னுதான் பார்த்துக்கிட்டே இருந்தேன். பிரான்சில் இருந்து என் சிநேகிதி லலிதா மோகன் கொண்டு வந்து கொடுத்தாள். அப்பாவிற்கு காபி ரொம்ப பிடிக்கும். முதல்ல அப்பாவிற்கு காபி போட்டுக் கொடுத்துட்டு, அப்பா சொன்னதை எனக்குச் சொல்லுன்னுட்டுப் போனாள்."

"அப்படியா? ரொம்பப் பிரமாதமாக இருக்கிறது."

"காபியின் நிஜமான மணம் மணக்கிறது. அசல் காபி என்றால் பிரேசில் காபிதான். ஆனால், பிரெஞ்சுக்காரன் காபிக்கு புது அந்தஸ்தைக் கொண்டு வந்து கொடுத்துவிட்டான்."

“லலிதா மோகன் ரொம்ப சந்தோஷப்படுவாள். அவளுக்கு இரட்டையாக இரண்டு பெண் குழந்தைகள் பிறந்து இருக்கிறது.”

“எங்க பிரான்சிலா.”

“மொரிஸியஸ் போய் இருக்கிறாள். வரும்போது உங்களை பார்க்கணும் என்று சொல்லி வைத்துவிட்டுப் போய் இருக் கிறாள்” என்றபடி சவிதா அவர்க்கு எதிராக அமர்ந்தாள்.

அவர் காபி முழுவதையும் பருகிவிட்டு கப்பை ஒரு பக்க மாகத் தள்ளி வைத்தார்.

“ராமா நாயக்கன், என்னப்பா, ரொம்ப படுத்திட்டாரா?”

“இல்ல. இல்ல. ரொம்ப நல்ல மனுஷன். டெலிபோன்ல கொஞ்ச நேரம் பேசினான். ஆனால், வெகுளி. எல்லார்கிட்டே யும் ரொம்ப தாராளமாகப் பழகுகிறான். நிறைய தண்ணீர் போடுறான். அவன் பொண்டாட்டி ரெட் இண்டீஸ். அதாவது செவ்விந்தியப் பெண். அமெரிக்கப் பூர்வீகக் குடிமகள். அவனை மாதிரிதான் இருக்கிறாள். அவன் இரண்டாவது கணவன். ஆனால், அவனைவிட கொஞ்சம் புத்திசாலி. இரண்டுபேரும் சேர்ந்து புலம் பெயர்ந்த மக்களின் பிரச்சனைகள் என்று ஒரு சின்ன புத்தகம் எழுதி இருக்கிறார்கள். கனடாவில் சான் பிரான்சிஸ்கோவில் என்னிடம் கையெழுத்துப் போட்டுக் கொடுத்தாள். படிக்க வேண்டுமென்று எடுத்து வைத்தேன். அப்புறம் எங்கேயோ போய்விட்டது” என்றார்.

“புத்தக அலமாரியில் மேல இருக்கிறது அப்பா; நான் படித்தேன். கனடாவிற்குப் புலம் பெயர்ந்து வந்தவர்கள் பிரச்ச னைகளைப் பற்றி எழுதியிருக்கிறார்கள். கனடா, அமெரிக்கா எல்லாம் யாருடைய தேசமும் இல்லை என்பது சரியில்லை. வடஅமெரிக்கா முழுவதும் செவ்விந்தியர்கள் தாயகம் – அவர் களைத் தவிர மற்றவர்களெல்லாம் புலம்பெயர்ந்து வந்தவர்கள் என்று எழுதியிருக்கிறார்கள்.”

“நான் இன்னும் படிக்கவில்லை. அவசியம் படிக்க வேண்டிய புத்தகங்கள் என்று ஒரு பட்டியல் போட்டு வைத்து இருக்கிறேன். அதில் ராமா நாயக்கன் புத்தகமும் இருக்கிறது. கருத்தரங்குகளுக்குக் கட்டுரை எழுதுவதில் நேரம் போய் விடு கிறது. படிக்க முடியவில்லை.”

“அப்பா, முல்லை வேந்தன் போன் பண்ணினார் இரண்டு முறை.”

“ஓ! போன் பண்ணிக்கிட்டே இருக்கிறானா? அவன் ஒரு புத்தகம் எழுதியிருக்கிறான். அதை ஒரு புத்தக வெளியீட்டு விழாவில் என் கையில் கொடுத்து உங்கள் முன்னுரையோடுதான் புத்தகம் வெளிவரும். உங்கள் முன்னுரை இல்லாவிட்டால் புத்தகம் வெளிவராது என்று பயமுறுத்திவிட்டான்.”

சவிதா முறுவலித்தாள்.

“அவனுக்கு ஒரு வரிகூட எழுத வராது. அடி முட்டாள். மக்கள் பர்ட்டுகளில் உணர்ச்சியும் எழுச்சியும் என்று என்னென்னவோ எழுதி வைத்திருக்கிறான். அதற்கு நான் என்ன எழுதப்போகிறேன்.”

“சரியில்லென்னா எழுத முடியாதுன்னு கொடுத்துட வேண்டியது தானே.”

“நீ சுலபமாகச் சொல்லிட்ட. ஆனால், நடைமுறையில் அது முடியாது. அவனுக்கு நிறைய ஆட்களைத் தெரியும். என் பெயரில் அவனே ஒரு முன்னுரை எழுதி போட்டுக்கொண்டு விடுவான்; இல்லாவிட்டால் பல்கலைக்கழகப் பதிவாளர்க்கு நல்லா ஒரு மொட்டைக்கடிதம் எழுதி போட்டுவிடுவான். மொட்டைக் கடிதம் எழுதுவதில் அவன்தான் முதல் ஆள் என்று பெயர். அதற்குப் பயந்துகொண்டு யாரும் அவன் பேச்சுக்கே போவதில்லை.”

“இப்படி எல்லாம் நடக்கிறதா அப்பா.”

பெரிதாக இடி இடித்தது. மின்னல் ஜன்னல்களுக்குள் பாய்ந்தோடியது.

“ஜன்னலை சாத்து அம்மா.”

சவிதா ஜன்னல் கதவுளை மூடி திரைச்சீலையை இழுத்து விட்டுவிட்டு, “அப்பா மழை குறையவே இல்லை. அப்படியே பொழிந்துகொண்டே இருக்கிறது” என்றாள்.

“அன்பரசன் எங்கே ஆளையே காணோம்.”

“நீங்கள் டில்லி போயிருந்தபோது இரண்டு நாள் வந்தார், அப்பா.”

“என்ன பண்ணுறான். திறமை இருக்கிறது. சரியாகப் பயன் படுத்திக்கொள்ளத் தெரியாத ஆளாக இருக்கிறான். எழுத ஆரம் பித்து விட்டானா?”

“எழுத தஞ்சாவூர் போகப் போறதா சொல்லிக்கிட்டு இருந் தார்.”

"தஞ்சாவூர்க்கா. தமிழ் யூனிவர்சிட்டிக்குப்போய் என்ன பண்ண போறான்."

"சரஸ்வதி மகால் நூலகத்திலே பெரிமாக்கூஸ் நாடோடி பாடல் தொகுப்பு ஒன்று இருக்கிறதா சொன்னீங்களாம். அதை ஒரு பார்வை பார்த்துவிட்டு எழுதப் போறேன்னார்."

"நான் எப்பவோ சொன்னேன். அதை நினைவில் வைத்துக் கொண்டு தஞ்சாவூர் சரஸ்வதி மகாலுக்குப் போறதுன்னா நல்லதுதான்."

"அப்புறம், தஞ்சாவூர்ல பிரகாசம் என்று ஒரு இலக்கிய ஆசாமி இருக்கிறாராம். அவரையும் பார்க்கனுமென்று சொல்லிக்கிட்டிருந்தார்."

"தஞ்சாவூர் பிரகாசமா? அந்தக் கிறுக்கனையா பார்க்கப் போறான்."

"அவன் வந்தால், என்னைக் கண்டிப்பா பார்க்கச் சொல்லு. எனக்குப் பயந்துக்கிட்டு ஓடுறான்."

"அப்பா, டி.வி.யில் செய்தி வரப் போகிறது."

பேராசிரியர் எழுந்து அறைக்குள் சென்றார்.

9

அன்பரசன் தஞ்சாவூர் பெருவுடையார் கோவிலில் நின்றுகொண்டு வானுயர்ந்திருக்கும் கோபுரத்தை கரம் கூப்பித் தொழுது கொண்டிருந்தான். அது காலைப்பொழுது. செங்கதிரோன் கதிரொளி வானம் எங்கும் பரவியிருந்தது. பறவைகள் கத்திக்கொண்டு சிறகையடித்தபடி பறந்து கொண்டிருந்தன. அவன் உள்ளம் உருகி நெகிழ்ந்தது. கண்களில் கண்ணீர் ததும்பியது.

கடவுளைக் காண வேண்டும் என்பது இல்லை. கண்களால் காணப்படுகிறவர் கடவுள் இல்லை. கடவுளைக் காணவேண்டும் என்று விருப்பப்படுகிறவன் அற்பன். இவன் கடவுளை எதற்காகக் காண ஆசைப்படுகிறான். கண்டு என்ன செய்யப் போகிறான். இவனால் கண்ட கடவுளை விண்டுரைக்க முடியுமா? கடவுளைக் கண்டவாறு சொல்ல இவனிடம் சொற்கள் இருக்கிறதா? இவன் ஏதாவது கற்று இருக்கிறானா? மூடன், அற்பப் பதர் எல்லாம் நான் கடவுளைக் காண வேண்டும் என்று கூப்பாடு போடுகிறான்.

உனக்குக் கடவுள் இருந்தால் என்ன? இல்லாவிட்டால் என்ன? நீ இந்த உலகத்தில் பிறந்து விட்டாய். நன்றாக வாழ்ந்து நன்றாக இறந்து போவதுதான் உன் வாழ்க்கை. நன்றாக வாழ்வது என்றால் என்ன?

நான் சொல்கிறேன், யார் சொன்னதையும் கேட்காதே. அப்பா, அம்மா, ஆசிரியன், பேராசிரியன் என்று எவன் சொன்னதையும் மனைவி, காதலி என்று எவள் சொன்னதையும் காதில் வாங்கிக் கொள்ளாதே. அவர்கள் சொன்னதைக் கேட்பதற்குச் செவியிருக்கிறதே என்று வருத்தப்படாதே. அவர்களுக்கு வாய் இருப்பதற்காகவும் கவலைப்படாதே. உன் வாழ்க்கை உன்னுடையது. அதில் யார்க்கும் எந்த சம்பந்தமும் கிடையாது.

அம்மா அப்பா உனக்குப் பிறப்பைக் கொடுத்து இருக்கலாம்; மனைவி சந்தோஷம் கொடுத்து இருக்கலாம். அரசாங்கம்

வேலை கொடுத்து இருக்கலாம். ஆனால், நீ இவர்களுக் கெல்லாம் கட்டுப்பட்டவன் இல்லை. உனக்கும் இவர்களுக்கும் எந்தவிதமான சம்பந்தமும் கிடையாது. உறவு என்பதெல்லாம் ஒன்றும் கிடையாது. பிறப்பு என்பதில் ரகசியம் கிடையாது; இறப்பு என்பதில் புனிதம் இல்லை. மழை பொழிந்தால் உடம்பு நனைகிறது. ஆனால், மழை நீர் உடம்போடு ஒட்டிக்கொண்டே இருப்பது இல்லை. கொஞ்ச நேரத்திற்குப் பிறகு உலர்ந்து காணாமல் போய்விடுகிறது. அங்கே இங்கே எங்கேயாவது உடம் போடு ஒட்டிக்கொண்டிருந்தால் துடைத்தெறிந்து விடுகிறோம். மனிதனுக்கும் இந்த உலகத்திற்குமான உறவும் அவ்வளவுதான். எதையும் தன் மீது படிய விடுகிறவன் மனிதன் இல்லை. ஆகையால் நீ எந்த மனிதன் மீதும் தீர்ப்பு சொல்லாதே. தீர்ப்பு என்பதே ஒன்று கிடையாது. மூடர்கள், முட்டாள்கள், பரமார்த்த குருக்கள், அவனின் சீடர்கள்தான் தீர்ப்பு வழங்குவார்கள்.

வானத்தில் எழும்பும் செங்கதிரோனைக் கண்டு களிப் படை. வீசும் இளங்காற்றின் சுகத்தில் மெய் மறந்து இரு. குளிர்ந்த நீரில் மூழ்கியெழுந்து ஆனந்தம் கொள். நட்சத்திர மண்ட லத்தைப் பார்த்துப் பார்த்து புளகாங்கிதம் அடை. அணங்கு களை அணைத்து கலவி இன்பம் பெறு. ஆனால், யார் மீதும் தீர்ப்பு சொல்லாதே. உனக்கு அந்த அதிகாரத்தை பூமண்ட லத்தில் யாரும் வழங்கவில்லை.”

இரவு, பன்னிரண்டு மணிக்கு அகல் விளக்கு வெளிச்சத்தில் இவன் முகத்தைப் பார்த்துக்கொண்டே பிரகாசம் சொன்னான். காற்றில் அகல் விளக்கு தாழ்ந்து உயர்ந்தது. வெளிச்சம் மாறியது. அவன் ஏதோ புதிய ஆள் போல் இருந்தான். உடம்பே நடுங் கியது. கைகளைக் கட்டிக்கொண்டான். பிரகாசம் அதுவரையில் பார்க்காத ஆள்; பழகாத மனிதன் மாதிரி இருந்தான். அவன் பேச்சின் தொனியே மாறி இருந்தது. கீச்சுக் குரலில் பேசினான். கொஞ்சம் பயமாகவும் இருந்தது. நாய் ஒருமுறை குரைத்தது.

அன்பரசன் முதுகில் ஒரு தட்டுத் தட்டி, “பாலகனே, போய்ப் படு. காலையில் பார்த்துக் கொள்ளலாம்” என்றான். அவன் எழுந்து இடுப்பு வேட்டியை அவிழ்த்து மறுபடியும் கட்டிக்கொண்டு தலை குனிந்தபடியே அறைக்குள் சென்றான். கட்டிலில் மல்லிகைப் பூக்கள் தூவப்பட்டிருந்தன. மணம் கமகமவென்று அடித்தது. மாடத்தில் சின்ன அகல் விளக்கு மினுக்மினுக்கென்று எரிந்துகொண்டிருந்தது. சாம்பிராணி புகை எங்கும் பரவி இருந்தது. அவன் மல்லாந்து படுத்து மோட்டு வலையையே பார்த்தபடி இருந்தான். இரண்டு பல்லிகள் ஓடி

மறைந்தன. சலங்கையொலியும், பாட்டும் கேட்டது. ஏதோ நாட்டிய நிகழ்ச்சி நடப்பது மாதிரியே இருந்தது. அவன் கண் களை இறுக மூடிக்கொண்டான். இசை ஒலித்துக்கொண்டே இருந்தது. அப்படியே வெகுநேரம் கழித்துத் தூங்கிப் போனான்.

அவன் முதன் முதலாக பிரகாசம் வீட்டிற்குப் போனபோது சாருமதியைத்தான் பார்த்தான். அவள் "வா" என்று தலை யசைத்து புன்முறுவல் பூத்து வரவேற்றாள்.

"சார்" என்றான்.

"வரவேண்டும், வரவேண்டும்" என்று சொல்லிக் கொண்டே வந்த பிரகாசம் இவனைக் கையைப் பிடித்து உள்ளே அழைத்துக் கொண்டு சென்றான். நாற்காலியில் உட்கார வைத்தான்.

"நான்..."

"நீ இளவரசு. நீ தஞ்சாவூர் வரப் போறது பற்றி நம் சிநேகிதர் நான்கு நாட்களுக்கு முன்னே எழுதிவிட்டார். நான் உனக்காகத் தான் காத்துக்கொண்டிருக்கிறேன்" என்றான்.

"என் பெயர்.'

"மனிதன் என்று இருந்தால் பெயர் என்று ஒன்று வைத்துக் கொள்ளவேண்டும். அது அவனுக்காக இல்லை. மற்றவர் களுக்காக. அவ்வளவுதான். விருது கொடுக்கணுமா; பட்டம் கொடுக்கணுமா. அப்ப பெயர் வேண்டும்."

அன்பரசன் அவனையே பார்த்தபடி இருந்தான்.

"இளவரசு நல்ல பெயர்தான். இருக்கட்டும். ஓர் ஆளுக்குப் பல நாமங்கள். தஞ்சாவூரை ஆண்ட ராஜராஜனுக்கு இருபத் தைந்து பெயர்கள். அதில் ஒரு பெயர் அருண்மொழித்தேவன். ஆனால், ராஜராஜன்தான் அவனுக்குப் பிடித்த பெயராகி விட்டது. தஞ்சாவூர் கோயில் கல்வெட்டில் பெரிதாக ராஜ ராஜன்னு பொறித்து வைத்துக்கொண்டான். அவனுக்கு முன்னால் தமிழ்நாட்டில் ஒருத்தனுக்கும் இந்தப் பெயர் இல்லை."

சாருமதி டிகிரி காபி கொண்டுவந்து இரண்டு பேர் முன்னேயும் வைத்தாள்.

"காபி இளவரசு."

"இருக்கட்டும் அண்ணா?"

அவன் காபியை ஒரு மிடறு குடித்துவிட்டு தொண்டை யைத் தடவி விட்டுக்கொண்டு, "இந்த அண்ணா, தம்பி எல்லாம் எனக்குப் பிடிக்காது. என்னை பிரகாசம் என்று கூப்பிடு.

இல்லை சூரியன், சந்திரன், ஆதித்தன் என்று அழை. அதுவும் சரிப்பட்டு வர்லியா, தஞ்சாவூர், சிதம்பரம், திருவையாறு என்று கூப்பிடு. அது பிடிக்கவில்லையா யானை, சிங்கம், புலி, சிறுத்தை இப்படி உனக்கு எப்படித் தோன்றுதோ அப்படிக் கூப்பிடு.

"ஆனால், இந்த அண்ணா, மாமா, அத்தான், அப்பா, சித்தப்பா என்று கூப்பிடாதே. மனிதன் என்கிறவன் மனிதர்கள் ஏற்படுத்திக் கொண்ட உறவுமுறைகளுக்கு மேலானவன்."

சாருமதி இரண்டு பேர்களுக்கு முன்னால் உட்கார்ந்து டிகிரி காபியைச் சுவைத்து பருகிக்கொண்டிருந்தாள்.

"சாருமதி, இளவரசு அற்புதமான ஆள். அரிய மாணிக்கம். உனக்கு ரொம்பப் பிடிக்கும். சங்கீதமாகவும், சாகித்தியமாகவும் இருக்கிறார். சென்ற மாதந்தான் தேடி வந்தார். ஆனால், ஏழேழு ஜென்மமாக சேர்ந்திருப்பவர் போல இருக்கிறார்."

"அப்படியா?"

"என்னை ஆயிரம் வருஷங்களாக அறிந்து கொண்டிருப்பவர் மாதிரி இருக்கிறது."

"அதனால்தான் டில்லிக்கு அந்த நாயிடம் திரும்பிப் போகச் சொல்றே."

"நாய்களை மனிதர்களோடு ஒப்பிடக்கூடாது. நாய்கள் இருபதாயிரம் ஆண்டுகளுக்கு மேலாக மனிதர்களோடு சேர்ந்து வாழ்கின்றன. ஆனால், எந்த நாயும் மனிதர்களிடம் இருந்து அற்பத்தனத்தையும், வஞ்சகத்தையும், சூழ்ச்சியையும் கற்றுக் கொள்ளவே இல்லை."

சாருமதி தலையசைத்தாள். அன்பரசன் இரண்டு பேர் களையும் மாறிமாறிப் பார்த்தபடி இருந்தான். கறுப்பு நாய் ஓடி வந்து பிரகாசம் காலடியில் உட்கார்ந்து கொண்டது.

"நாய் ஓர் அற்புத ஜீவன். மனிதன் அற்பப் புழு. தர்ம மகாராஜா சொர்க்கத்திற்குச் சென்றபோது அவரோடு சென்ற ஒரே ஜீவன் நாய்தான்."

"நீ பேசத் தெரிந்தவன். உனக்கு நல்லா பேசத் தெரியுது. உன்னிடம் பேசக் கற்றுக்கொண்டு அந்த நாய் என்னைக் கடித்துக் குதறிவிட்டது."

அன்பரசன் காபி கப்பை ஓரமாக வைத்துவிட்டு மெதுவாக எழுந்தான்.

"இளவரசு. நீ இப்படியே உட்கார். நம்ப சாருமதி அம்மா பேசறது எல்லாம் ஒரு பேச்சே இல்லை. அது உனக்காகப் பேசவில்லை. எனக்காகப் பேசவில்லை. தனக்காகவே பேசிக் கொள்கிறது."

"உன் புது சிநேகிதர் இந்தப் பைத்தியங்களிடம் இருந்து தப்பித்துக்கொள்ள கிளம்புகிறார்."

"அவர் ஒன்றும் புது சிநேகிதர் இல்லை. சிநேகிதத்தில் பழைய சிநேகிதம்; புது சிநேகிதம் கிடையாது. சிநேகிதம் என்றால் பூரண சிநேகிதம். நான் போ என்று பிடித்துத் தள்ளுற வரையில் யாரும் என்னை விட்டுவிட்டுப் போக மாட்டார்கள்."

"அதனால்தான் என்னை டில்லிக்குத் திரும்பிப் போகச் சொல்லற."

"சாருமதி. இப்பத்தான் நினைவிற்கு வருகிறது. நீ அப்ப இந்தியாவிலேயே இல்லை. நீயும் முகுந்தனும் பிராங்பெட்டிலே இருந்தீர்கள். நான் மஞ்சக் காமாலை வந்து பரிசுத்த நாடார் மருத்துவமனையில் கிடந்தேன். எல்லோரும் ரொம்பப் பயந்து போயிட்டார்கள். ரொம்ப முத்திப் போயிடுச்சி, பிரகாசம் போயிட்டான் என்றே முடிவு பண்ணிட்டார்கள்.

மதுரையில் நமக்கொரு சிநேகிதி. நமக்கு என்றால் நம் அறிவுக்கு. நம்ப எழுத்துக்கு. உசிலம்பட்டியில் ஏதோ சின்ன ஸ்கூல் டீச்சர். நம்ப பேச்சை எங்கோ கேட்டு விட்டு சிநேகித மாகி விட்டது. அது மீனாட்சி என்கிற பெயரில் எழுதாமல் பூரணி என்ற புனைபெயரில் கவிதை எழுதியிருக்கு. நம்ப கதிர் அழகாகப் புத்தகம் போட்டுக் கொடுத்து இருக்கிறான். நமக்கு ரெண்டு பிரதி அனுப்பி இருந்தது. கவிதையைப் படித்ததும் பித்துப் பிடித்துவிட்டது. மூணு பக்கத்திற்கு ஒரு விமர்சனம் எழுதி பாரதி மலர்க்கு அனுப்பி வைத்தேன். அடுத்த மாதமே போட்டுட்டான். நான் அதோடு சும்மா இருந்தேனா, அவளைப் பாராட்டி, இன்னும் கவிதை எழுது, நீ கவிதைத் தலைவி என்று கடிதம் எழுதிப் போட்டுவிட்டேன். சாதாரணமாக நல்ல நாவல், நல்ல கவிதை படித்தால் நான் செய்கிற வேலைதான். ஏனெனில் நான் பாராட்டுவதில் அற்பனோ, கஞ்சனோ கிடையாது. மனம் திறந்து பாராட்டுவேன். மேலே வளர்வதும் வளராதுபோவதும் அவர்கள் பாடு.

மீனாட்சிக்கு நான் எழுதிய கடிதம் ரொம்ப வேலை செய்து இருக்கிறது. அவள் கவிதைத் தொகுப்பிற்கு காலவெளி என்ற அறக்கட்டளை ஐயாயிரம் ரூபாய் பரிசு கிடைத்து இருக்கிறது.

அவள் எனக்கு இரண்டு கடிதங்கள் எழுதியிருக்கிறாள். நான் கோவா, மும்பை, நாசிக் என்று போய்விட்டேன். ஒரு கடிதத்தைத்தான் பார்த்தேன். கவிதை எழுதத் தெரிந்த பெண்ணுக்குக் கடிதம் எழுதத் தெரியவில்லை. அதோட ஆசிரியர் எப்படி எழுதணும் என்று நான் சொல்லக்கூடாது."

"நான் எதையும் சொல்லக்கூடாது என்று சொல்லிக்காட்டும் வேலை நடக்கிறது" என்றாள் சாருமதி.

"சாருமதி அம்மா, இப்படி எல்லாம் நிந்தனை செய்யக் கூடாது. நான் சுத்தமான நல்ல ஆத்மா. அது உன்னை மாதிரி எல்லோர்க்கும் தெரியும். சிலர்க்கு முதலில் தெரியாது; பிறகு தெரியும். தெரிந்ததும் மனம் உருகுவார்கள். இவனை இப்படித் தவறாக நினைத்துக்கொண்டு தவறு செய்து விட்டோமே என்று மருகுவார்கள். அதுதான் மனித இயல்பு. அது எத்தனை யுகம் ஆனாலும் மாறவே மாறாது.

நான் மஞ்சள் காமாலை வந்து ஆஸ்பத்திரியில் கிடக்கிறேன் என்று யார் மூலமாகவோ மீனாட்சி கேள்வி பட்டிருக்கிறது. சின்ன பெண். இருபத்தேழு, இருபத்தெட்டு வயது இருக்கும். கல்யாணமாகி ஒன்பது வருஷமாகிறது. குழந்தை இல்லை. கணவன் பஞ்சாயத்து போர்டு வரிவசூல் செய்கிற ஆள். பெரிய பிரச்சனைகள் இல்லை. குடும்பம் நன்றாகத்தான் போய்க் கொண்டிருந்தது. ஆனால், மீனாட்சி கவிதைகள்தான் அவளுக்கு விரோதமாகப் போய்விட்டது. என் கடிதத்தைப் படித்துவிட்டு அவன் எகிறி குதித்து இருக்கிறான். இனிமேல் நீ கவிதை எழுது, உன் கையை வெட்டி விடுவேன் என்று மிரட்டியிருக்கிறான். நல்ல பெண். முட்டாள் சொன்னதைக் கேட்டுக்கொண்டு இரண்டு மூன்று மாதங்கள் கவிதை எழுதாமல் இருந்து இருக்கிறது. அவன் அது நோட்டுப் புத்தகத்தை எல்லாம் எடுத்து எடுத்துப் பார்த்துக்கொண்டு இருக்கிறான்.

கவிதை எழுவது மூச்சு விடுவது மாதிரி. எழுதத் தோன்றினால் எழுதித்தான் தீர்க்க வேண்டும். ஒருநாள் இரவில் அவளுக்கு எழுதவேண்டும் என்ற வேட்கை வந்து விட்டது. அவன் குறட்டை விட்டுக்கொண்டு தூங்க இவள் பத்துக் கவிதைகள் சந்தோஷமாக பயமே இல்லாமல் எழுதி முடித்தாள். அதுதான் கவிதையின் பிறப்பு. அது துக்கத்திலோ, பயத்திலோ, வஞ்சகத்திலோ, சூழ்ச்சியிலோ பிறப்பது இல்லை. சுத்த நிர்மாணத்தில் பாவம் புண்ணியம், நல்லது கெட்டது இல்லாமல் இதயத்தில் இருந்து துளிர்ப்பது. அது காயப்படுவதோ, பின்னப் படுவதோ இல்லை.

அவளுக்குக் கணவன் மீது இருந்த பயமே போய் விட்டது. அந்த நிமிஷத்தில் சாவதை சந்தோஷமான ஒரு நிகழ்வாகக் கருதினாள். சாவை அவள் வரவேற்றாள். அதற்காகக் காத்துக் கொண்டிருந்தாள். நாம் விரும்புவது எதுவும் நாம் எதிர்பார்க்கிற போது வருவதில்லை. அதுதான் வாழ்க்கைப் புதிர்.

அவள் கணவன் பெயர் என்னமோ முனியாண்டியோ விருமாண்டியோ. தாசில்தார் வருகிறார் என்று அழைப்பு வந்தது. இரவில் அவள் விடிய விடிய எழுதியது, மேசை மேல் அவன் பார்க்கட்டுமே என்று தைரியமாக அவள் போட்டு வைத்திருந்த கவிதை நோட்டுப் புத்தகம் எதுவும் அவன் கண்களில் படவில்லை. அவசர அவசரமாகக் குளித்துவிட்டு நல்ல பேண்ட் சர்ட் போட்டுக் கொண்டு வரி வசூல் புத்தகங்களை எடுத்துக் கொண்டு அலுவலகம் சென்று விட்டான். ரொம்ப வேலை தெரியாதவன். ஆனால், சமாளிக்கத் தெரிந்தவன். யாரிடம் எப்படி பேசினால் தப்பித்துக் கொள்ள முடியும் என்பது தெரிந்தவன். சில நேரத்தில் பேசி சமாளிப்பான். பல நேரத்தில் மௌனமாக இருந்து சமாளிப்பான். பேசுவதோ, பேசாமல் இருப்பதோ அவனுக்கு முக்கியம் இல்லை. பிரச்சனைகளில் இருந்து தப்பித்துக்கொள்ள வேண்டும். அதற்காக ஆட்டுக்கறி, மதுரை மல்லிகைப்பூ, பலாப்பழம், திண்டுக்கல் பன்னீர் திராட்சை, பூட்டு, மதுரை சுங்கடிப் புடவை, பணம் என்று யார்க்கு என்ன கொடுத்தால் ஏற்றுக்கொள்வார்களோ அது கொண்டு போய் கொடுப்பான்.

வட நாட்டில் இருந்து வந்திருந்த ஒரு ஆபீசர், "இதெல்லாம் வேணாம். வேறு என்ன இருக்கு" என்று கேட்டான். விருமாண்டிக்குப் புரியவில்லை. அவன் முகத்தையே பார்த்துக் கொண்டிருந்தான்."

"நல்ல பொண்ணு இருக்கா" என்று கேட்டிருக்கிறான்.

"பிரகாசம். உனக்கு இந்த மாதிரி கதை எல்லாம் சொல்ல வெட்கமாக இல்லை. நான் என்னமோ காது கொடுத்து கேட்கறேன் என்பதற்காக நீ ரொம்ப மோசமாகச் சொல்லிக் கிட்டே இருக்கிற. நீ, உன் சிநேகிதன் முகுந்தன் எல்லாம் ஒரே கூட்டம். உங்களை சுண்ணாம்பு காளவாயில் வைத்து சுட்டெரிக்க வேண்டும். அப்பக்கூட எரிந்து சாம்பலாக மாட்டிங்க."

"இல்லை சாருமதி அம்மா. நான் அற்ப மனிதர்கள் கதையைத்தான் சொல்கிறேன். நான் சொல்வதில் என் கை சரக்கு ஒன்றுகூட கிடையாது."

சா. கந்தசாமி ★ 77

“அதுசரி. உன் கவியரசி என்ன ஆனாள். அதைச் சொல்லு.”

“இளவரசு. நீ இப்படி வந்து குந்து. நம்முடைய கலை யரசிகள், கவியரசிகள், காலம்தோறும் பட்ட பாட்டை எந்தக் கவியரசாலும் எழுத முடியாது. அற்பர்கள் அவர்களை அவமானப்படுத்தியும் தீயின் ஜுவாலையில் எரித்தும் கொன்று இருக்கிறார்கள். இந்த விருமாண்டி என்ற அயோக்கியன் பூரணி எழுதி வைத்திருந்த கவிதைகளை மாலையில் வந்ததும் படித்து இருக்கிறான். அவை என்னவோ யாருக்கோ தன் மனைவி எழுதிய காதல் கடிதங்கள் என்று நினைத்துக்கொண்டிருக் கிறான். அவனால் தாள முடியவில்லை. வீட்டில் அவள் வருகைக்காகக் காத்துக்கொண்டே இருந்திருக்கிறான். அவள் பள்ளிக்கூட நோட்டுகளை எடுத்துக்கொண்டு வீட்டிற்கு வந்தாள். அவள் எழுதிய மகத்தான கவிதைகளைக் கிழித்து அவள் மேலே போட்டு பெட்ரோல் ஊற்றி கொளுத்தினான். அவள் நவீன பெண். எல்லாம் தெரிந்தவள். புதிய மந்திரிகுமாரி. தான் சாவது அவளுக்குப் பெரிதாகப் படவில்லை. அந்த அயோக்கியனை விடக்கூடாது என்று எரியும் தீயோடு பாய்ந்து அவனை இறுகக் கட்டியணைத்துக் கொண்டாள். அவன் தப்பிக்க முயன்றான். அவள் விடவே இல்லை. இறுகத் தழுவிக் கொண்டாள். இரண்டு பேர்களோடும் வீடும் எரிந்து சாம்பலாகியது. இது நடந்து ஏழு வருஷம் ஆகிவிட்டது. ஆனால், எனக்கு நேற்று நடந்தது மாதிரிதான் இருக்கிறது.”

சாருமதி அவனையே பார்த்துக்கொண்டிருந்தாள்.

“கவியரசிகள் எழுதினால், நான் பயந்து போய்விடுகிறேன்.”

“நீ, முகுந்தனைக் கொளுத்தத்தான் சொல்லுறீயா?”

“அவன் நல்லவன். உன் அடிமை. உன் மீது உயிரையே வைத்துக்கொண்டிருக்கிறான். அது உனக்கு நன்றாகத் தெரியும். ஆனால், என் வாயால் சொல்ல வைக்க ஆசைப்படுகிறாய்.”

“இது ரொம்ப நல்லா இருக்குது. புதுக் கண்டுபிடிப்பு.”

“ரொம்பப் பழசு. புதுப் புடவை கட்டிக்கொண்டிருந்தால் ஒருத்தி புது மனுஷியாகி விடுவாளா?”

சாருமதி தலையசைத்தாள்.

“அதை விட்டுத் தள்ளு. திருச்சிக்கு டாக்ஸி ஏற்பாடு செய்து இருக்கறேன்.”

“ஏன்? எதற்கு?”

“நான்கு மணிக்கு ஜெட் ஏர்வேஸ் விமானம் டில்லி போகிறது. முகுந்தன் உனக்காக ஏர்போர்ட்டில் காத்துக் கொண்டிருக்கிறான். உனக்கு அப்புறம் பதினைந்து நாட்களுக்கு கலாமந்தரில் வேலையிருக்கிறது.”

அவனைக் குத்திட்டுப் பார்த்தபடி இருந்தாள்.

“நான்கு நாட்களில் நடந்தது எல்லாம் சரிதான். எது நடக்க வேண்டுமோ அது நடந்தது. வானம், பூமி என்று இருந்தால் சூரியன் காயவேண்டும். மழை பொழிய வேண்டும். புயல் அடிக்க வேண்டும். கடல் என்றால் அலை வீசவேண்டும்.”

“நியாயம் நன்றாக இருக்கிறது.”

“மனிதர்கள் என்றால் அடிக்கடி சண்டை போட்டுக் கொள்ள வேண்டும். சிநேகிதர்கள்; சிநேகிதிகள் என்றால் பிரிந்து கூட வேண்டும். என் பிரிய சிநேகிதி சாருமதியை, இளவரசோடு டில்லி கலாமந்திர்க்கு வந்து பார்க்கப் போகிறேன். வரும்போது எப்படியும் மூவலூர் ராமாமிர்தம் அம்மாள் எழுதிய ‘தாசிகள் மோச வலை அல்லது மதிபெற்ற மைனர்’ நாவலை பிடித்துக் கொண்டு வந்துவிடுகிறேன்.”

“நான் ரயில் ஏறும்போது, செத்துப் போவதாக நினைத்தேன். சாவதற்காகவே தஞ்சாவூர் வந்தேன். ஏனெனில் என் அம்மா, அப்பா, தாத்தா, பாட்டி எல்லாம் செத்து சாம்பலாகி காவிரி தண்ணீரில் கரைந்தோடி இருக்கிறார்கள். அவர்களோடு ஒன்றாகக் கலந்து இல்லாமல் போகவே வந்தேன்.”

“உலகத்திலேயே சுலபமான காரியம் சாவதுதான். ஒரு நொடியில் செத்துப்போய் விடலாம். சாவதில் பிரச்சனையே இல்லை. வாழ்வதில்தான் பிரச்சனைகள் இருக்கிறது என்று நாற்பத்து நான்கு வயதில் செத்த புதுமைப்பித்தன் சொல்லி வைத்துவிட்டுப் போயிருக்கிறான்.”

“பாவம்.”

“யார்? புதுமைப்பித்தனா? சாவா?”

“இரண்டுந்தான்.”

“நீ அடுத்தமுறை வரும்போது முகுந்தனை அழைத்துக் கொண்டு வா. அத்தை கமலம் சதிர் நாட்டிய படத்திற்குத் தேவையான தகவல் எல்லாம் சேர்த்து வைத்துடுறேன். போன மாதம் நம்ப இளவரசு மருதுன்னு ஒரு ஓவியரைக் கூப்பிட்டுக்

கொண்டு வந்தார். அற்புதமாகப் படம் போடுறான். அத்தை பழைய போட்டோவை எல்லாம் எடுத்துக் காட்டினேன். பேசும் கண்கள் என்று செத்த நேரத்தில் நான்கு படம் வரைந்து கொடுத்தான்."

"அப்படியா?"

"மருது. நீ அற்புதமாகப் படம் போடுறே என்றேன். அவன் நான் எங்கே படம் போடுறேன். பேசும் கண்கள் போட வைக் கிறது என்றான். மகா கலைஞன். நம்ப இளவரசுதான் பிடித்துக் கொண்டு வந்தார். இளவரசு பேசறது இல்லையே தவிர பெரிய பெரிய வேலைகள் எல்லாம் செய்கிறவர். பி.எச்.டி எழுதி தூக்கிப் போட்டுட்டு நம்மோடு வந்துடுவார்."

"ஆளைப் பார்த்தால் ஒரு பெரிய பட்டதாரி போல தெரியவில்லை."

"அசல் கலைஞன். நாம்தான் அறிந்து கொள்ள வேண்டும். சாருமதி, நாம் திருக்கடையூர்க்கு எல்லோரும் ஒன்றாகப் போக வேண்டும்."

"ஏன்? என்ன விசேஷம்?"

"காலம் என்றும் பதினாறாக உறைந்து போய் இருக்கிறது. எத்தனை பெரிய தத்துவம். இருப்பும் இறப்பும் எதிர் எதிராக இருக்கின்றன. கால சம்கார மூர்த்தியைக் கண்டு இருட்டில் இப்படியும் அப்படியும் மார்க்கண்டேயன் பதுங்கிப் பதுங்கிப் போய்க்கொண்டிருக்கிறான். அவனைப் பிடிக்கக் கயிற்றோடு எமதர்மன் செல்கிறான். அலகிலா விளையாட்டு. எனக்கு எப்போது எல்லாம், உனக்கு ஏற்படுவது போல சஞ்சலம் ஏற்படு கிறதோ அப்போது எல்லாம் கால சம்கார மூர்த்தியை தரிசிக்க வந்துவிடுவேன். இரண்டு நாட்கள், மூன்று நாட்கள் கோவிலில் சுற்றிச் சுற்றி வந்து கொண்டே இருப்பேன். என்னைப் பார்த்து விட்டு எமதர்மன், மார்க்கண்டேயனே வந்து மாட்டிக் கொண்டது மாதிரி நமட்டுச் சிரிப்பொன்றை வீசியபடி கயிற்றை வீசத் தயார் ஆவான். அது ஒரு கணந்தான். அப்புறம் உண்மை தெரிந்ததும், கையில் இருக்கும் பாசக் கயிற்றை தோளில் போட்டுக்கொண்டு, ஏமாந்து போய்விட்ட வெட்கத்தோடு போய் விடுவான். நான்கைந்து வருஷமாக இந்த விளையாட்டு நடந்துகொண்டே இருக்கிறது. நான் என்றைக்கு எமன் கயிற்றில் பிடிபடப் போகிறேனோ தெரியவில்லை."

"நீங்கள் எல்லாம் எமனையே ஏய்க்கிற ஆள்கள்."

"இது நல்லா இருக்கிறது. ஆனால், நிஜத்தில் நாங்கள் தான் எமனை வருந்தியழைக்கிற ஆள்கள். சாவில் பயமே இல்லாதவர்கள். பாரதி, 'வாடா, காலா உன்னை காலால் உதைக்கிறேன்' என்றான். நாங்கள் அப்படி இல்லை. வாடா, காலா. உன் கால்களுக்கு முத்தமிடுகிறோம் என்று தினம் தினம் பாடுகிறோம். ஆனால், எங்கள் பாட்டு எமன் காதுக்கு எட்டுவதே இல்லை. அவன் எங்கள் பக்கம் வருவதே இல்லை."

"பேச்சு நல்லாதான் இருக்கிறது."

"பேச்சு மட்டும் இல்லை; நினைப்பும் நல்நினைப்புதான்."

"சரி."

"சாருமதி, எனக்கொரு ரகசிய ஆசை இருக்கிறது."

"ஐயோ வேண்டாமே" என்று பரபரக்க எழுந்து அன்பரசன் பக்கத்தில் உட்கார்ந்து கொண்டாள். அவன் இரண்டு பேரையும் மாறி மாறிப் பார்த்துக்கொண்டே இருந்தான்.

"நீ ஏன் பயப்படுற."

"நான் எங்கே பயப்படுறேன். உன் சிநேகிதன், என் இதயமே, எனக்கொரு ரகசிய ஆசை இருக்கிறது" என்று கழுத்தைக் கட்டிக்கொண்டு காதுக்குள் சொன்னாள். எனக்கு உயிரே போய் விட்டது மாதிரி இருந்தது. அவனைப் பிடித்து கட்டிலில் இருந்து கீழே உருட்டித் தள்ளினேன். கீழே விழுந்த அவன் பெரியதாகக் கத்தினான். இடுப்பில் துணிகூட இல்லாமல் அவன் நெஞ்சில் இரண்டு மிதி மிதித்தேன். அப்பக்கூட எனக்கு மனசு ஆறல. அதிலிருந்து யாராவது ரகசிய ஆசையென்று ஆரம்பித்தால் எனக்குப் பற்றிக்கொண்டு வந்துவிடுகிறது."

"அது வந்து சாருமதி."

"வேண்டாம். எனக்குச் சமாதானம், நியாயம் வேண்டாம். நீ அவன் கூட்டாளி. அவனைவிட பயங்கரமாக ஏதாவது சொல்லித் தொலைப்பே. எனக்கு ஆயுள் வரைக்கும் தூக்கம் போயிடும்."

"நீ கரப்பாம்பூச்சிக்கு பயப்படுவீயா?"

"உன் சிநேகிதனுக்கே பயப்படாதவள்."

"கை கொடு." பிரகாசம் எழுந்து அவள் இரண்டு கைகளையும் பிடித்துக் குலுக்கிவிட்டு, "இளவரசு, பெண் என்றால் இப்படித்தான் இருக்கவேண்டும். பயம் என்பதை மனத்தில்

இருந்து துடைத்தெறிந்து விடவேண்டும். கெட்டது நல்லது என்ற எதற்கும் பயப்படக்கூடாது. நான், முகுந்தனிடம் இதைத்தான் சொன்னேன். சாருமதி கொற்றவை, அவள் யார்க்கும் பயப்பட மாட்டாள். ஆனால், அவளுக்குத்தான் எல்லோரும் பயந்து கொண்டு இருக்கவேண்டும் என்று."

"இது எதற்கான சதி."

"கலைஞர்கள் வாழ்க்கையில் சதி, சூழ்ச்சிக்கு எல்லாம் இடமே கிடையாது. கலைஞர்கள் வாழ்க்கை என்பது காற்றைப் போன்று தூய்மையானது, தண்ணீரைப் போன்று தெளிவானது."

"நாம் இருவரும் சண்டைப் போடுவதாக அன்பரசன் நினைத்துக்கொள்ளப் போகிறார்."

"அவர் நம் இளவரசு. அவர்க்கு உண்மை என்பது உண்மை யாகவே தெரியும். பேசவில்லை என்பதற்காகப் பேசத்தெரியாத வர் என்பது இல்லை. எங்கு பேசவேண்டுமோ அங்கே பேசுவார்."

"நீ சொன்னால் சரி."

"உனக்கு ஏர் டிக்கெட் கன்பாம் ஆகிவிட்டது. ஜெட் ஏர்வேஸ் ஆபீசில் டேவிட் சார்லஸ் என்று ஒரு ஆள் டிக்கெட் கொடுப்பான். நானும் இளவரசும் திருச்சி வரைக்கும் வருகிறோம்."

"இல்லை, வேண்டாம். டில்லிக்குப் போறவளுக்கு திருச்சி வரைக்கும் துணை எதற்கு?"

"நீ என்னைப் பார்க்க வந்த. நான் வந்து வழியனுப்புவது தானே முறை."

சாருமதி கை கொட்டி சிரித்தாள். "உங்களுக்கு எல்லாம் முறை என்று ஒன்று இருக்கிறதா?"

"நாங்கள் அராஜகவாதிகள் இல்லை. எளிய மக்கள். அன்புக்குத் தாழ் பணிகிறவர்கள்."

"இது சரி."

"திருக்கடையூரில் வடக்கு சன்னதி தெருவில் முற்றம் வைத்த அருமையான வீடு ஒன்று இருக்கிறது. நூற்றியம்பது வருஷத்து வீடு. பையன் ஜெர்மனிக்குப் போய் இத்தாலிக்காரியைக் கட்டிக் கொண்டு செட்டில் ஆகிவிட்டான். அப்பனை காலசம்கார

மூர்த்தி நான்கு வருஷத்திற்கு முன்னால் பிடித்துக்கொண்டு போய்விட்டான். அம்மா மகளோடு பரோடாவில் குடியமர்ந்து விட்டாள். புங்களூர் இஸ்மாயில் சாயபு இரண்டு வருஷமாக விலை பேசிக் கொண்டிருக்கிறான். ஓட்டல் கட்ட டாக்டர் ராஜம் இடம் தேடிக் கொண்டிருக்கிறாள். நம்ப சிநேகிதன் ஒருத்தனிடந்தான் பவர் ஆப் அட்டானி இருக்கிறது. நானும் ஆர்ட் டைரக்டர் கிருஷ்ணமூர்த்தியும் ஒரு நாள் திருக்கடையூர் வந்தோம். சிநேகிதனும் கூட இருந்தான். வீட்டைத் திறந்து காட்டினான். கிருஷ்ணமூர்த்தி பூம்புகார் பூர்வீகம். மலைத்துப் போய்விட்டான். அவன் அபூர்வன் என்ற ஒரு டைரக்டரை அழைத்துக்கொண்டு வந்தான். இரண்டு பேர்களும் சேர்ந்து கொண்டு அந்த வீட்டையே கதாபாத்திரமாக வைத்து கதை எழுதி விட்டார்கள். போன மாதம் ஒரு செட்டில் சூட்டிங் நடந்தது. என்னால் வர முடியாமல் போய்விட்டது. பெங்களூர் போய்விட்டேன்."

"அப்படியா? வீடே கதாபாத்திரமா, நல்லா இருக்கே."

"நீ டில்லியில் உட்கார்ந்துகொண்டு நாய், பேய்ன்னு ஆள் களுக்கெல்லாம் பட்டம் கொடுத்துக்கிட்டு இருக்கற. இனிமேல் பத்மஸ்ரீ, பத்மவிபூஷன் பட்டம் கொடுக்கற கமிட்டிக்கு உன்னைத் தலைவரா போடணும்."

"எனக்கு அவ்வளவு வயது ஆகல."

"பெண்களுக்கு வயதே ஆவது இல்லை. என்றும் பதினாறு தான். ஆனால், திருமண வயது பதினெட்டு என்று அரசாங்கம் சொல்வதால் பதினெட்டு என்று வைத்துக் கொள்ளலாம்."

"பிரகாசம், நீ இப்ப இப்ப ரொம்பப் பேசற."

"அதுசரி. இதைக் கேட்டுக் கொள். நீ திருக்கடையூர்க்கு வந்து பார். கழுத்து நிறைய தங்க நகைகள் பூட்டிக்கொண்டு மூஞ்சிநிறைய மஞ்சள் பூசிக்கொண்டு, காதில் வைரத் தோடு மின்னல் அடிக்க, இடுப்பில் புதுப் பட்டுப்புடவை கட்டிக் கொண்டு யானை மாலைபோட, நாதசுரம் முழங்க அறுபது வயது மணமகன் கையைப் பிடித்துக்கொண்டு மனசெல்லாம் பூரிக்கச் செல்லும் பெண்ணைப் பார்க்கலாம். பூலோகத்திலேயே அதுதான் சொர்க்கம். நித்தம் நித்தம் கல்யாணம். எப்போதும் நித்ய சுமங்கலிகள். பார்க்கக் கண் வேண்டும். வாழ்த்த மனம் வேண்டும்."

அவன் பேசுவதை சாருமதி உன்னிப்பாகக் கேட்டுக் கொண்டே இருந்தாள்.

"நான் சுத்தமான கண்களும், நிறைந்த மனமும் கொண்ட வன். என்னிடம் தெரிந்தவர், தெரியாதவர், உறவினர், அன்னியர் என்ற பாகுபாடெல்லாம் கிடையாது. கண்களில் படுகின்ற தம்பதிகள் நீடூழி வாழ்கவென மனம் நிறைய வாழத்தி மஞ்சள் குங்குமம் கொடுப்பேன்."

வாசலில் காரை நிறுத்திவிட்டு முகமது அலிகான் உள்ளே வந்து பிரகாசத்திடம் வணக்கம் தெரிவித்தான்.

"கார் வந்துவிட்டது?" என்று பிரகாசம் எழுந்தான்.

சாருமதி அறைக்குள் சென்று பெட்டியை எடுத்துக் கொண்டு வந்தாள். அதை அலிகான் வாங்கிக்கொண்டு போய் கார் டிக்கியில் வைத்து மூடினான்.

பிரகாசம், சாருமதி, அன்பரசன் எல்லாம் வெளியில் வந்தார்கள். மழை லேசாகத் தூறியபடி இருந்தது.

"குடை" என்றான் அன்பரசன்.

"இல்லை. வேண்டாம்" என்றாள் சாருமதி.

"முகமது அலிகான். நான் ஓர் அரிய பொக்கிஷத்தை உன்னிடம் ஒப்படைக்கிறேன். நீ அதனை ஜாக்கிரதையாக எடுத்துக் கொண்டுபோய் விமானத்தில் ஏற்றி டில்லிக்கு அனுப்பி வைக்க வேண்டும்."

"உத்திரவு ஐயா?"

அவள் காரில் ஏறி உட்கார்ந்தாள்.

"சாருமதி, நான் ஒரு மாதம் இருக்க மாட்டேன். ஒரு சிநேகிதி கூப்பிட்டு இருக்கிறாள். ஆஸ்திரேலியா போகிறேன்."

"இனிமேல் நான் தஞ்சாவூர் பக்கமே தலைகாட்ட மாட்டேன்."

"ராஜராஜன் பிறந்த ஆயிரமாவது ஆண்டு வருகிறது. நான் தகவல் அனுப்புகிறேன். சதய நட்சத்திரம் உனக்கு. முகுந்தனை அழைத்துக்கொண்டு அவசியம், வா."

மழை பொழிய ஆரம்பித்தது. சாருமதி கரம் கூப்பி விடை பெற்றுக்கொண்டாள். "முகமது, திருச்சி காந்தி மார்க்கெட்டில் அழகு தேவர் பழக்கடையில் ஒரு டஜன் பாதிரி மாம்பழம் கொடுப்பார். அதைப் பத்திரமாக அம்மாவிடம் சேர்த்து விடு."

"சரி ஐயா."

"பெருமழை வருகிறது. புறப்படு அலிகான்."

அவன் காரில் ஏறி உட்கார்ந்தான். மழை பொழிய ஆரம்பித்தது. கார் நகர்ந்தது.

பிரகாசம் மழையில் நனைந்தபடியே நின்று கொண்டிருந்தான்.

10

உதயகாலம். கதிரவன் கிழக்கில் உதித்து மெல்ல மெல்ல மேலே வந்துகொண்டிருந்தது. பறவைகள் கரைந்துகொண்டு சிறகடித்தபடி கூட்டம் கூட்டமாகப் பறந்து சென்று கொண்டிருந்தன. காற்று சிலுசிலுவென்று வீசியபடி இருந்தது. பிரகாசம் உடம்பு மேலே போர்த்தியிருந்த சிவப்பு பட்டுப் பீதாம்பரத்தை எடுத்து இரண்டாக மடித்து இடுப்பில் கட்டிக்கொண்டு தலை குனிந்தபடி பெருவுடையார் கோவில் பிரகாரத்தில் ஒவ்வொரு அடியாக எடுத்து வைத்துக்கொண்டிருந்தான். அவன் பின்னால் அன்பரசன். உத்திராட்சம் போட்ட எட்டு முழ வேட்டி கட்டிக் கொண்டு மேலே வெள்ளை கதர் சட்டை போட்டுக்கொண்டு தலைகுனிந்தபடியே வந்துகொண்டிருந்தான். இரண்டும் பிரகாசம் உபயம். அவனுக்கு சிநேகிதிகள், சிநேகிதர்கள் அன்பளிப்பாகக் கொடுக்கும் பேண்ட், சட்டை, வேட்டிகளை மற்றவர்களுக்குத் தானமாகக் கொடுத்துவிடுவது வழக்கம். எதையும் தனக்குப் பயன்படுமே என்று அவன் வைத்துக் கொள்வது இல்லை. அது அவன் அம்மா, அத்தையிடம் இருந்து வந்தது. சாதாரணமான பொருட்கள்தான் என்று இல்லை, அபூர்வமான புடவைகள், வைர அட்டிகைகள், தோடுகள், மோதிரங்கள், முத்துமாலைகள் என்று எது வந்தாலும் உறவினர்கள், நண்பர்கள், சகோதர கலைஞர்கள், ஊர் பெயர் தெரியாத ஆட்களுக்குக் கொடுத்துவிடுவார்கள். அதனால் தஞ்சாவூர் செங்கமலம் வீட்டிற்குப் போனால் ஏதாவது கிடைக்கும் என்றுதான் சிலர் வந்துகொண்டு இருந்தார்கள். அம்மா இருந்த வரையில் அது கொடுத்துக்கொண்டே இருந்தது. அம்மாவிற்கு அப்புறம் அத்தை கமலம். அம்மா கொடுத்தது அதிகமா, அத்தை கொடுத்தது அதிகமா என்று ஒவ்வொரு சமயம் அவன் யோசித்துப் பார்த்தது உண்டு. ஆனால், முடிவாக ஒன்றும் சொல்லமுடியவில்லை.

அன்பரசன் முதன் முதலாக அவன் வீட்டிற்கு ஜீன்ஸ் பேண்ட், டி சர்ட்டோடுதான் வந்தான். கையில் ஒரு பிளாஸ்டிக்

பை. அதில் இன்னொரு ஜீன்ஸ்பேண்ட், இரண்டு டி சர்ட், ஒரு நான்கு உள்ளாடைகள், இரண்டு லுங்கிகள். உடம்பு துவட்டிக் கொள்ள ஒரு வெள்ளைத் துண்டு. எழுத இரண்டு நோட்டுப் புத்தகங்கள். கறுப்பு இங்க் பேனா மூன்று.

அவன் குளித்துவிட்டு வந்ததும், ஊஞ்சலில் ஆடிக் கொண்டே தி இந்து பேப்பர் படித்துக்கொண்டிருந்த பிரகாசம், "கட்டிக்க வேட்டி இருக்கா?" என்று கேட்டான்.

"வேட்டியா?" என்றபடி அவனையே பார்த்தபடி இருந் தான். ஊஞ்சல் ஒருமுறை முன்னே சென்று பின்னால் வந்தது. கறுப்பு நாய் ஊஞ்சலுக்குப் பின்னால் இருந்து எழுந்து உடம்பை சிலிர்த்துக்கொண்டு வெளியில் ஓடியது.

"அலமாரியில் வேட்டி இருக்கு. எடுத்துக் கட்டிக்க. இங்க இருக்கிறவரைக்கும் எட்டு முழ வேட்டி வெள்ளை சட்டைதான். அப்பதான் எல்லார்க்கும் நம்ப ஆள் என்பது தெரியும்."

அவன் தலையசைத்தான்.

"எப்பொழுதும் மிடுக்கா இருக்கணும். நல்ல தெளிவாகப் பேசணும்."

அன்பரசன் உள்ளே சென்று பட்டு வேட்டியை உடுத்திக் கொண்டு வெளியில் வந்தான்.

"அசல் தஞ்சாவூர்காரன் மாதிரியே இருக்கிறது" என்று வீட்டை விட்டு வெளியில் வந்தான். நாதசுரம் முழங்க கல்யாண ஊர்வலம் சென்றுகொண்டிருந்தது. பெண்கள் பட்டுப் புடவை உடுத்திக்கொண்டு மங்களகரமான வரிசைப் பொருட்களை எடுத்துக்கொண்டு சென்றுகொண்டிருந்தார்கள்.

"தஞ்சாவூர் சாதாரணமான ஊர் இல்லை. அது ஆயிரம் ஆண்டுகளுக்கு முன்னால் உலகத்தின் மகோன்னதமான நகரங் களில் ஒன்றாக இருந்தது. பெரிய பெரிய தேரோடும் வீதிகள். மகத்தான எழில்மிகு மாளிகைகள். காவலுக்கு ஆங்காங்கே யானைகளும், குதிரைகளும் அணிவகுத்துச் சென்றன. போர் வீரர்கள் கவசம் அணிந்து கையில் வேல், வாள் எடுத்துக் கொண்டு இளவரசர்கள் பின்னே வீரநடை நடந்து சென்றார்கள். அழகு ஒளிரும் அரம்பைகள் மாளிகையின் சாளரங்களில் இருந்து அவர்களைப் பார்த்துக்கொண்டிருந்தார்கள். பலதேச மன்னர்களும், அவர்களின் தூதுவர்களும் மாமன்னனின் நேர்காணலுக்காக பரிசுப் பொருட்களோடு காத்துக் கொண்டி ருந்தார்கள். சிவனடியர்கள் தேவாரம் பாடிக்கொண்டு தெருத்

தெருவாக சென்று கொண்டிருந்தார்கள். புத்த பிட்சுகள் 'புத்தம் சரணம், சங்கம் சரணம், தர்மம் சரணம்' என்று பூமி அதிராமல் கையில் ஒரு விசிறியும் இன்னொரு கையில் ஒரு தாமரைப் பூவும் எடுத்துக்கொண்டு சென்றார்கள்.

ஒரு யானை வேக வேகமாக சென்றுகொண்டிருந்தது. பிரகாசம் அன்பரசன் கையைப் பிடித்துக்கொண்டு கொஞ்சம் போல் ஒதுங்கி நின்றான். யானை மீது இருந்த பாகன் யானையை நிறுத்தினான். வேகமாக முன்னே அடியெடுத்து வைத்து சென்றுகொண்டிருந்த யானை அவன் முன்னே நின்றது. பாகன் தலை குனிந்து வணக்கம் தெரிவித்தான். அப்புறம் யானையின் நெற்றியில் செல்லமாக இரண்டு தட்டுத் தட்டினான். யானை துதிக்கையை அவன் தலைமீது வைத்து ஆசீர்வாதம் செய்தது. அவன் தலை குனிந்து அதனை ஏற்றுக் கொண்டான். தன் மடியில் இருந்து ஐம்பது ரூபாய் நோட்டை எடுத்து யானையிடம் கொடுத்தான். யானை அதனை பாகனிடம் கொடுத்தது.

அவன் யானை அன்பரசனையும் ஆசீர்வதிக்கும்படி பாகனிடம் கையைக் காட்டினான். ஒருமுறைக்கு இரண்டு முறையாக யானை அன்பரசன் தலைமீது துதிக்கையை வைத்து ஆசீர்வாதம் செய்தது. பள்ளிக்கூடம் செல்லும் ஐந்தாறு மாணவர்கள் கூட்டமாக வந்து நின்றார்கள். யானை எல்லோர் தலைமீதும் ஒருமுறை துதிக்கையை வைத்து ஆசீர்வாதம் செய்துவிட்டு வேகமாகச் சென்றது.

"யானை ஒரு அற்புதமான பெரிய விலங்கு" என்றான் பிரகாசம். அன்பரசன் கேட்டுக்கொண்டே நடந்தான். மூன்று தெருக்களைக் கடந்து பெருவுடையார் கோவிலுக்குள் சென் றார்கள். பிரகாரத்தில் நடக்கும்போது ஆளே மாறிப் போய் விட்டான். பணிவு நடையிலும் கைவீச்சிலும் கூடி இருந்தது. 'பொன்னார் மேனியனே' என்று அடிக்கடி முணுமுணுத்துக் கொண்டே இருந்தான்.

அன்பரசனுக்கு அது புது அனுபவமாக இருந்தது. பிரகாசம் யார் என்று தனக்குத்தானே கேட்டுக்கொண்டான்; நேற்று சாருமதியோடு பேசியவனா? சதிர் பார்க்க அழைத்துப் போனவனா? மீன் குழம்போடு சாப்பாடு போட்டவனா? என கேட்டுக்கொண்டே ஒவ்வொரு அடியாக எடுத்து வைத்தான். பெருவுடையார்கோவில் பிரகாரத்து புறாக்கள் முனகிக் கொண்டே இருந்தன. காலில் நெருஞ்சி முள் குத்தியது. அவன்

இடதுகாலைத் தூக்கி நெருஞ்சி முள்ளைப் பிடுங்கி ஒருபக்க மாகப் போட்டுவிட்டு வந்தான். இவன் நின்று கொண்டே இருந்தான்.

“இளவரசு. ஆயிரம் ஆண்டுகளுக்கு முன்னால் எந்த மாமன்னன் திருவடிகள் பதித்துச் சென்றானோ, அதே பெருவுடையார் கோவில் பிரகாரத்தில் நாம் நடந்து செல்லும் பாக்கியம் பெற்றிருக்கிறோம். அது வராமல் வந்திருக்கிறது; என்னால் உனக்கும்; உன்னால் எனக்கும் நேர்ந்து இருக்கிறது. ஆடவல்லான் அருட் கருணையே கருணை. மாமன்னன் ராஜராஜன் தன் தேவிமார்களான ஓலோமாதேவியார், சோழமா தேவியார், பஞ்சவன்மாதேவியார்களோடு வந்து ஆடவல் லானுக்கு முத்து, பவளம், திருப்பாட்டிகை, திருபொற்பூ சாத்தி வணங்கிவந்தான். ஓதுவார்கள் தேவாரம் இசைத்தார்கள். தேவ அடியார்கள் களிப்போடு ஆடிக்களித்தார்கள். எக்காளம் என்னும் இசைக்கருவி இசைக்கப்பட்டது. முழங்கியது. எங்கும் சுபிட்சம் செழித்து இருந்தது.”

இருவரும் நடந்து பெருவுடையார் கோவில் வடக்கு வாசல் பக்கம் வந்தார்கள். பிரகாசம் இடுப்பில் கட்டியிருந்த பீதாம் பரத்தை அவிழ்த்து மறுபடியும் கட்டிக்கொண்டு கல்வெட்டில் பொறிக்கப்பட்டிருக்கும் எழுத்துகளையே பார்த்துக்கொண்டி ருந்தான். பின்பு இரண்டடி முன்னே எடுத்து வைத்துச் சென்று இரண்டு கைகளாலும் எழுத்துகளைத் தடவிப் பார்த்துவிட்டு கண்களில் ஒற்றிக்கொண்டான்.

ஸ்வஸ்திஸ்ரீ
திருமகள் போலப் பெருநிலச் செல்வியும்
தனக்கே யுரிமை பூண்டமை மனக்கொளக்
காந்தளூர் சாலை கலமறுந்தருளி
வேங்கை நாடும் கங்கைப்பாடியும்
குடமலைநாடும் கொல்லமும் கலிங்கமும்
முரட்டொழிற் சிங்களர் ஈழமண்டலமும்
இரட்டபாடி ஏழரை இலக்கமும்
முன்னீர்ப் பழந்தீவு பன்னீராயிரமும்
திண்டிறல் வென்றித் தண்டாற்கொண்டதன்
எழில்வளருழியுள் எல்லா யாண்டும்
தொழுதக விளங்கும் யாண்டே
செழியரைத் தேசுகொள்
கோ ராஜகேஸரிபன்மரான ஸ்ரீ ராஜராஜ தேவர்க்கு...

அன்பரசன், பிரகாசத்திற்கு எதிராக வந்து நின்று இருகரமும் கூப்பி வணங்கினான். அவன் தலையை இரண்டு முறை சிலுப்பிக்கொண்டான்.

"ராஜராஜன் எல்லாவற்றையும் கல்வெட்டில் பொறித்து வைத்திருக்கிறான்" என்றான். இருவரும் நடந்தார்கள்.

"நாம் குடுத்தனவும்
நம் அக்கன் குடுத்தனவும்
நம் பெண்டுகள் குடுத்தனவும்
மற்றும் குடுத்தார் குடுத்தனவும்
ஸ்ரீவிமானத்திலே கல்லில் வெட்டுக" என்று
வெட்டியவன், ராஜ ராஜ சோழன்.

"கல்வெட்ட புத்தகம் மாதிரி படிக்கிறீங்க" என்றான் அன்பரசன்.

"இளவரசு. அது ஒன்றும் பெரிய வேலை இல்லை. எழுத்து என்பது வெறும் கோடுதான். கோடுகளை அப்படியும் இப்படியும் மாற்றி மாற்றி ஒரே மாதிரி எழுதி எழுத்துகளாக்கி விட்டார்கள். எல்லா மொழி எழுத்துகளும் கோடுகள்தான். மூன்று மாதம் பயிற்சி எடுத்துக்கொண்டால் படித்து விடலாம்."

"புதிதாக இருக்கிறது."

"உலகத்தில் எதுவும் புதியது இல்லை. எல்லாம் பழையது. பழைய கோடுகளை கொஞ்சம் மாற்றிப் போட்டுத்தான் புது எழுத்து உண்டாக்கி இருக்கிறார்கள். நான் ஜெர்மன், பிரெஞ்சு, இத்தாலி மொழிகள் படிக்கவும் எழுதவும் தெரிந்து வைத்துக் கொண்டு இருக்கிறேன். அதோடு சமஸ்கிருதம், இந்தி, வங்காளம், தெலுங்கு, மலையாளம் தெரியும். புத்த சமய நூல்கள் படிக்க பாலிமொழியை இலங்கைக்குச் சென்று ஆறு மாதங்களில் இருந்து கற்றுக்கொண்டேன்."

"உங்களைப் பார்த்தால் ஆச்சரியமாக இருக்கிறது; என்னென்னமோ வேலை எல்லாம் செய்துகொண்டு இருக்கிறீர்கள்."

"இளவரசு. ரொம்பப் புகழ்ந்துடாதே. ராஜராஜன் செய்த வேலைகளில் நான் ஒன்றைக்கூட செய்யவில்லை. மனிதர்களிடம் மகத்தான சக்தி இருக்கிறது. அதில் ஆண் பெண் என்ற பேதமெல்லாம் கிடையாது. என்ன செய்ய வேண்டும் என்று நினைக்கிறார்கள், அவர்கள். அதன் உச்சத்தை எட்டுகிறார்கள்.

எங்கள் வீட்டில் ஆயிரம் ஆண்டுகளுக்கு மேலாகப் பாட்டும் நடனமும் ஜீவிதமாக இருந்தது. பாட்டி, அத்தை, அம்மா, சகோதரிகள் என்று எல்லோரும் ஆடிக் களித்தார்கள். பாடி எல்லோரையும் பரவசம் அடைய வைத்தார்கள். தாத்தாவும், அப்பாவும், அண்ணனும் தம்பியும் நாதசுரம் வாசித்தும், தவில் அடித்தும் இசைபட வாழ்ந்தார்கள். எதுவும் உன்னை விட்டுப் போவது இல்லை; எதையும் நீ துறந்து விட்டு ஓடி விட முடியாது. அது உன்னிலும், நீ அதுவிலும் கரைந்துபோய் இருக்கிறீர்கள்.

ஒன்பது பத்து தலைமுறையாக நீயும் நானும் உட்கார்ந் திருக்கும் இல்லத்தில் சலங்கைகள் ஒலித்தன. வீணை மீட்டப் பட்டுக் கொண்டே இருந்தது. மங்கள விளக்குகள் எரிந்தன. மல்லிகையும், தாழம்பூவும், சந்தனமும் மணம் வீசியபடி இருந்தன. ஆனால், உயர்வு என்று ஒன்று இருந்தால் தாழ்வு என்று ஒன்று வரும். எது இழையறாமல் எங்கள் குடும்பத்தின் ஜீவனமென்று இருந்ததோ அதனை ஒரு காலத்தில் கோபத்தோடும் வெறுப் போடும் வீசி எறிந்தோம். எந்த சமூகம் எங்களை அவமரியாதை செய்ததோ அவர்கள் மூஞ்சியில் காறித் துப்பிவிட்டு கண்ட வேலைகள் செய்கிறோம். அரசாங்க அலுவலகத்தில் பேனா பிடித்து கணக்கு எழுதுகிறோம்; எஞ்சினியராக ஆனோம்; டாக்டராகி நோய் தீர்க்கிறோம். தறி ஓட்டினோம். கார் டிரைவ ராக யார் யார்க்கோ கதவைத் திறந்து விட்டுக்கொண்டிருக் கிறோம். பள்ளிக் கூடத்தில் ஆசிரியர், இரண்டொருவர் பாட்டுக் கற்றுக் கொடுத்து ஜீவிதம். அரசியல் தலைமை கட்சி எல்லாம் உண்டு.

நான் பாட்டும் நடனமும் வாத்திய இசையும் எங்கள் வீட்டில் இருந்து தொலைந்துபோய் விட்டது என்று இருந்தேன். தமிழ் கற்றுக்கொண்டு ஆசிரியராக ஆசைப்பட்டேன். தமிழும் இசையும் ஒன்று என்று ஒருநாள் சரப சாஸ்திரி பாட்டையும், வீணையையும் கேட்டதும் தெரிந்தது. அவர் வீணையும் வாசிப்பார், பாட்டும் பாடுவார். நான் அவர் வீட்டுப் பக்கமாகப் போகும் போதெல்லாம் அவர் ஒன்று பாடிக்கொண்டிருப்பார்; இல்லாவிட்டால் வீணை வாசித்துக்கொண்டு இருப்பார். நாட்கள் ஆக ஆக அவர் இசையைக் கேட்பதற்காகவே அந்தப் பக்கம் போக ஆரம்பித்தேன். அவர் எனக்காகவே பாடுவது மாதிரி இருந்தது.

எனக்குத் திடீரென்று வீணை கற்றுக்கொள்ள வேண்டும் என்று ஆசை வந்தது. நேராக சரப சாஸ்திரியிடம் சென்றேன். அவர்தான் தஞ்சாவூரிலேயே பெரிய மகாவித்வான். எல்லோரும் வயலின் கற்றுக்கொண்டு பணம் சம்பாரித்துக்

கொண்டிருந்தபோது சரப சாஸ்திரி சாஸ்திரியமான வீணை வாசித்து மகிழ்ந்துகொண்டிருந்தார்.

அவர் அப்பா எங்கள் கொள்ளுப்பாட்டி சுந்தரம்மாவிடம் வீணை கற்றுக்கொண்டவர் என்று சொல்வார்கள். சுந்தரம்மாள் வீணையில் ஜெகஜோதியாக ஜொலித்தவர். மைசூர், திருவனந்த புரம் மகாராஜாக்கள் அவரை அழைத்து நவராத்திரி சமயத்தில் வீணை வாசிக்கச் சொல்லிக் கேட்டார்கள். அவர் காலத்தில் அவர்தான் ஒரே பெண் வீணை வித்வான். தனி ஆவர்த்தனம். கல்விக் கடவுள் சரஸ்வதி என்பதுபோல சுந்தரம்மாள் வீணை யின் கடவுளாக இருந்தார். மைசூர் அரண்மனை ஓவியர் பசவண்ணா சுந்தரம்மாளை வீணை வாசிப்பது மாதிரி தீட்டிய ஓவியம் பிரசித்தி பெற்றது. சிவகாசியில் காலண்டரில் எல்லாம் அதனை வெளியிட்டார்கள். ரொம்ப நாட்கள் வரையில் சுந்தரம்மாள் வீணை ஓவியம் எங்கள் வீட்டில் இருந்ததாம். இங்கிலாந்தில் இருந்து வந்த ஒரு சரித்திர பேராசிரியர் ஐந்து பவுண்டு கொடுத்து வாங்கிக்கொண்டு சென்றாராம். ஐந்து பவுண்டையும் திருவையாறு கோவிலுக்கு நெய்விளக்குப் போட கொடுத்து விட்டாராம். நாங்கள் ஆடறது பாடறது என்பதில் பெயர் பெற்று இருந்தது மாதிரி, தான தர்மம் செய்வதிலும் பெயர் பெற்று இருந்தோம். ஈகை என்னும் பெரும் குணம் எங்கள் சொத்தாக இருந்தது. அதுவே எங்களைக் காத்து வருகிறது என்று சொல்ல வேண்டும்.

நான் சரப சாஸ்திரி வீட்டிற்குச் சென்றபோது அவர் உள்ளே இருந்து வெளியில் வந்தார். ஐந்தாறு மாதங்களாக அவர் வீட்டை விட்டு வெளியில் வருவதே இல்லை. அவருடைய ஒரே மகள் பதினாறு பதினேழு வயது இருக்கும். வீணை கற்றுக்கொண்டு அரங்கேற்றத்திற்குத் தயாராகிக் கொண்டிருந்தது. மந்தராலயம் சென்று துங்கபத்திரையில் நீராடியிருக்கிறது. நல்ல பெண். அற்புதமாக வீணை வாசிக்கும். நான் இரண்டொரு முறை சாலையில் வீணையைக் கேட்டு விட்டு மெதுவாகச் செல்வேன். வாசிப்பது சரப சாஸ்திரியா; அவர் மகள் நாராயணியா என்று யோசிக்க வைக்கும். வீணை யில் ஒலிக்கும், இளமை மிடுக்கைக் கேட்டுவிட்டு அது நாராயணி என்று முடிவு கட்டி விடுவேன். அது சரியாகவே இருந்தது. அதனை ஒருமுறை சரப சாஸ்திரியிடம் சொன்னேன். "அடே, நீ லேசுப்பட்ட ஆளில்லை. உனக்கு எல்லாம் தெரி கிறது" என்றார். நாராயணி அவர்க்கு மேலே வரும் என்றுதான் இருந்தேன். ஆனால், உலகத்தின் நடப்புகள் பற்றி யாரும் ஒன்றும்

சொல்ல முடியாது. நேற்று இருந்தது இன்று இல்லை. இன்று இருப்பது நாளை இருக்குமென்று சொல்ல முடியாது. துங்கபத்திரையில் நீராட மூழ்கிய நாராயணி எழுந்திரிக்கவே இல்லை. நீரோடு போய்விட்டது. ஒரு நாளெல்லாம் தேடி இருபத் தைந்து மைல்தொலைவில் சடலமாகக் கண்டெடுத்தார்கள். சரப சாஸ்திரி வாழ்க்கையில் வெறுப்புற்றுப் போய்விட்டார். யார் பொருட்டு அவர் வாழ்ந்தாரோ அந்த மகள் இல்லை என்று தெரிந்ததும் வாழ்க்கை அவர்க்கு கசந்து போய்விட்டது. தினம் தினம் வாசித்து மகிழ்ந்த வீணையைக் கையில் தொடவில்லை. காலையும் மாலையும் கோவிலுக்குச் சென்று இறைவனிடம் தன்னை சீக்கிரத்தில் அழைத்துக்கொண்டு போகும்படி ரகசியமாக பிரார்த்தனை செய்துகொண்டே இருந்தார். வாழ்வதில் அர்த்தமில்லை என்று படும்போதெல்லாம் சாவதே சரியாகப்படுகிறது.

சரப சாஸ்திரியிடம் வீணை கற்றுக்கொள்ள யார் யாரோ வந்தார்கள். சென்னை உயர்நீதிமன்ற தலைமை நீதிபதி ராமுண்ணி மேனன் பேத்தி, பெஜவாடா மதன கோபால நாயுடு மகள் அன்னபூர்ண தேவி என்று பெரிய இடத்து பெண்கள் எல்லாம் வீணை கற்றுக்கொள்ள வந்தார்கள். அவர் இங்கிதமாக மறுத்துவிட்டார். அவர் நாசுக்குத் தெரிந்தவர். தன் துயரத்தை வெளியில் காட்டிக்கொள்ளவே இல்லை. ஆனால், அவர் வீணை வாசிக்க மாட்டார்; யார்க்கும் வீணை கற்றுக் கொடுக்க மாட்டார் என்று அவர் பால்ய கால சிநேகிதர் ராஜகோபால ஐயர் சொன்னார். நான் தலையசைத்து கேட்டுக் கொண்டேன். நாட்கள் ஆக ஆக சரப சாஸ்திரியிடம் வீணை கற்றுக்கொள்ள வேண்டுமென்ற ஆசை ஏற்பட்டது.

ஒரு நாள் காலையில் நன்றாகக் குளித்து மூழ்கி திருநீறு பூசிக்கொண்டு, பட்டாடை உடுத்திக்கொண்டு பூ பழத்தோடு அவர் வீட்டு வாசலில் போய் நின்றேன். பூசை முடித்துவிட்டு அவர் வெளியில் வந்தார். நான் அவர் பாதங்களில் விழுந்து வணங்கி 'சுவாமி என்னை ஆசீர்வதிக்க வேண்டும்' என்றேன்.

'பிரகாசம்?' என்றார்.

நான் அவரை வணங்கியபடியே இருந்தேன். எனக்குப் பேச்சே வரவில்லை. அந்தக் கணத்தில் நானும் அவரும் ஒன்றாக இருந்தோம்.

'நான் ஒரு வாரமாக உன்னை எதிர்பார்த்துக்கொண்டே இருக்கிறேன்.'

'புதுச்சேரியில் வேதபுரிஸ்வரர்கோவிலில் சின்ன சாமிநாத பிள்ளை நாதசுர கச்சேரி. அதற்குப் போய்விட்டேன்.'

'நாளைக்கு நல்ல நாளாக இருக்கிறது. காலையில் வந்துவிடு. நாராயணி வீணை மீட்டப்படாமல் இருக்கிறது. நீதான் மீட்டி வாசிக்க வேண்டும்.'

'பாக்கியம்' என்று நான் அவரை வணங்கி விடைபெற்றுக் கொண்டேன். அன்றைய தினத்தில் இருந்து பதினேழு மாதங்கள் குடி, பெண், மாமிசம், காபி, டீ, ஓட்டல் எல்லாவற்றையும் துறந்துவிட்டேன். அதில் எனக்கு ஒரு கஷ்டமும் இல்லை. எதில் உனக்கு ஈடுபாடு இருக்கிறதோ அதில் கஷ்டம் தெரிவது இல்லை. அவர் அதிகாலையில் நான்கு மணியில் இருந்து ஆறு மணி வரையில் வீணை கற்றுக் கொடுத்தார். அவர் கற்றுக் கொடுத்ததைவிட நான் வேகமாகக் கிரகித்துக்கொண்டேன். என் வேகம் அவரைக் கவர்ந்ததுபோலும்.

'வீட்டில் வீணை இருக்கா?' என்று கேட்டார்.

அத்தை வாசிக்க பெரிய வீணை இருந்தது. அப்பா ஒரு நாள் எடுத்துப் போட்டு உடைத்து அடுப்பில் வைத்து எரித்து விட்டார். அத்தை அப்பாவை நிமிர்ந்து ஒரு பார்வை பார்த்து விட்டு, என் கையைப் பிடித்துக்கொண்டு, காறி முற்றத்தில் துப்பிவிட்டு காமிரா அறைக்குள் சென்றது. அத்தை கை படபடவென்று ஆடிக்கொண்டிருந்தது.

'உன் அப்பனுக்கு புத்திக்கெட்டு போச்சு' என்றது. அதற்குப் பிறகு அத்தை அப்பாவிடம் எனக்குத் தெரிந்து பேசியது இல்லை. மூன்று வருஷங்களுக்குப் பின்னர் அப்பா முதுகில் ராஜ பிளவை வந்து செத்துப் போனார்.

சரப சாஸ்திரி பூசை அறையில் இருந்த வீணையைக் கஷ்டப்பட்டு தூக்கிகொண்டு வெளியில் வந்தார். அது அவர் தாத்தா வீணை. மைசூர் மகாராஜா நவராத்திரியில் வாசிக்கக் கொடுத்தது. அந்த வீணையை எடுத்துக்கொண்டு போய், திருவிதாங்கூர் மகாராஜா திருநாள் பாலவர்மா அரண்மனை யில் வாசித்து பீதாம்பரம் பரிசாக வாங்கி வந்தார். அவர் பெயர் சரப குப்பண்ணா. அவரை மகாராஜா திருநாள் ஸ்ரீ பத்மநாப சுவாமி கோயில் ஆஸ்தான வித்வானாக நியமித்து பட்டயம் கொடுத்தார். அவர் ஆண்டுதோறும் நவராத்திரி ஒன்பது நாள் உற்சவத்திலும் வீணை வாசித்து வந்தார். வீட்டில் வீணை வாசித்துக்கொண்டிருந்தபோது – காலை வேளையில் அவர் ஜீவனை விட்டார். அதனால் அவர் வீணையை யாரும் வாசிக்க வில்லை. சரப குப்பண்ணா ஜீவன் வீணையில் இறங்கி

ஜீவிக்கிறது என்று பூசை அறையில் வைத்து பூஜித்துக்கொண்டு வந்தார்கள்.

'சரப குப்பண்ணா ஜீவனை உன்னிடம் ஒப்படைக்கிறேன்' என்று வீணையை என்னிடம் கொடுத்தார். நான் பாக்கியவான். யார்க்கு என்ன கிடைக்குமோ அது அவர்களுக்குக் கிடைக்கிறது. நாராயணிக்கென்றுதான் இத்தனை ஆண்டுகளாகக் காத்துக் கொண்டு இருந்தார். அது தண்ணீரில் கரைந்து போனது. அதுக்குக் கிடைக்க வேண்டியது இந்த பிரகாசத்திற்குக் கிடைக் கிறது.'

"இளவரசு. இதுதான் விதி. நீ நம்புகிறாயோ என்னவோ நான் நம்புகிறேனோ என்னவோ. ஆனால், எல்லாம் ஒரு விதிப் படிதான் நடக்கிறது."

அன்பரசன் கைகளைக் கட்டிக்கொண்டு பிரகாசத்தோடு நடந்துகொண்டே இருந்தான்.

"நான் பொக்கிஷமாகக் கிடைத்த சரப குப்பண்ணா வீணை யில் ஒவ்வொரு நாளும் உதய காலத்தில் நான்கு மணிக்கெல்லாம் சாதகம் செய்ய ஆரம்பித்தேன். நான் வீணை வாசிப்பதை முதலில் பறவைகள்தான் கண்டுபிடித்தன. அவற்றுக்குத் தாள முடியாத சந்தோஷம். கூவிக் கூவி பெருங் கூட்டத்தைக் கூட்டி விட்டன. கூட்டம் பெரிதானாலும் அமைதியாக அமர்ந்து வீணை மீட்டப்படுவதைக் கண்டும், கேட்டும் பரவசமடைந்தன. முதலில் நான் பறவைகள் வீட்டைச் சுற்றிக் கூடுவதைக் கவனிக்கவில்லை. நான் பாட்டிற்குச் சாதகம் செய்வது மாதிரி வாசித்துக்கொண்டே இருந்தேன். பலவிதமான பறவைகள் வீட்டின் கூரை மீதும், வீட்டைச் சுற்றியிருக்கும் மரக்கிளைகள் மீதும் வந்தமர்ந்து விட்டன. பிறகு பறவைகளுக்காகவே வாசிக்க ஆரம்பித்து விட்டேன். ஆனால், நிஜத்தில் நான் வாசிக்கவில்லை. சரப குப் பண்ணாதான் வாசித்துக்கொண்டிருந்தார்" என்று சொல்லிக் கொண்டே வெளியில் வந்தான். வெளிப்பிரகாரத்து கல் வெட்டுகளைப் பார்த்தபடியே நின்றுகொண்டிருந்தான்.

முன்னே சென்று அன்பரசன் திரும்பி வந்தான்.

"இந்தக் கல்வெட்டில் என்ன எழுதப்பட்டிருக்கிறது தெரியுதா?"

அன்பரசன் கல்வெட்டுகளையும் பிரகாசத்தையும் மாறிமாறிப் பார்த்தபடி இருந்தான்.

"நீங்கள் எல்லாம் ஒரு படிப்பாளி. பெரிசு பெரிசாகப் பட்டம் போட்டுக்கிட்டு திரியிறீங்க. இந்தக் கல்வெட்டில் என்ன இருக்கிறது என்பது தெரியாது. அது மட்டுமில்ல, உங்களுக்கு

ஒன்றுமே தெரியாது. உங்களுக்கு மட்டுமல்ல, உங்களுக்கு மேல இருக்கிறவனுக்கும் ஒன்னும் தெரியாது. நான் உண்மையைச் சொன்னால் கலாட்டா பண்ணுறான். நிந்தனை செய்கிறான். குற்றம் சாட்டுகிறான் என்று வழக்குப் போட்டு விடுவார்கள். கொஞ்ச காலமாகத்தான் வழக்கு வேண்டாம் என்று அமைதியாக இருக்கிறேன். மதுரையில் எனக்கு கொடும்பாவி கட்டி எரித்தார்கள். அன்றைக்கு நான் தற்செயலாக மதுரையில் தான் இருந்தேன். கொடும்பாவி எரித்த கூட்டத்திற்கு என்னைத் தெரியவில்லை. அதான் வேடிக்கை."

"மழைக்காக எங்க ஊர்ல கொடும்பாவி கட்டி எரிப் பார்கள்."

"கண்களுக்குத் தெரியாத பாவிதான் கொடும்பாவி. அவனை எரிப்பதுதான் கொடும்பாவி ஐதீகம்."

"அப்படியா? இப்பத்தான் தெரிந்துகொள்கிறேன்."

"ரொம்ப விஷயம், நீ இனிமேல்தான் தெரிந்து கொள்ள வேண்டும். கல்லூரியை விட்டு வெளியே வந்த பிறகுதான் உண்மையான கல்வி தொடங்குகிறது என்று மாயூரம் வேதநாயகம் பிள்ளை, பிரதாப முதலியார் சரித்திரம் என்ற நாவலில் நூற்று ஐம்பது ஆண்டுகளுக்கு முன்னால் எழுதி வைத்திருக்கிறார்."

"சவிதா கொடுத்தாங்க. நான் படித்து இருக்கேன்."

"உன்ன ரொம்ப பாராட்டணும். நாவல் எல்லாம் படிக்கற."

அன்பரசன் தலையசைத்தான்.

"நாட்டிற்கே புகழ் பரப்பிக்கொண்டிருந்த மாதரசிகள் பெயர்களை எல்லாம் மாமன்னர் ராஜராஜ சோழன் கல்லில் பொறித்து வைத்து இருக்கிறான். ஆயிரம் ஆண்டுகளுக்கு முன்னால் அவர்கள் வாழ்ந்திருந்தாலும், கல்லில் ஜீவிதமாக இருக் கிறார்கள். யார் பெயர் எக்காலத்திலும் ஜீவிதமாக இருக்க வேண்டுமோ அவர்கள் பெயர் மட்டுமே பொறிக்கப்பட்டிருக் கிறது. அவர்கள் ஆடியும் பாடியும் ஆண்டவனைத் தொழுது வாழ்ந்தார்கள். இறைவனைத் தவிர அவர்களுக்குப் பிறிதொரு வாழ்க்கையில்லை. அவர்கள் தேவனின் அடியார்கள். சமூகம் அவர்களின் பெயர்களுக்கு முன்னால் என்னென்னவோ வைத்து சின்னாபின்னப் படுத்திவிட்டது. இவர்கள் இட்ட பெயர்கள் எதுவும் அவர்களோடு ஒட்டாது. அவர்கள் மேன் மக்கள். கீழ்மக்கள் சொல்லும் செயலும் அவர்கள் பக்கம்கூட போகாது."

அன்பரசன் இரண்டு கைகளையும் கட்டிக்கொண்டு கல்லில் வெட்டப்பட்டிருக்கும் எழுத்துகளைப் படிக்க முடிகிறதா என்று பார்த்துக்கொண்டே இருந்தான். பிரகாசம் தன் தோளில் கிடந்த பட்டு மேல் துண்டை எடுத்து முகத்தை நன்றாகத் துடைத்துக்கொண்டு வேகமாக நடக்க ஆரம்பித்தான்.

"யாருக்கும் யாரையும் விமர்சிக்க உரிமையில்லை. ஏனெனில் கடவுள் அந்த உரிமையை யாருக்கும் கொடுக்க வில்லை. சென்ற காலம் நிகழ் காலம் என்று ஒன்று கிடையாது. சென்ற காலம் போய்விட்டது. இனி அது வரப் போவது இல்லை. ராஜராஜன் தான் எழுப்பிய மகத்தான பெருவுடையார் ஆலயத்தில் தன் அறிவு, ஆற்றல், கலை ஈடுபாடு என்பனவற்றின் அடிப்படையில் எல்லாவற்றையும் எழுதி வைத்திருக்கிறான். அவனைப் போல் எழுத்தில் நம்பிக்கை கொண்டவன் இன்னொருவன் கிடையாது. அவனுக்குத் தான் சம்பந்தப்பட்ட ஒவ்வொன்றும் பெரியது. அது அறியப்பட வேண்டியது என்ற எண்ணம் இருந்தது. எனவேதான் ஒவ்வொரு மாதரசிகளின் பெயர்களையும் அவர்கள் எந்த ஈச்வரத்தில் ஆடினார்கள் என்பதையும் பொறித்து வைத்திருக்கிறான்.

"நீங்கள் கல்வெட்டை நல்லா படித்து, புதிது புதிதாகச் சொல்லுறீங்க" என்றான் அன்பரசன்.

"நான் தஞ்சை பெருவுடையார் ஆலயத்தில்தான் கல்வெட்டுகளைப் படிக்கக் கற்றுக்கொண்டேன். எனக்கு பதினேழு வயதாகி இருந்தது. கையில் ஒரு நோட்டுப் புத்தகம் வைத்துக்கொண்டு படம் போட்டுக்கொண்டிருந்தேன். சித்திரம் போடுவது எனக்கு இயற்கையாகவே வந்திருந்தது. நான் ஓவியம் போடுவதைப் பார்த்துவிட்டு செண்பக லட்சுமிதான் கல் வெட்டுகளைப் படிக்கவும், கல்வெட்டு எழுத்துகளை எழுதவும் கற்றுக் கொடுத்தார். அவர் பெரிய படிப்பாளி. பெரிய குடும்பத்துப் பெண். கல்கத்தாவில் பிறந்ததாகவும், இஸ்லாமிய சூழ்நிலையில் வளர்ந்ததாகவும் சொன்னார். ஆரம்பப் படிப்பு தாகூர் சாந்திநிகேதன். அவர் நன்றாக ரவீந்தர் சங்கீதம் பாடினார்; அதைவிட அற்புதமாக தேவாரம் திருவாசகம் பாடிக் காண்பித்தார். திருவெண்காடு அருணாசல தேசிகரிடம் மூன்றாண்டுகள் தேவாரம் திருவாசகம் கற்றதாகச் சொன்னார். அவர் பாடும்போது இதயம் உருகி பக்தியில் ஆறாக ஓடும். அவர் கற்க வேண்டிய மாணவி இல்லை. ஆசிரியர். கற்றுக் கொடுக்கத் தகுதி பெற்றவர். என் பாக்கியம். அவரை ராஜராஜ சோழன் கருத்தரங்கில் சந்தித்தேன்.

அன்று அவர் சங்கம் ஓட்டலில் தங்கியிருந்தார். பிரான்சில் இருந்து ஒரு கலைக்குழு வந்திருந்தது. என்னைப் பற்றி யாரோ அவரிடம் சொல்லியிருக்கிறார்கள். அவர் என்னைத் தேடிக் கொண்டிருக்கிறார். நான் அவர் முன்னே போய் நின்றேன். அது ராஜராஜனே அனுப்பி வைத்தது மாதிரி இருந்தது என்று பின்னால் சொன்னார்.

பிரெஞ்சு நாட்டுக் கலைக் குழுவினருக்கு என்னை தஞ்சாவூரை சுற்றிக் காட்டச் சொன்னார். குழுவில் ஏழு பேர்கள் இருந்தார்கள். நான்கு பேர்கள் பெண்கள், மூன்று ஆண்கள். எல்லோரும் இளைஞர்கள். முப்பது வயதுகூட முதிராதவர்கள்; அருகில் பார்த்தபோது இன்னும் வயது குறைந்தவர்கள் மாதிரி இருந்தார்கள். இளமையும் அழகும் பூரணத்துவம் பெற்று இருந்தார்கள்.

நான் அவர்களை அழைத்துக்கொண்டு போய் முதலில் காவிரி ஆற்றைக் காட்டினேன். தஞ்சாவூர் என்றால் காவிரிதான். தஞ்சாவூர் பெருவுடையார் மாதிரி தஞ்சாவூரில் ஓடும் ஆறும், நகரத்தில் வாழ்கின்ற மக்களும் முக்கியந்தான். வீணை மகாவித்வான் சரப சாஸ்திரி இல்லம்; பொய்க்கால் குதிரை ஆட்டக் கலைஞர் சாமண்ணா, நாதசுர மேதை கோவிந்தசாமி பிள்ளை; தவில் வித்வான் தஞ்சாவூர் சாமிநாத பிள்ளை இல்லம், வீணை கலையரசி கமலம் வாழ்ந்த வீடு, ஐம்பொன்னில் ஆடவல்லான் செய்யும் கணபதி ஸ்தபதி பட்டறை, கதம்பம் கட்டி விற்கும் பூங்காவனம் என்று பலரையும், பல இல்லங் களையும் காட்டி அசத்தினேன்.

பிரெஞ்சு கலைக்குழுவில் நடனக்காரி காலீனோ பத்து முழம் தஞ்சாவூர் கதம்பம் மதுரை மல்லிகை வாங்கி கழுத்தில் மாலையாகப் போட்டுக்கொண்டு வந்தாள். அவளுக்கு இருபத்து மூன்று இருபத்து நான்கு வயதிருக்கும். நல்ல அழகி. பிரெஞ்சுக் காரி என்றாலும் பூராவாக வெள்ளை கிடையாது. அவளுக்குப் பிரெஞ்சு தெரியும்; ஆங்கிலம் சுத்தமாகத் தெரியாது. ஆனால், தமிழ் தெரிந்திருந்தது. மொரிசியசில் பிறந்தவள் என்றாள். தாய் வழி பாட்டி தமிழச்சி. புதுச்சேரி அன்னம்மாள் என்றாள். நான்காண்டுகளுக்கு முன்னால் தன் தாயாரோடு புதுச்சேரிக்கு வந்து மூசே லபர்தனே தெருவில் பதினைந்து நாட்கள் தங்கியிருந்ததாகவும், மூசே தூய்ப்ளேக்ஸ் சிலையின் முன்னே நின்று போட்டோ எடுத்துக்கொண்டதாகவும், அரவிந்தர் ஆசிரமத்திற்கு சென்று வந்ததாகவும், தன் புதுச்சேரி பயணம் பற்றி பிரெஞ்சில் பயணக்கட்டுரை எழுதியதாகவும் சொன்னாள்.

நல்ல பெண்தான். ஆனால், பேசிக்கொண்டே இருந்தாள். பேச்சில் அவளுக்கு ஈடுபாடு இருந்தது. எல்லாவற்றைப் பற்றியும்

பேசினாள். தெரிந்துதான் பேசினாள் என்று சொல்ல முடியாது. ஏன் பேசுகிறோம் என்பது தெரியாமலேயேயும் பேசிக்கொண்டு இருந்தாள். நான் அவளுக்குப் புது ஆள். ஆகையால் என்னோடு ஒட்டிக்கொண்டு நிறைய பேசினாள். நான் பிரெஞ்சு பேசவும் அவளுக்கு உற்சாகம் வந்துவிட்டது. அவள் என்னிடம் தமிழிலேயே பேசினாள்.

காலீனோவைப் பார்க்கப் பார்க்க என் பெரிய அத்தை மகள் நித்ய கல்யாணியைப் பார்ப்பது போலத்தான் இருந்தது. அவளும் நடனக்காரிதான். பதினேழு வயதில் முதல் தரமான ஆட்டக்காரியாக இருந்தாள். அவள் புதுச்சேரியிலேயே பிறந்தவள். அத்தைக்கு மூசே மார்த்தான் வீதியில் பெரிய மாளிகை இருந்தது.

நித்ய கல்யாணி வாலிபத்தில் ஜொலித்தாள். அவள் கண்கள் நீலமாக இருந்தன. அதற்காகவே அவளை எல்லோரும் கொண்டாடினார்கள். அதோடு அவள் பிரெஞ்சு மொழியை சுத்தமாகப் பேசவும் எழுதவும் கற்றுக்கொண்டிருந்தாள். தமிழ்ப் பாட்டுகளை விட பிரெஞ்சு பாட்டுகள் நன்றாகப் பாடினாள். பிரெஞ்சு கிளப்பிற்குள் அவள் தாராளமாகச் சென்று வந்தாள். பிரெஞ்சு இந்திய கவர்னர் செயலாளர் மூசே தூய்மா அவளை கிளப்பில் சிறப்பு உறுப்பினராகச் சேர்த்துவிட்டிருந்தான்.

ஒரு நாள் பிரெஞ்சு தினத்தை கடலில் கோலாகலமாகக் கொண்டாடுவது என்று மூசே தூய்மா முடிவு செய்து இருக்கிறான். சிறிய கப்பலில் பத்து பேர்கள்; நித்ய கல்யாணி நடனம். இந்த ஏற்பாடு எல்லோர்க்கும் பிடித்துப் போய்விட்டது. பிரான்சில் இருந்து வந்திருந்த லிபர்ட்டி என்ற கப்பலை நான்கு நாட்களுக்கு வாடகைக்குப் பேசி ஏற்பாடு செய்துகொண்டான். கப்பல் கேப்டன் ஆண்ரூஸ் மூசே தூய்மாவோடு படித்தவன். இருவரும் பல ஆண்டுகளுக்குப் பிறகு சந்தித்துக்கொண்டதும் சிநேகிதமாகிவிட்டார்கள். கேப்டன் கப்பலை பிரமாதமாக ஜோடித்துவிட்டான். விருந்துக்கு மூசே தூய்மா எட்டு பேர்களை அழைத்துக்கொண்டு சென்றான். அதில் நான்கு பேர்கள் ராணுவ அதிகாரிகள். ஒருவர் டாக்டர். இரண்டு பேர்கள் நீதிபதிகள். ஒரு ஆள் சர்வேக்காரன். அப்புறம் நித்ய கல்யாணி. நட்டுவங்கம் போடும் கனகாம்மாள், மத்தளம் கட்டும் தட்சணாமூர்த்திபிள்ளை, ஜோல்ரா போடும் கண்ணன், உதவிக்கு பெரியசாமி. கப்பல் கேப்டன் தன் மனைவி ஜோனா என்பவளையும் அழைத்துக்கொண்டு வந்திருந்தான்.

அது பௌர்ணமி தினம். நிலவு நன்றாகக் காய்ந்து கொண்டிருந்தது. மேகங்கள் அற்ற வானம். கப்பலில் ஆடுவதற்கு

என்று நடன அரங்கம் ஒன்றை அமைத்திருந்தார்கள். அதி அற்புதமானது. நித்ய கல்யாணிக்கு அது புதிய அனுபவமாக இருந்தது. கப்பல் மேடையில் ஆடியதே கிடையாது. முதலில் கப்பலில் ஆட முடியுமா என்று பயந்தது. வேண்டாம் என்று கூட மறுத்துப் பார்த்தாள். ஆனால், மூசே துய்மா தன் முடிவில் உறுதியாக இருந்தான்.

நித்ய கல்யாணி பூர்ண அலங்காரத்தோடு மேடை ஏறி கண்ணனை அழைக்கும் பாட்டைப் பாடி அபிநயம் பிடித்தாடினாள். அது அழகும் ஆபரணங்களும் ராணுவ அதிகாரிகளுக்குப் பித்துப் பிடிக்க வைத்துவிட்டது. கொஞ்ச நேரத்திற்குப் பிறகு சார்லஸ் என்ற மேஜர் ஆடல் அரங்கத்திற்குள் ஏறி நித்ய கல்யாணியைத் தூக்கிக்கொண்டு ஓட ஆரம்பித்தான். ஒரு நிமிஷத்திற்கு அப்புறந்தான் மூசே தூய்மாவிற்கு நித்ய கல்யாணி தூக்கிக்கொண்டு போகப்பட்டது தெரிந்தது. அவன் மேஜரைப் பிடிக்க ஓடினான். மேஜர் மேல் தளத்திற்குச் சென்று நித்ய கல்யாணியைக் கட்டியணைத்து முத்தமிட்டான். அவள் மேஜரைப் பிடித்துத் தள்ளினாள். கை விரல்களால் அவன் முகத்தைப் பிறாண்டினாள். அவன் அது கன்னத்தைக் கடித்தான். எட்டி அவனை உதைத்துத் தள்ளிவிட்டு பின்னால் ஓடிய கயிறு தடுக்கி கடலில் விழுந்தாள். மேஜர் அவள் விழுவதைப் பார்த்துவிட்டு பெரிதாகச் சிரித்துக் கொண்டிருந்தான்.

ஐந்து நிமிஷத்திற்குப் பிறகுதான் நித்ய கல்யாணி கடலில் விழுந்துவிட்டது தெரிந்தது. மீட்பு படகுகள் இறக்கப்பட்டன. அரைமணி நேரத்திற்குப்பிறகு சடலமாகக் கப்பலுக்குத் தூக்கி வந்தார்கள்.

“நித்ய கல்யாணி மூசோ தூய்மாவோடு பிரான்ஸ்க்குப் போவதற்கு வீசா வாங்க இருந்தாள். ஆனால், வாழ்க்கை என்பதில் எதுவும் நாம் நினைப்பது மாதிரி நடப்பது இல்லை.”

அன்பரசன் ஓரடி முன்னே எடுத்து வைத்தான்.

“இளவரசு, உனக்கும் சேர்த்துதான். பெரிய பெரிய கோட்டை கட்டாதே. புயல், சுனாமியில் ஒரு நொடியில் ஒன்றுமே இல்லாமல் போய் விடும்” என்று சொல்லிவிட்டு பிரகாசம் கையை வீசியபடி முன்னே சென்றான்.

11

பெருவுடையார் கோவில் சுவரின் நிழல் தரையில் விழுந் திருந்தது. பிரகாசம் துண்டை விரித்து உட்கார்ந்தான். அவனுக்குப் பேசியதில் களைப்பு இல்லை. நடந்ததில் களைப்புற்று இருந்தான். கொஞ்ச நாட்களாகவே அவனுக்கு நடப்பதில் சிரமம் வந்துகொண்டிருந்தது. அவன் டாக்டர் சிநேகிதன் திருநாவுக்கரசு.

"பிரகாசம் உடம்பைப் பார்த்துக்கொள்ளவேண்டும்; உடம்புதான் காரியங்கள் செய்ய பெரிய கருவி. நீ அறியாதது இல்லை என்றாலும் நான் சொல்கிறேன்" என்றான்.

"ஆமாம் டாக்டர். உடம்பு என்ற கருவியை அடிக்கடி ரிப்பேர் செய்துகொள்ளவேண்டும். மோட்டார் கார், ரயில், ஸ்கூட்டர், தையல் மெஷின் மாதிரிதான் உடம்பு. ஆயில் போட்டு சரி செய்துகொள்ளவேண்டும். அடுத்த வாரம் வந்து பார்க்கிறேன்" என்று சொல்லி வைத்தான். ஆனால், நான்கு மாதங்கள் போய்விட்டன.

அவனுக்கு நோய் வருவதைக் கண்டுபிடிக்கும் சூட்சுமம் தெரிந்து இருந்தது. அதற்கு ஏற்ற மாதிரி அவன் சாப்பிட ஆரம் பித்துவிடுவான். உணவே மருந்து என்பது அவன் சித்தாந்தம். பார்த்த 'குண மஞ்சரி' என்ற சமையல் ஓலைச்சுவடியை சரஸ்வதி மகால் நூலகத்தில் கண்டெடுத்து விளக்கங்கள் எழுதினான். அதற்கு இரண்டு ஆண்டுகள் பிடித்து விட்டது. அவனுக்குத் தெரிந்திருந்த பல கலைகளில் சாப்பாடு ஒன்று. சாப்பாடு பற்றிப் பேசுவது எழுதுவது என்பதைவிட நல்ல சாப்பாடு போட வேண்டும் என்பதற்காக 'தஞ்சாவூர் மெஸ்' என்று ஒரு ஓட்டல் ஆரம்பித்தான். சைவம், அசைவம் எல்லாம் உண்டு. சாப்பாடு என்பதில் வித்தியாசம் கிடையாது. புலால் உண்ணத்தக்கது என்பது அவன் எண்ணம். அவன் தஞ்சாவூர் மெஸ்ஸில் விரால் மீன் குழம்பும், புழுங்கல் அரிசிச் சோறும் பிரமாதமாக இருக்கிறது என்று கவிஞர் மீரா ஒரு கவிதை எழுதினார். அதை

அவன் கண்ணாடிச் சட்டமிட்டு சாப்பாட்டுக் கூடத்தில் தொங்கவிட்டிருந்தான்.

பிரகாசம் சுவற்றில் சாய்ந்துகொண்டு, "தம்பி இளவரசு. செத்த உட்கார். தஞ்சாவூரில் நடப்பது மாதிரி உட்கார்ந்து பேசிக் கொண்டு இருக்க எவ்வளவோ இருக்கிறது. இலங்கையில் இருந்து கார்த்திகேசு சிவத்தம்பி தஞ்சாவூர்க்கு வந்தபோ தெல்லாம் என்னை அழைத்துக்கொண்டு இங்கே வந்து விடுவார். மூன்று மணிநேரம், நான்கு மணிநேரம் யார் கண் களிலும் படாமல் ஒன்று அவர் பேச நான் கேட்டுக் கொண்டி ருப்பேன். சில நேரம் நான் பேச அவர் கேட்டுக் கொண்டி ருப்பார். பல நேரங்களில் நான்தான் பேசியபடியே இருப்பேன். இவனிடம் சொல்ல இருக்கிறது என்பது போலத்தான் அவர் கேட்டுக்கொண்டிருந்தார்."

"ஐயாவை நான் பேராசிரியரோடு பல்கலைக்கழகத்தில் பார்த்தேன்."

"என்னை இலங்கைக்கு அழைத்துக்கொண்டே இருந்தார். எங்கெல்லாமோ சுற்றி வந்திருக்கும் என்னால் பக்கத்தில் இருக்கும் இலங்கைக்குப் போய் வர முடியாமல் போய்விட்டது. அதோடு கலவரமும் ஒரு காரணம். இப்போது சிநேகிதர்கள் கூப்பிட்டுக்கொண்டே இருக்கிறார்கள்."

"நீங்கள் அவசியம் ஒருமுறை சென்று வரவேண்டும். உங்களுக்கு ஆண்களிலும், பெண்களிலும் சிநேகிதர்களும், சிநேகிதிகளும் இருக்கிறார்கள்."

"இளவரசு, நீ பெரிய ஆள். உனக்கு சூட்சுமமான அறிவு இருக்கிறது. இப்படிப் பக்கத்தில் உட்கார்" என்று கொஞ்சம் நகர்ந்து இவனுக்கு இடம் கொடுத்தான். இவன் அவனை நேராகப் பார்த்தபடி உட்கார்ந்தான்.

"சிநேகிதத்தில் பலவகை உண்டு. ஆண்கள் என்றால் பள்ளிக்கூட நண்பன், கல்லூரி நண்பன் என்று பலரைப் பற்றி பேசுவார்கள். ஆனால், நம் அருமை மகளிர்க்குப் பால்ய கால சிநேகிதிகளைத் தவிர வேறு சிநேகிதிகளே கிடையாது. அதுதான் பாவம். பால்யகால சிநேகிதிகள் கல்யாணம் ஆனதும் குடும்பத்தில் சிக்கிக்கொண்டு உடலும் மனசும் சிதைந்து ஒன்றும் இல்லாமல் போய்விடுவார்கள். ஏதோ ஒரு ஆண்மகனுக்குக் கழுத்தை நீட்டி அவன் கட்டிய தாலியைச் சுமந்துகொண்டு, அவன் வாங்கிக் கொடுத்த பட்டுப்புடவையைக் கட்டிக் கொண்டு, நகைகளை அணிந்துகொண்டு புலம் பெயர்ந்து

போய்விடுவார்கள். அவர்களுக்குப் பிறகு வாழ்க்கையில் சிநேகிதமே கிடையாது. இருப்பது எல்லாம் எதிர் வீட்டுக்காரி; பக்கத்து வீட்டுக்காரிதான். அவர்களோடு நெருங்கிப் பழக முடியாது. மனம் விட்டுப் பேச முடியாது. நட்பு என்னும் ஊற்று அடைபட்டுப் போக அந்தரங்கத்தைப் பகிர்ந்து கொள்ள ஆளே கிடையாது. நல்லதையும் கெட்டதையும் தன் மனத்திலேயே புதைத்து வைத்துக்கொள்ளவேண்டும். அதுதான் மாதவம் புரிந்து பிறந்த மகளிர்களின் வாழ்க்கை. எத்தனையோ அறிவும் அழகும், ஆற்றலும் பெற்றவர்கள் கல்யாணம் என்ற ஒன்றில் மாட்டிக்கொண்டு ஒன்றும் இல்லாமல் போகிறார்கள். ஆனால், நாங்கள் அப்படி இல்லை. காலம் காலமாக சுதந்திரமாக வாழ்ந்த வர்கள். சமூகம் எத்தனை அவப்பெயர்களைச் சூட்டினாலும் அது பற்றிக் கவலைப்படாமல் பூரணமாக வாழ்ந்தோம். வாழ்க்கை என்பது வாழ்வதுதான். மற்றதெல்லாம் அதன் மீது பொருத்தம் இல்லாமல் ஏற்றி வைக்கப்படுவது. அதற்குப் பொருளே கிடையாது.

பதினைந்து வருஷங்களுக்கு முன்னால் அமெரிக்காவில் இருந்து ஒரு ஆராய்ச்சியாளன், தஞ்சாவூர் பற்றி ஆராய்ச்சிக்கென வந்திருக்கிறான். அவன் மதுரை, சென்னை என்று பல ஊர்க ளுக்கும் சென்று இருக்கிறான். சென்னையில் யாரோ என்னைப் பற்றி சொல்லியிருக்கிறார்கள். என் கட்டுரை ஒன்றை காலக் குறியில் படித்திருக்கிறான். நேராக ஒரு டாக்ஸி வைத்துக் கொண்டு வீட்டிற்கு வந்துவிட்டான்.

சாருமதிதான் வீட்டில் இருந்து இருக்கிறாள். நான் சுவாமி மலையில் ஓவியர்கள், சிற்பிகள் முகாமிற்கு ஆதி நாராயணன் கூப்பிட்டான் என்று போய்விட்டேன். ஆதி எனக்கு பதினேழு ஆண்டுகளாக சிநேகிதன். அசல் ஓவியன். கலைஞன். எனக்கு வாய் பேசுமென்றால் அவனுக்குக் கை பேசும். தமிழ்நாட்டில் அவன்தான் நவீன ஓவியனும், மரபு ஓவியனும் ஆவான். என் முதல் புத்தகத்திற்கு அவன்தான் சித்திரம் வரைந்து கொடுத்தான். அதற்குப் பிறகு ஒவ்வொரு எழுத்தாளனும் ஆதியிடம் சித்திரங்கள் கேட்டு வரிசையில் நின்றார்கள்.

தமிழ்நாட்டில் ஜீவிக்கும் ஒரே நவீன ஓவியன் ஆதி நாராயணன். அவனைத் தவிர வேறு ஓவியன் இல்லை என்று ஒரு காலக்குறி நேர்காணலில் சொல்லிவிட்டேன். உலகத்தில் சொல்லக்கூடாதது என்று ஒன்று இருக்கிறது என்றால் அது உண்மைதான். உண்மை என்பதை உண்மையாகப் பேசுவதை ஒருத்தனும் ஏற்றுக்கொள்வது இல்லை. ஆனாலும், என்னைப்

போல உண்மையைப் பேசும் ஆட்கள் இரண்டொருவன் இருந்து கொண்டேதான் இருக்கிறார்கள்.

நான், ஆதிநாராயணன்தான் ஓவியன், மற்ற ஆள்கள் நாய், நரி, பூனை, யானை, ராமாயணம், கீமாயணம், சினிமா போஸ்டர் போட்டுப் பிழைக்கிற எடுபிடி ஆள்கள் என்று சொன்னதை பெரிதாகப் போட்டு கலவரம் மூட்டி விட்டார்கள். நெருப்பு மாதிரி அது பற்றிக்கொண்டு விட்டது. ஆனால், என்னை விட்டு விட்டார்கள். என்னிடம் வாலாட்ட முடியாது, நாற அடித்து விடுவேன் என்பது தெரியும். எனவே அப்பாவியான ஆதியைப் பிடித்துக்கொண்டு விட்டார்கள்.

'நான் அதில் இருந்து நேர்காணல், விமர்சனம் எழுதுவது என்பதை எல்லாம் விட்டுவிட்டேன்."

"உங்கள் பேச்சுத்தான் பேச்சாக இருக்கிறது" என்றான் அன்பரசன்.

"உனக்குத் தெரிகிறது மாதிரி எனக்கும் தெரிகிறது. நாம் தெரிந்ததை மட்டும் பேசுவது இல்லை; மற்றவர்களுக்கும் தெரியாததை அவர்கள் தெரியாது என்பதைத் தெரிந்து கொள்ளும் விதமாகவும் பேசுகிறோம். அதாவது அவர்கள் யாரோ அதை அறிந்து கொள்ளும்படியாகப் பேசுகிறோம். அதனால் வம்பில் மாட்டிக்கொள்கிறோம்."

அன்பரசன் தலையசைத்தான்.

"இளவரசு, உன்னை எனக்கு ரொம்பப் பிடித்திருக்கிறது. நீ முன்னுக்கு வரவேண்டியவன். நாட்டுப்புற மெட்டெல்லாம் பாடிக்கிட்டு கெட்டுப் போகாதே. அப்புறம் என்னையும் பார்க்க வராதே. என் பேச்சைக் கேட்டு, என் பழக்க வழக்கங்களைப் பார்த்து கெட்டுப் போயிடுவே. நீ உன் வழியில் போகவேண்டும், நான் என் வழியில் போகவேண்டும்."

அன்பரசன் அவனையே பார்த்துக்கொண்டிருந்தான்.

"பிரெஞ்சுக்காரிக்கு என்னை ரொம்பப் பிடித்துப் போய் விட்டது. நான் நல்ல ஏமாளி என்பதை இரண்டு நிமிஷத்தில் கண்டுபிடித்துவிட்டாள். கமலக்கன்னி சதிர் பார்த்துவிட்டு வெளியில் வந்ததும், என்னைக் கட்டிப் பிடித்துக்கொண்டு உதட்டிலும், கன்னத்திலும் முத்தமிட்டாள். நான் இரவு உன்னோடுதான் தங்கப் போகிறேன். நான் சந்தோஷமாக இருக்கிறேன். என் சந்தோஷத்தை உன்னோடுதான் பகிர்ந்து கொள்ளப் போகிறேன் என்றாள். அவள் எதற்குக் கூப்பிடுகிறாள் என்பது தெரிந்தது. அவசர அவசரமாக மறுத்துவிட்டேன்.

அப்புறம் அவள் என் கையைப் பிடித்துக்கொண்டு, நாம் கல்யாணம் செய்துகொள்வோம் என்றாள்."

'ஏன்? எதற்கு?' என்றேன்.

'எனக்கு இந்தியாவில் நிரந்தரமாகத் தங்கியிருக்க வீசா கொடுப்பான். நீ பிரான்ஸ் வர சுலபமாக வீசா கிடைக்கும்' என்றாள்.

'இந்த மாதிரி அற்ப ஆசை எல்லாம் வைத்துக்கொண்டு என்னைச் சுற்றாதே. நான் சுத்த பிரமச்சாரி. பெண்களோடு இருந்தாலும் பெண்ணாசையற்றவன். இப்பவே உன் கூட்டத்தோடு ஓடு' என்று அவளை விரட்டியடித்தேன். ஆனால், அவள் இரண்டு மணிநேரம் போல என்னை விடவே இல்லை. என்னென்னவோ ஆசை எல்லாம் காட்டினாள். சாகசங்கள் புரிந்தாள். நான் ஒன்றுக்கும் மசியவில்லை.'

"நான் ரொம்ப எளிய மனிதன். அன்புக்குப் பாகாக உருகி விடுவேன். ஆனால், ஒரு முடிவு எடுத்துவிட்டால் இரும்புபோல உறுதியாக இருப்பேன். அதுதான் பிரகாசம். அதனால்தான் சாருமதி அடிக்கடி வந்து போகிற நல்ல பாடகி. அற்புதமாக ஆடுவாள். நான் அவளிடம் இதைத்தான் சொன்னேன். நீ உன்னை இழக்கக்கூடாது. அதுதான் நீ என்று."

"நான் சரஸ்வதி மகால் நூலகத்தில் யாரைப் பார்க்கணும்."

"ஒருத்தனையும் பார்க்காதே. நீ அங்க இருக்கிற புத்தகங் களை மட்டுந்தான் பார்க்கணும். ராஜகோபாலன்னு ஒரு செவிடன் இருக்கிறான். அவன் மட்டுந்தான் கொஞ்சம் விஷயம் தெரிந்தவன். எந்தப் புத்தகம், ஓலைச்சுவடி கேட்டாலும் உடனே எடுத்துக் கொடுக்கத் தெரிந்தவன்."

"உங்கள் பெயரைச் சொல்லிக் கொள்கிறேன்."

"என் பெயரை எவன் கிட்டேயும் சொல்லாதே. என் ஆளுன்னு உன்னைப் பற்றி நினைத்துக்கொண்டு சாதாரண மாகச் செய்யவேண்டிய காரியம் கூட செய்ய மாட்டானுவோ. சென்னையில் இருந்து புதிதாக வந்திருக்கிற ஒரு பையன் மாதிரி நடந்துக்க. அதுதான் நல்லது." பிரகாசம் கையெடுத்துக் கும்பிட்டுவிட்டு தரையில் கையூன்றி எழுந்தான். தரையில் விரித்திருந்த பட்டுத் துண்டை எடுத்து உதறித் தோள் மீது போட்டுக்கொண்டு வேகமாக நடக்க ஆரம்பித்தான்.

அன்பரசன் அவன் போவதையே பார்த்துக்கொண்டு இருந்தான்.

12

சரஸ்வதி மகால் நூலகத்தின் வரவேற்பில் ராஜகோபாலன் உட்கார்ந்துகொண்டு வெற்றிலை போட்டுக்கொண்டிருந்தார். அன்பரசன் மேல் சட்டைப் பையில் இருந்து பெரிமாக்கூசன் – மலையருவி என்ற சீட்டை எடுத்து நீட்டினான். ராஜகோபாலன் ஒருமுறைக்கு இரண்டு முறையாக சீட்டைப் பார்த்தார். அவருக்கு ஐம்பது வயது இருக்கும். தலைமயிர் எல்லாம் வெளுத்துவிட்டது. கறுப்பு பிரேம் போட்ட மூக்குக் கண்ணாடி போட்டுக்கொண்டிருந்தார். நாற்காலியைத் தள்ளி விட்டுக்கொண்டு எழுந்து உள்ளே சென்றார்.

அன்பரசன் பழங்காலத்து நாற்காலியில் உட்கார்ந்து கொண்டு சுற்றும் முற்றும் பார்த்தான். பிரகாசம் சரஸ்வதி மகால் நூலகத்தைப் பற்றிச் சொன்னது எல்லாம் நினைவிற்கு வந்தது. அது ராஜா சரபோஜி நூலகம் இல்லை. ராஜராஜ சோழன் நூலகம். தேவாரத் திருமுறைகளை சிதம்பரத்தில் இருந்து ஓலைச்சுவடியாகக் கொண்டு வந்து வைத்து இருந்தான். காலவெள்ளத்தில் எத்தனையோ மாறுதல்கள் பெற்றது. சரபோஜிக்கு ராஜியம் போனதும், வேலை இல்லாமல் போய்விட்டது. அவர் இங்கிலீஸ் படித்து இருந்தார். முதலில் இங்கிலீஸ் புத்தகம் வாங்கி நூலகம் வைத்தார். பிறகு ஓலைச்சுவடி வாங்கி வைத்தார். புத்தகத்தின் மீது ஈடுபாடு கொண்டவர்தான் சரபோஜி.

அவன் செல்போன் அடித்தது. அவசர அவசரமாக வெளியில் வந்தான்.

"அன்பரசன்" என்றழைத்தார் பேராசிரியர்.

"சார்."

"எங்கே இருக்கற?"

"தஞ்சாவூர் சரஸ்வதி மகால் நூலகத்தில் சார்."

"வேலை முடிந்துவிட்டதா?"

"சொல்லுங்க சார்."

"பிரெஞ்சு கயனா சிநேகிதர் ராமா நாயக்கன் புதுச்சேரி வந்திருக்கார். ரொம்ப நல்ல மனிதர். உதவிக்கு ஒரு ஆள் கேட்டிருந்தார். நீதான் ஞாபகத்திற்கு வந்தது."

"சரி சார்."

"பெயர் ராமா நாயக்கர். கவர்மெண்ட் கெஸ்டு கவுஸில் தங்கியிருக்கிறார். சாயந்திரம் போயிட முடியுமா?"

"போய்விடலாம், சார்"

"நான் போன் பண்ணி ராமா நாயக்கர்கிட்ட சொல்லிடுறேன். முதன் முறையாகப் புதுச்சேரி வரார். ஊரைச் சுற்றிப் பார்க்கனுமென்னார். உனக்குப் புதுச்சேரி தெரியுமில்ல."

"நான் பார்த்துக்கறேன், சார்."

"ராமா நாயக்கன் கூட அவன் மனைவியும் வந்து இருக்கிறாள்."

"சரி சார்."

"நல்ல டாக்ஸி ஏற்பாடு செய்துகொண்டு எல்லா இடத்தையும் சுற்றிக் காட்டு. அவர் புதுச்சேரியில் இருந்து புலம் பெயர்ந்த ஆளுன்னு சொல்லிக்கிட்டு இருக்கார். அதுக்கு ஏற்றாற்போல ஊரைச் சுற்றிக் காட்டு. அப்புறம் அரவிந்தர் ஆசிரமம், ஆரோவில் போகணுமென்றால் பார்த்துக்கொள்."

"சரி சார்."

"இந்த வேலை முடிந்ததும், நேரா சென்னைக்கு வந்துடு. உனக்கு வேலை இருக்கு."

"சரி சார்." அன்பரசன் செல்போனை அணைத்து பையில் போட்டுக்கொண்டு நடந்தான். ஒரு ஆட்டோ வந்தது. அதில் ஏறிக்கொண்டு பேருந்து நிலையம் சென்றான்.

அம்பாள் கபே வாசலில் பிரகாசம் ஐந்தாறு சிநேகிதர்களோடு நின்றுகொண்டிருந்தான். இவனைப் பார்த்ததும், "இளவரசு வா..." என்று கூப்பிட்டான். கொஞ்சம் தயங்கிச் சென்றான்.

"விதி மேல் உங்களுக்கு நம்பிக்கை இருக்கிறதோ, இல்லையோ எனக்குத் தெரியாது. ஆனால், நான் விதியை

நம்புகிற ஆள். நானும் நம் இளவரசும் முந்நூறு வருஷத்திற்கு மேலாக சிநேகிதம். காலையில்தான் தம்பி நீயும் நானும் வேறு வேறு ஆள். உன் வழியில் நீ போ. என் வழி உனக்குச் சரிப்படாது என்று விரட்டியடித்துவிட்டு வந்தேன். ஆனால், விதியின் திருவிளையாட்டைப் பார். அவர் என்னைத் தேடிக்கொண்டு வந்துவிட்டார்."

"டாக்டர், அன்பரசன்."

"உலகத்திற்கு அவர் அன்பரசன். எனக்கு இளவரசு."

"இவரைத்தான் கல்லூரி ஆண்டு விழாவில் பாடுவதற்கு இரண்டு மாதமாகத் தேடிக்கொண்டிருக்கிறோம். யாரோ சொன்னாங்க. அவர் கனடா போயிட்டார் என்று. வாங்க ஐயா. அவர் விதி தேடிக்கொண்டிருந்த எங்கள் முன்னால் கொண்டு வந்து நிறுத்தியிருக்கிறது. நாங்கள் எல்லாம் மன்னார் குடி கல்லூரி மாணவர்கள். எங்கள் கல்லூரி ஆண்டு விழாவிற்குத் தாங்கள் வந்து பாடவேண்டும்" என்றான் சந்தானம்.

அன்பரசன் கல்லூரி மாணவர்களையும் பிரகாசத்தையும் மாறிமாறிப் பார்த்துக்கொண்டே இருந்தான்.

"ஐயாதான் தலைமை. அதனால் அவசியம் வந்து பாடணும்."

"இல்லை. நான் பாடுறதை விட்டுவிட்டேன்."

"அப்படியா?"

"ஏன் எதற்கு? நீங்கள் சினிமாவில் பாடப்போவதாகப் படித்தோம்."

"தொண்டையில் கொஞ்சம் பிரச்சனை வந்து பாட முடியாமல் போய்விட்டது. அதனால் பாடுறதை விட்டுட்டேன்."

பிரகாசம் கையைக் கட்டிக்கொண்டு சாலையில் ஓடும் கார், ஆட்டோ, ஸ்கூட்டர்களைப் பார்த்தபடி இருந்தான்.

"நிஜமாகத்தான் சொல்லுறீயா."

அன்பரசன் தலையசைத்தான்.

"இளவரசு, காபி சாப்பிடு."

"இல்லை. வேணாம்."

"சென்னைக்குப் போறீயா?"

"புதுச்சேரிக்கு."

"புதுச்சேரி பிரெஞ்சுக்கவி ஏதோ விருது வாங்கி இருக்கிறாராம். அதற்கு என் பாராட்டைத் தெரிவி. ஒரு காலத்தில் நானும் அவனும் தஞ்சாவூர் முழுவதும் ராப்பகலா அலஞ்சிக்கிட்டிருந்தோம். தஞ்சாவூர்ன்னு ஒரு நாவல் எழுதப்போறேன்னு பெரிய நோட்டுப் புத்தகம் வாங்கினான். நான் இரண்டு பார்க்கர் பேனா வாங்கிப் பரிசளித்தேன். பார்க்கும் போதெல்லாம் நாவல் பிரமாதமாகப் போகிறது; மகத்தான நாவலாக வரப்போகிறது என்று சொல்லிக்கொண்டே இருந்தான். ஆனால், ரொம்ப கெட்டிக்காரன். மாதம் ஒருகதை எழுதி அசத்திட்டான். பிரான்சுக்குப் போறதா சொல்லிக்கிட்டு போனான்."

அன்பரசன் அவன் முகத்தையே பார்த்தபடி இருந்தான்.

"நீ எதுக்கு அவனைத் தேடிக்கிட்டு போற. உன்ன வர சொன்னானா?"

"இல்லை."

"பின்ன?"

"பிரெஞ்சு கயானாவில் இருந்து ஒரு புரொபஸர் வந்து இருக்கார். அவர்க்கு உதவியாப் போகிறேன்."

"அப்ப நீ கிளம்பு" என்று விடை கொடுத்தான் பிரகாசம்.

புதுச்சேரி போகும் பஸ் காலியாக வந்தது. அவன் முன்னே சென்று கையை நீட்டினான். பஸ் நின்றது.

அன்பரசன் பிரகாசத்தைப் பார்த்து கரம் கூப்பிவிட்டு பஸ் ஏறினான்.

பஸ் வேகமாக ஓட ஆரம்பித்தது.

13

அன்பரசன், புதுச்சேரி அரசு விருந்தினர் விடுதியின் முன்னே நின்று சுற்றும் முற்றும் பார்த்தான். சாலையில் கடைகளாக இருந்தன. பெண்களும் ஆண்களும் குறுக்கும் நெடுக்குமாக நடந்துகொண்டிருந்தார்கள். சைக்கிளில் இளநீர் வைத்துக்கொண்டு மூன்று நான்கு பேர்கள் இருந்தார்கள். ஜிப்மர் மருத்துவமனை காம்பௌண்டு சுவர் ஓரமாக ஒரு கூட்டம் நின்றுகொண்டிருந்தது.

புதுச்சேரி அவனுக்குப் பழக்கமான ஊர்தான். சின்ன வயதில் அடிக்கடி புதுச்சேரிக்கு வந்திருக்கிறான். கடற்கரையில் சைக்கிள் ஓட்டியிருக்கிறான். அவன் சின்ன மாமா பெருமாள் சுதேசி மில்லில் வேலை செய்தார். தவளைக் குப்பத்தில் வீடு. அவர் பச்சைநிற சைக்கிள் வைத்துக்கொண்டிருந்தார். பெருமாள் மாமா குள்ளமான ஆள். எனவே, அவர் சைக்கிள் உயரம் குறைவாக இருந்தது. அந்த சைக்கிளில்தான் முதன் முதலாக அவன் சைக்கிள் ஓட்டவே கற்றுக்கொண்டான். பிரெஞ்சு சைக்கிள். நல்லா பிரேக் பிடிக்கும் என்று மாமா சொன்னார். அத்தையும் நல்ல மாதிரி. அத்தைக்கு ஒரே பையன். பெயர் வேல்முருகன். பதினைந்தாவது வயதில் மஞ்சள் காமாலை வந்து செத்துப்போய் விட்டான். இவனைவிட இரண்டு வயது பெரியவன். அத்தை அவன் பேண்ட், சட்டை, புத்தகம் எல்லாம் கொடுத்தது. வேல்முருகன் பெரிய ஆள் மாதிரி இருந்தான். இவனோடு அடிக்கடி சண்டை போடுவான். மல்யுத்தம் புரிய கூப்பிட்டு மூஞ்சியில் குத்துவான். ஒரு முறை மூக்கு உடைந்தது. அத்தை ஆட்டோவில் ஜிப்மர் மருத்துவ மனைக்கு அழைத்து வந்து வைத்தியம் பார்த்தது. அவன் நிறைய மேஜிக் வித்தைகள் செய்து காட்டினான். அது இவனை பிரமிக்க வைத்தது. வெறும் கையில் இருந்து காசு எடுத்துக்காட்டுவான். வாயில் இருந்து நூலாக உருவி எடுப்பான்; தலைக்குப் பின்னால் இருந்து சீட்டு எடுத்துக் கொடுப்பான்.

"எப்படி? எப்படி?" என்று அன்பரசன் கெஞ்சினான்.

"அதான் மேஜிக்."

"எனக்குக் கற்றுக்கொடு."

"அதெல்லாம் இல்லை."

"அப்படியென்றால்."

"அதுதான் மேஜிக்."

அவன் வாயில் இருந்து நூலை உருவியபடியே இருந்தான்.

"எப்படிடா வேலு."

"அடுத்தமுறை வா."

"நீ போன வாட்டியும் இதுதான் சொன்ன?"

"இப்பவும் அதான். நீ அடுத்த முறை வா. நம்ப ரெண்டு பேரும் அப்பா சைக்கிளில் கடற்கரைக்குப் போவோம். நான் ஆயி மண்டபத்துல உனக்கு மேஜிக் கற்றுக் கொடுக்கிறேன்."

"நிஜமா?"

"நிஜமாதான்."

"பிராமிஸ். என் மண்டையில அடி."

"எதுக்கு?"

"நீ ஏமாத்துற."

"இந்த வாட்டி ஏமாற்ற மாட்டேன். கண்டிப்பா மேஜிக் கற்றுக் கொடுப்பேன்."

"நீ பிராமிஸ் பண்ணு."

இவன் தலையில் இடது கையை வைத்து, "பிராமிஸ்" என்றான். ஆயி மண்டபத்து ஆல மரத்தில் இருந்து இரண்டு காக்கைகள் பெரிதாகக் கத்திக்கொண்டு சென்றன.

அன்பரசன் அடுத்த முறை சென்றபோது வேல்முருகன் இல்லை. செத்துப் போய்விட்டான். அதில் இருந்து இவனுக்கு மேஜிக் மீது ஆசையில்லாமல் போய்விட்டது.

ஒருநாள் சவிதா கேட்டாள், "அன்பு, உனக்கு மேஜிக் தெரியுமா?" என்று.

"ஏன்? எதற்கு" என்று அவசர அவசரமாகக் கேட்டான்.

"என்னமோ தெரியல. உன்னைப் பார்க்கும் போதெல்லாம் மேஜிக் ஞாபகம் வருகிறது. எனக்கு சின்ன வயதில் இருந்தே மேஜிக் என்றால் ஒரே ஆசை."

"என்னைப் பார்த்தால் மேஜிக் காட்டறவன் மாதிரியா இருக்கிறது."

"நீ ஏன் இப்படிக் கோபப்படுற."

"இதில் கோபம் என்ன இருக்கிறது."

"பல கண்கட்டி வித்தைகளில் ஒன்று மேஜிக். அது மந்திரம் இல்லை. வெறும் தந்திரம். ஆனால், மந்திரம் போல நம்ப வைத்து விடுகிறார்கள். அதில் சிறுவர்கள் என்றுதான் இல்லை, எல்லா வயதினரும் இருக்கிறார்கள்" என்றாள்.

"நான் மேஜிக் செய்யறது இல்லை."

"நான் கிறிஸ்டீன் காலேஜில் படிக்கற அப்ப, பாத்திமா என்று திருவல்லிக்கேணியில் இருந்து ஒரு பெண் வந்து படித்தாள். எப்பொழுதும் பர்தாதான். கண் மட்டுந்தான் தெரியும். உருது, இங்கிலீஷ் பேசுவாள். தமிழ் கொஞ்சம் கொஞ்சம் தெரியும் என்று சொல்லிக்கொண்டு நன்றாகப் பேசுவாள். தப்பு இல்லாமல் எழுதுவாள். எங்களுக்கெல்லாம் ஆச்சரியமாக இருக்கும். தமிழில் கவிதை எழுதி மெல்லிய குரலில் பாடிக் காண்பிப்பாள். ரொம்ப நல்ல பெண். அவள் நிறைய மேஜிக் பண்ணிக் காட்டினாள். சித்தப்பாவிற்கு கப்பலில் மேஜிக் பண்ணிக் காட்டுவதுதான் வேலை என்று சொன்னாள். உலகத்தில் எவ்வளவு வேலைகள் இருக்கின்றன என்று நினைத்துக்கொண்டேன்."

"எதற்கு பாத்திமா வந்தாள்."

"லண்டனில் இருந்து போனவாரம் டெலிபோன் செய்தாள். இரட்டையாக இரண்டு பெண் குழந்தைகள் பிறந்து இருக்கிறார்களாம். தாயும் சேயும் நலம் என்றாள். பெண்களுக்கு வாழ்க்கை என்பது திருமணமும், குழந்தைகளுமாக இருக்கிறது. நாங்கள் எல்லோரும் பாத்திமா படித்து பெரிய ஆளாக வருவாள் என்று எதிர்பார்த்துக் கொண்டிருந்தோம். ஆனால், இரண்டாம் வருஷத்திலேயே திருமணம் செய்துகொண்டு லண்டன் போய்விட்டாள்."

"கல்யாணம் நல்லதுதானே?"

"யார்க்கு?"

"இது நல்ல கேள்வி."

"கல்யாணம் எதற்கு?"

"கலவி செய்வதற்கு என்று பெரியார் சொல்லி இருக்கார்?"

"அது சரியா?"

"எனக்குத் தெரியல. ஆனால், பெரியார் சொன்னால் சரியாகத்தான் இருக்கும் என்று புரொபெசர் உட்பட் எல்லோரும் சொல்கிறார்கள்."

"நீ யோசிக்கணும். அதுதானே முக்கியம்."

"ஆமாம்." அன்பரசன் தலை நிமிர்ந்து பார்த்தான். மழை பொழிந்துகொண்டிருந்தது.

"நல்ல மழை" என்றபடி எழுந்து ஜன்னல் கதவுகளை மூட ஆரம்பித்தாள்.

அவளையே பார்த்தபடி இருந்தான்.

"லெமன் டீ?" என்று எதிரே வந்து உட்கார்ந்தாள்.

"மழைக்கு டீ நல்லாதான் இருக்கும்."

"இப்படி எல்லாம் சொல்லக்கூடாது. டீ வேண்டுமென்றால், வேண்டுமென்று கேட்கவேண்டும்."

"சரி."

"இதுதான் சரி" என்று எழுந்து சமையல் அறைக்குள் சென்றாள். அவன் எழுந்து வாசல் பக்கம் சென்றான். கதவைத் திறந்தான். மழை பெரும் இரைச்சலுடன் பொழிந்து கொண்டிருந்தது. சாலையில் இறங்கி கைகளை வீசியபடி மழையில் நனைந்துகொண்டே நடந்தான்.

லெமன் டீயோடு வந்த சவிதா அதை மேசை மீது வைத்துவிட்டு ஓரடி முன்னே வந்தாள். கதவைப் பிடித்துக்கொண்டு சாலையைப் பார்த்தாள்.

மழையில் அவன் தன்னந்தனியாக நடந்தபடி இருந்தான்.

"முட்டாள்" என்றபடி நாற்காலியில் உட்கார்ந்து லெமன் டீயை எடுத்துக் குடிக்க ஆரம்பித்தாள்.

அன்பரசன் புதுச்சேரி விருந்தினர் மாளிகைக்குள் சென்றான். வரவேற்பில் ஒரு பெண் உட்கார்ந்து டெலிபோன்

பேசிக்கொண்டிருந்தாள். அவன் ஒரு நிமிஷம் காத்துக் கொண்டிருந்தான். தலைக்கு மேலாக மகாத்மா காந்தி, அம்பேத்கர், இந்திராகாந்தி படங்கள் மாட்டப்பட்டிருந்தன. அவர்களில் யாருமே உயிரோடு இல்லை என்பது நினைவிற்கு வந்தது. இறந்தவர்கள் இறப்பின் வழியாக ஜீவிக்கிறார்கள். அவர்கள் செத்ததே இல்லை என்று ராஜராஜசோழன் கட்டிய பெருவுடையார் கோவில் பிரகாரத்தில் நடக்கும்போது பிரகாசம் சொன்னது நினைவிற்கு வந்தது.

"எஸ்" என்றாள் வரவேற்பு அறையில் இருந்த பெண்.

"ராமா நாயக்கர்."

"மூன்றாவது அறை. சீக்கிரத்தில் வந்து விடுவதாகச் சொல்லி விட்டு வெளியில் போயிருக்கிறார். உட்கார்" என்று சோபாவைக் காட்டினாள்.

அவனுக்கு உட்காரப் பிடிக்கவில்லை. கையைக் கட்டிக் கொண்டு சாலைக்கு வந்தான். துணி கடைக்குச் சென்றான். இரவில் கட்டிக்கொள்ள ஒரு லுங்கி, துண்டு, சோப்பு, பற்பசை வாங்கிக்கொண்டான். அவன் பெட்டியை பிரகாசம் வீட்டில் வைத்து இருந்தான். அவன் நீ என்னை விட்டுப் போய்விடு என்று சொன்னதும், பெட்டியை எடுக்கக்கூட தோன்றவில்லை. அதை அப்படியே விட்டுவிட்டான். அதில் ஒன்றும் முக்கியமானது இல்லை. இரண்டு குறிப்பு நோட்டுகள், ஒரு ஜீன்ஸ் பேண்ட் இருந்தது. அதனை விட்டுவிட்டு வந்ததே நல்லது என்று தோன்றியது.

புதுச்சேரி நுழைவு வாசலைப் பார்த்துக்கொண்டே கொஞ்சநேரம் நின்றான். அதன் பக்கத்தில் ஆலமரத்தில் இருந்து காக்கைகள் கரைந்துகொண்டே இருந்தன. காக்கைகள் நெடுங்காலமாக மனிதர்களோடு சேர்ந்துதான் வாழ்கின்றன. அது நல்ல பறவைதான். மனிதர்கள் காக்கையைப் பிடித்து கறியாக்கித் தின்பது இல்லை.

கோழி, குயில், கொக்கு என்று என்னென்னவோ பறவைகளை பிடித்துத் தின்னும் மனிதர்கள் காக்கையைப் பிடித்து தின்பது கிடையாது. அது நல்ல செய்தி சொல்லும் பறவையாக இருக்கிறது. சாப்பிடுவதற்கு முன்னால் காக்கையைக் கூவி யழைத்து சோறு இட்டுவிட்டுப் பின்பு சாப்பிட்டு இருக்கிறார்கள். ஒரு தமிழ்ப் பெண்பாற்புலவர் நச்சென்னையார், காக்கைப் பாடினியார் என்று காக்கையைப் பற்றிப் பாடி பெயர் பெற்று இருக்கிறார். அது அபூர்வம் என்று பேராசிரியர் அழகுவேலன்

கூறினார். அவர் தமிழ் இலக்கியத்தில் பறவைகள் என்னும் பொருள் பற்றி முனைவர் பட்ட ஆய்வு செய்தவர்.

அவர் முனைவர் பட்ட ஆய்வாளர்களுக்கென ஒரு பயிலகம் நடத்தினார். அவன் முதல் வரிசையில் உட்கார்ந்து கொண்டு கேட்டான்.

"என்னை நீங்கள் ஒரு முன் உதாரணமாக எடுத்துக் கொள்ள வேண்டும். இதுவரையில் யாரும் எடுக்காத கடினமான ஒரு பொருள் பற்றி நான் ஆய்வு செய்தேன். நான்காண்டு காலம் உழைத்தேன். என் அருமை துணைவியார் அருள் மங்கை தேவியார் அனைத்து உதவிகளையும் செய்தார்கள். பேராசிரி யர்கள் நன்நெறிப் படுத்தினார்கள். என் ஆய்வேட்டை சிங்கப் பூர்க்குக் கூட அனுப்பி வைத்தார்கள். குறைகாண முடியாத ஆய்வை நூலாக வெளியிட வேண்டுமென நலம் விரும்பிகள் விரும்பினார்கள். நானே நாற்பதாயிரம் ரூபாய் செலவிட்டு நூலாக வெளியிட்டேன். நிறைய படங்கள். வானப் புகைப்பட கலைஞர் அற்புதமான படங்களைக் கொடுத்துதவினார். நேர்த்தி யாக நூல் தயாராகியது. மாண்புமிகு கல்வி அமைச்சர் தலைமை தாங்க, வாரணாசி பல்கலைக்கழக முன்னாள் துணைவேந்தர் வெளியிட, பல்கலைக்கழக மான்யக் குழுத் தலைவர் முதல் நூலைப் பெற்றுக்கொண்டார். பேராசிரியர்கள் எழிலரசி, மகாதேவன், சுரேந்திர மோகன் ஐ.ஏ.எஸ். பாராட்டுரை வழங்கி னார்கள். தமிழக அரசு முதல் பரிசு கொடுத்து தன்னைப் பாராட்டிக்கொண்டது. அதுதான் ஆய்வு என்பதின் அர்த்தம்."

அன்பரசன் கைகளைக் கட்டிக்கொண்டு கண்ணிமைக் காமல் பேராசிரியர் அழகுவேலன் கூறியதை எல்லாம் கேட்டுக் கொண்டே இருந்தான்.

"நான் சொன்னது புரிந்ததா? என்று இரண்டு முறைகள் கேட்டார். மாணவர்கள் தலையசைத்தார்கள். கோகிலா என்ற மாணவி எழுந்து, "புரிந்ததா? புரியவில்லையா? என்று ஒரு பட்டிமன்றம் நடத்தலாம் சார்" என்றாள். மாணவ மாணவிகள் கொல்லென்று சிரித்தார்கள்.

"கோகிலா பட்டிமன்றம் பேசுகிற பெண். அவர் பட்டி மன்றங்கள் சிலவற்றை நான் தொலைக்காட்சியில் பார்த்து கேட்டிருக்கிறேன். இன்று தமிழ் வாழ்கிறது என்றால் அது பட்டி மன்றங்களால்தான். தொலைக்காட்சிகளில் தீபாவளி, பொங்கல், சுதந்திரநாள், குடியரசு தின கொண்டாட்டங்களில் நடைபெறும் பட்டிமன்றங்களை அகில உலகத் தமிழர்கள் கேட்டு பரவச மடைகிறார்கள்.

நான் பட்டிமன்றம் பேசுகிறவர்களைவிட கேட்கின்றவர்கள் முகத்தைத் தான் பார்த்துக்கொண்டிருப்பேன். ஒரு இனிய சொல் செவியில் விழுந்து அவர்கள் முகம் பூவைப் போல் மலர்வதைக் கண்டு இருக்கிறேன். அதில் ஆண், பெண், படித்தவர் படிக்காதவர் என்ற பேதம் எல்லாம் கிடையாது. பட்டிமன்றங் கள் மக்களின் மகிழ்ச்சிக் கூடமாக இருக்கின்றன. அப்படிப்பட்ட பட்டிமன்றங்களில் அருமையான பங்களிப்பை அளித்துவரும் கோகிலா நம்முடைய மாணவியாக இருப்பது எல்லையில்லாத மகிழ்ச்சியளிக்கிறது."

சத்தீஷ் என்ற மாணவன் எழுந்து நின்று கை தட்டினான். அவனைத் தொடர்ந்து பயிலரங்கில் பங்குபெற்ற அனைவரும் கை தட்டினார்கள். பின்னால் அமர்ந்திருந்த கோகிலாவைத் திரும்பித் திரும்பிப் பார்த்தார்கள். கோகிலா பல்லெல்லாம் தெரிய சிரித்தபடி இருந்தாள்.

கல்லூரியில் படித்த பெண்களில் அதிகமாக அவன் நினைவில் இருந்தது கோகிலாதான். கறுப்பாக உயரமாக இருந்தாள். எப்போதும் தலையில் மல்லிகைப்பூ சூடிக்கொண்டு வந்தாள். தன் நாவன்மையால் பிரபலமாகி இருந்தாள். 'மலர் மகள்' என்ற இதழில் அவள் நேர்காணல் நிறைய படங்களோடு வெளிவந்திருந்தது. அதில் பேசுவது என் மூச்சு. பட்டிமன்றம் என் உயிர் என்று சொல்லியிருந்தாள். அதைக் கட்டம்கட்டிப் போட்டிருந்தார்கள். மிகவும் தைரியசாலிப்பெண் என்றும், பெரியார், அம்பேத்கர் கொள்கைகள் வழியாக சமூகத்தை மீட்டெடுக்கத் தன்னை அர்ப்பணித்துக் கொண்டவர் என்றும் எழுதி இருந்தார்கள்.

ஒருநாள் அவனை கேண்டினில் பார்த்ததும் காபி சாப் பிட்டுக் கொண்டிருந்தவள் பரபரக்க முன்னே வந்து கைகளைப் பற்றிக் குலுக்கினாள். கையை விடாமல் பிடித்துக் கொண்டே, "அன்பு, உன் பாட்டை தொலைவில் இருந்து கேட்டேன். செவியில் இன்பத்தேன் வந்து பாய்வது மாதிரி இருந்தது. நீ சின்ன மேடைகளில் பாட வேண்டிய ஆளில்லை. சினிமாவில் பாடவேண்டிய ஆள். ஒரு பாட்டுப் பாடினால், நீ உலகப் பாடகனாகிவிடுவாய்'' என்று சொல்லிவிட்டுக் கையை விட்டாள்.

அன்பரசன் ஒரு சிரிப்பு சிரித்தான்.

"நான் மியூசிக் டைரக்டர் யார்கிட்டேயாவது சொல் லட்டுமா? கேசட் இருக்கா."

"கைவசம் ஒன்னும் இல்லை. இந்தப் படிப்பு முடியட்டும் என்று பார்க்கிறேன்."

"இது என்ன படிப்பு. நாம் படிப்பது எல்லாம் ஒரு படிப்பு. கல்யாண பத்திரிகையில் பட்டம் போட்டுக்கொள்ளப் படிக்கிறோம். சினிமாவில் ஒரு பாட்டுப் பாடினால் உலகுக்கே தெரிந்துவிடும்."

"காபி ஆறுது" என்றான்.

அவள் ஒரு சிரிப்பு சிரித்துவிட்டு காபியைக் குடிக்க ஆரம்பித்தாள். கோகிலா கல்யாணம் பண்ணிக்கொள்ளாமல் பல ஆண்டுகளுக்கு பட்டிமன்ற மேடைகளில் ஜொலிப்பாள் என்று நினைத்துக்கொண்டு இருந்தான். ஆனால், அவளுக்குத் தான் முதலில் திருமணம் நடந்தது. கல்யாண வரவேற்பில் பட்டிமன்றம் ஒன்றை நடத்தினாள். இது புதுமை. துணிவான நிகழ்ச்சி என்று பலர் பாராட்டினார்கள்.

பட்டிமன்றத்திற்குத் தலைமை தாங்கிய மதுரைக் கல்லூரி பேராசிரியர் பாண்டியன், "நாம் திருமண இல்லங்களில் பாட்டுக் கச்சேரி கேட்டிருக்கிறோம்; நாட்டியம் பார்த்து இருக்கிறோம். கதா காலசேபம் கேட்டிருக்கிறோம். சீர்திருத்த திருமணங்களில் பேச்சுக் கச்சேரி கேட்டிருக்கிறோம். என் தந்தை, தாயாரின் திருமணத்தை பகுத்தறிவுப் பகலவன் தந்தை பெரியார் நடத்தி வைத்தார். திருமணத்திற்கு வந்திருந்த பெருமக்களுக்கெல்லாம் தந்தை பெரியாரின் பகுத்தறிவுப் புத்தகமான 'பெண் ஏன் அடிமையானாள்' வழங்கப்பட்டது. அன்று அது புதுமை. இன்று திருமணத்தில் வீசுவது தென்றலா? புயலா? என்று பட்டிமன்றம் நடத்துவது புதுமை. புதுமை என்றால் பழையது இல்லை, பழையது என்பது இல்லவே இல்லை என்பதுதான். பழையது என்பது எல்லாம் பயனற்றது. காட்டுமிராண்டித்தனமானது. மனிதன் விண்வெளியில் கால் பதித்துவிட்டான். இனி ஒவ்வொரு திருமணத்திலும் பட்டிமன்றம் நடக்கப் போகிறது. நமது அருமை சகோதரி – இன்று மணப்பெண்ணாக அமர்ந் திருக்கும் திருநிறைச்செல்வி கோகிலா புதிய அத்தியாயத்தைத் தொடங்கி வைத்திருக்கிறார். அதற்கு நம்முடைய மதிப்பிற்குரிய மணமகன் கலைவாணன் பூரண ஒத்துழைப்பை நல்குவார். வாழ்க மணமக்கள். நாடு முழுவதும் திருமண வரவேற்பு பட்டிமன்றங்கள் பெருகுக என வாழ்த்தி அமர்கிறேன்" என்று அலங்கார நாற்காலியில் உட்கார்ந்தார்.

மணமக்கள் இருவரும் எழுந்து தலைவர் பேராசிரியர் பாண்டியனுக்கு வணக்கம் தெரிவித்தார்கள். பட்டிமன்ற ஒருங்கிணைப்பாளர் நந்தினி முருகேசன் மேடையேறினார்.

அன்பரசன் தன் இருக்கையில் இருந்து வெளியில் வந்தான். வாசலில் நின்றுகொண்டிருந்த உமாதேவி, "தோழரே, பட்டிமன்றம் கேட்கவில்லை" என்று கேட்டாள்.

தலையசைத்துக்கொண்டே நடந்தான்.

பெரிய கார் வந்து நின்றது. முன்னிருக்கையில் இருந்து கதவைத் திறந்துகொண்டு பிரகாசம் இறங்கினான். தோளைச் சுற்றி போட்டிருந்த பட்டுப் பீதாம்பரத்தை இழுத்துவிட்டுக் கொண்டே முன்னே ஓரடியெடுத்து வைத்தான். நான்கைந்து பேர்கள் கூட்டமாக அவனை வரவேற்கச் சென்றார்கள்.

"வாங்க அண்ணா, வாங்க" என்று உஷாதேவி முதலில் வரவேற்பு நல்கினாள்.

"பிரகாசம் அண்ணா இன்னும் வர்லீயா என்று கோகிலா கேட்டுக்கொண்டே இருக்கிறாள். நீங்கள் முன்னாலேயே வந்து இருக்கணும்." அவனை முன்னே அழைத்துக்கொண்டு ராஜாத்தி ராஜன் சென்றாள்.

சோபாவில் அமர்ந்திருந்த கோகிலா கையில் இருந்த பூங்கொத்தை தோழியிடம் கொடுத்துவிட்டு இரண்டடி முன்னே வந்து தலைகுனிந்து வணக்கம் தெரிவித்து வரவேற்றாள். தன் துணைவன் கலைவாணனிடம் இரண்டு வார்த்தைகள் பிரகாசம் பற்றிப் பெருமையாகச் சொன்னாள். அவனும் கரம் குவித்தான்.

பிரகாசம் மேடையேறி இருவருக்கும் பொற்காசுகள் கொடுத்து ஆசீர்வாதம் செய்தான்.

"அண்ணா, பட்டிமன்றம் கேட்டுவிட்டு, விருந்து சாப்பிட்டு விட்டு என்னிடம் சொல்லிக்கொண்டுதான் போகவேண்டும், தாம்பூலம் வாங்கிக் கொண்டு" என்று பல்லெல்லாம் தெரிய சிரித்தாள் கோகிலா. பட்டுப்புடவையிலும் தங்க வைர, முத்து மணிகளிலும் தலையில் சூடிய பூவிலும் பூரித்துக் கொண்டி ருந்தாள்.

"உங்கள் வருகையால் நாங்கள் பெருமை அடைந்து விட்டோம்" என்றான் மணமகன் கலைவாணன்.

"அப்படியே" என்று சொல்லிவிட்டு பிரகாசம் தனக்கென்று காட்டப்பட்ட இடத்தில் அமர்ந்தான். பக்கத்தில் யாரோ ஓர் அதிகாரி சபாரி உடையில் இருந்தார். இவனை ஓரக்கண்ணால் ஒரு பார்வை பார்த்தார். பட்டுப் பீதாம்பரத்தை கழுத்தைச் சுற்றிப் போட்டுக்கொண்டு பட்டிமன்றப் பேச்சைக் கேட்க

ஆரம்பித்தான். அருள் ஞானசம்பந்தம் பேச்சைக் கேட்டுவிட்டு முழு கூட்டமும் சிரித்து கைதட்டியது. இவன் திடுக்கிட்டது போலக் கூட்டத்தைப் பார்த்துக்கொண்டிருந்தான்.

கோகிலா கல்யாணத்தால் பூரித்துப் போனாள். மூன்று கிலோ எடை ஏறிவிட்டது என்று சிநேதிகிகளிடம் சொல்லிச் சிரித்துக்கொண்டாள். பாண்டியன் அவளை நாகர்கோவில், பாலக்காடு, திருவனந்தபுரம் எல்லாம் பட்டிமன்றத்திற்கு அழைத்துச் சென்றார். அவள் கதை சொல்லியும், பாட்டுப் பாடியும், விடுகதைகள் போட்டும் ராமாயணம், பகவத்கீதை மேற்கோள்கள் காட்டியும், சிரிப்பு வரும் விதமாகப் பேசியும் நல்ல பேச்சாளி என்று பெயர் வாங்கினாள். கலைவாணனோடு குருவாயூர் சென்று காலைப் பொழுதில் கிருஷ்ணனை தரிசித்தாள்.

"என்ன வேண்டிக்கிட்ட" என்று ரகசியமாகக் கேட்டான் கலைவாணன்.

"ஆசையைப் பாரு. குருவாயூர் கிருஷ்ணன் கிட்ட என்ன வேண்டிக்கிட்டேன் என்கிறது இப்ப சொல்ல மாட்டேன்."

"பின்ன எப்ப சொல்லுவ."

"பத்து மாதத்திற்கு அப்புறம்."

"சரி."

"என்ன சரி."

"கலைவாணன் பத்து மாதங்களுக்கு அப்புறம்தான் சொல்வான்."

அவள் சிரித்துக்கொண்டே தலை குனிந்தபடி கோவிலைச் சுற்றி வந்தாள். முண்டு கட்டிய ஐந்தாறு இளம் பெண்கள் ஒன்றாகச் சென்றார்கள்.

அவளுக்கு அரசு வேலை கிடைத்தது. நெட் எழுதி இருந்தாள். அறிவுதரும் பட்டிமன்றம் என்ற தலைப்பில் பிஎச்டி செய்து முனைவர் பட்டம் பெற்று இருந்தாள். எனவே பெரிய சிபார்சு இல்லாமல் வேலை கிடைத்துவிட்டது. ஆனால், எங்கே வேலைக்கு அனுப்புவார்கள் என்பதுதான் சொல்ல முடியாமல் இருந்தது. தேனி, மார்த்தாண்டபுரம், பொள்ளாச்சி, நாமக்கல் – என்று தொலைதூரத்தில் போடாமல் இருக்க வேண்டும் என்று கருதினாள். கலைவாணன் மின்சாரவாரியத்தில் திருச்சியில் இருந்தான். எனவே தஞ்சாவூர், துறையூர், திருச்சி என்று

கிடைத்தால் நன்றாக இருக்குமென நினைத்தாள். அதோடு தமிழகத்தின் மையத்தில் இருப்பது பட்டிமன்றம் பேச போய்வர சரியாக இருக்கும் என்று பட்டது. அதைத்தான் பாண்டியனிடம் சொன்னாள்.

"இயக்குநர் நமக்குக் கொஞ்சம் தெரிந்த ஆள்தான். பேசி வாங்கிடலாம்."

"அப்படியா சார்"

"உன் பெயரைச் சொன்னால் அவனுக்குக் கண்டிப்பா தெரியும். நீ சாதாரணமான ஆள் இல்லை. ஒரு சினிமா நடிகையை விட பெரிய ஆள். இன்றைக்கு தமிழ்நாட்டில் மட்டுமல்ல – உலகம் முழுவதும் தெரிந்த பெண்."

"சார், என்ன சார் இதெல்லாம்."

"சேலம் புத்தகத் திருவிழாவில் ஒரு பட்டிமன்றம் போடுகிறார்களாம். இரண்டு நாட்களுக்கு முன்னால்தான் கடிதம் வந்தது. அதில் கோகிலா அவசியம் இருக்க வேண்டும் என்று கோரிக்கை வைத்து இருக்கிறார்கள்."

அவள் சிரித்தாள்.

"பாண்டியன் பட்டிமன்றம் கோகிலா இல்லாமல் கிடையாது என்று பதில் எழுதிப் போட்டுவிட்டேன்."

"அது இருக்கட்டும் சார். நம்ப போஸ்டிங் பாருங்க."

"அது முடிந்துவிடும்."

"அப்படியா சார்."

"எப்படி சார் அவ்வளவு உறுதியாகச் சொல்லுறீங்க. ஒவ்வொரு ஆளுக்கும் ஒரு விலையிருக்கிறது என்பார்கள். இவனுக்கு என்ன விலை என்பது தெரியவில்லை. என்னவாக இருந்தாலும் தேவையென்றால் கொடுத்து காரியத்தை முடிக்கத்தானே வேணும்."

"நீங்க சொல்லுறது பயமாக இருக்குது, சார்."

"நீ ஒண்ணுக்கும் பயப்படாதே. உலகத்தில் பயப்பட ஒன்றுமே இல்லை. நான் பார்த்துக்கறேன்."

இரண்டு மாதங்கள் கழித்து தஞ்சாவூரில் அவளுக்கு வேலை கிடைத்தது. காவேரி நகரில் வீடு. கலைவாணன் ஒரு மாதம் விடுமுறை எடுத்துக்கொண்டு கோகிலா பட்டிமன்ற பேச்சுகளை டி.வி.டிகளாக அமைத்துக்கொண்டிருந்தான். பட்டிமன்ற உலகத்தில் கோகிலா திருமணம் வெற்றிகரமானது என்றும், நல்ல

கணவன் அவளுக்கு வாய்த்திருப்பதாகவும் பேசிக் கொண்டார்கள். பாண்டியன் மலேசியாவில் தைப்பூசத்தின்போது நடைபெறும் பட்டிமன்ற நிகழ்ச்சிகளை ஒழுங்குப்படுத்திக் கொண்டிருந்தார்.

அன்பரசன் மதுரைப் பல்கலைக்கழக வளாகத்தில் வளர்கலைத்துறை பேராசிரியர் முனைவர் ஞான. அருள் வேந்தனைப் பார்க்கச் சென்றுகொண்டிருந்தான். அவரிடம் திருநெல்வேலி பக்கத்து பெண்களின் நாட்டுப் பாடல் தொகுப்பு ஒன்று இருக்கிறது. அது பால்பாண்டியன் நாடார் தொகுத்தது. நூறு வருஷத்திற்கு முன்னால் சர்வேயர் ராபர்ட் கர்க்ஸன் திரட்டியது என்று கொளஞ்சியப்பர் கல்லூரி சமூகவியல் துறைப் பேராசிரியர் பழமலை சொன்னார். "கூடவே கொஞ்சம் கிறுக்கன். எவனையாவது திட்டிக்கொண்டே இருப்பான்; என் பெயரைச் சொன்னால் அதிகமாகத் திட்டுவான்; அப்புறம் முட்டாள், மடையன் என்று வசைமாரி பொழிவான்; டாக்டர் ராதாகிருஷ்ணன், பூர்ணலிங்கம் பிள்ளை, குருசாமி பாகவதர், ருக்மிணி என்று யாரையும் விட மாட்டான். ஆனால், காரணம் இல்லாமல் சொல்கிறான் என்று ஒதுக்கிவிட முடியாது. விஷயம் தெரியும். ஆனால், கிறுக்கு. அவன் மனைவிதான் அவனுக்குப் பெரிய துணை. நார்த்தா மலை உயர்நிலைப் பள்ளி தலைமையாசிரியர். நல்ல பெண்மணி. நான்தான் அனுப்பினேன் என்று தைரியமாகச் சொல். அப்புறம் என்ன ஆகிறது என்று பார்க்கலாம்" என்று வழி சொல்லி அனுப்பி வைத்தார்.

புன்னைமரத்தடியில் உமாதேவி வந்தாள். இவனைப் பார்த்ததும் கரம் கூப்பி, "அண்ணா, வணக்கம்" என்றாள்.

"என்ன புதுவழக்கம்."

"அண்ணா சினிமாவில் பாடப் போறதாகப் படித்தேன். ரொம்ப சந்தோஷம் அண்ணா."

"இல்ல... இல்ல... நான் அதை எல்லாம் விட்டுட்டு பிஎச்டியை எழுதுறதிலே முனைப்பாக இருக்கிறேன்."

"அதான் உங்கள் குரல் எங்குமே ஒலிக்கல" அவள் சிரித்தாள்.

"உங்கள் முகவரி வேணும் அண்ணா?"

"எப்ப கல்யாணம்"

"நான் கல்யாணம் பண்ணிக்கறதா இல்லை அண்ணா?"

“ஏன்? எதற்கு?”

“தெரியுமா? நம்ப கோகிலா போனவாரம் தற்கொலை செய்துகொண்டு செத்துப் போயிட்டாள்.”

அவன் கைகளை மார்போடு கட்டிக்கொண்டு அவளையே பார்த்தபடி இருந்தான்.

“திருமணமான முதலாண்டு நிறைவு நாளன்று கோகிலா தற்கொலை செய்து கொண்டுவிட்டாள். ‘ஆண்கள் – அயோக்கி யர்கள்’ என்று எழுதி வைத்துவிட்டு. அவளுக்கு ஆண்கள்தான் அதிகம் சிநேகிதம். ஆனாலும் அப்படி சாவு சீட்டில் எழுதி வைத்து இருக்கிறாள்.”

“பாவம்.”

“ஆமாம். அவள் செத்தும் பழிவாங்கி விட்டாள்.”

“யாரை? கலைவாணனையா?”

“அவர் அப்பாவி. ரொம்ப பாவம். கோகிலா போனதும் மனசே ஒடிஞ்சி போயிட்டார்.”

“புரொபஸர் அருள் வேந்தன் இருக்கிறாரா?”

“அவர் பத்து மணிக்கு வந்தால் ஐந்து மணி வரைக்கும் பல்கலைக்கழகத்தில் இருக்கிற ஆள்” என்று அவன் முகவரி யைக் கேட்டு வாங்கிக்கொண்டாள்.

ஆறு மாதங்களுக்குப் பிறகு உமாதேவியிடம் இருந்து கல்யாண பத்திரிகை வந்தது. மதுரை மீனாட்சி அம்மன் சன்னதி யில் திருமணம். சென்னை முத்தையா அரங்கில் வரவேற்பு. மாப்பிள்ளை சிவராமகிருஷ்ணன். கம்ப்யூட்டர் எஞ்சீனியர். டொரோண்டோ, கனடா என்றிருந்தது.

‘பெண்கள் பாக்கியசாலிகள்; ஆண்கள் யோக்கியவான்கள்’ என்று அவள் கல்யாண பத்திரிகையில் எழுதிக் கையெழுத்திட்டு மேசை டிராயரில் போட்டான்.

அவன் உமாதேவி கல்யாணத்திற்கும் போகவில்லை; வரவேற்பிற்கும் போகவில்லை. ஆனால், வரவேற்பு தினத்தன்று சவிதாவைத் தேடிக்கொண்டு சென்றான். அவள் சோபாவில் உட்கார்ந்துகொண்டு மடியில் வெள்ளை நாய்க்குட்டியை வைத்துக்கொண்டு தடவி கொடுத்துக் கொண்டிருந்தாள். அவனைப் பார்த்ததும், அவசர அவசரமாக எழுந்து தலை யசைத்தாள்.

"சார்" என்றான்.

"அப்பா ஜிம்கானா கிளப்புக்குப் போய் இருக்காங்க. வர எட்டு எட்டரை மணியாகும்" என்றாள்.

அவன் பதிலொன்றும் சொல்லாமல் சோபாவில் அமர்ந்தான்.

14

அன்பரசன் அரசினர் விருந்தினர் இல்லத்திற்குள் சென்றான். வரவேற்பில் இருந்த பெண், "இப்பத்தான் ராமா நாயக்கர் வந்தார். யாராவது தேடிக்கொண்டு வந்தார்களா என்று கேட்டார். அது அநேகமாக நீங்கள்தான்" என்றாள்.

அவன் தலையசைத்துக்கொண்டு இடது கையில் இருந்த பிளாஸ்டிக் பையை வலது கைக்கு மாற்றிக்கொண்டு முன்னே சென்றான். மூன்றாவது அறை வாசலில் நின்று மணி அடித்தான்.

"எஸ்" என்று சொல்லிக்கொண்டே ராமா நாயக்கர் கதவைத் திறந்தார்.

"வணக்கம்" என்று கை கூப்பினான்.

"அன்பரசன்."

"ஆமாம்."

"உட்காருங்கள். பேராசிரியர் டெலிபோன் செய்தார். நல்ல பையனை அனுப்பி வைத்திருக்கிறேன் என்றார். உட்காருங்கள்" என்றார்.

அவன் லேசாக முறுவலித்தபடி சோபாவில் அமர்ந்தான். உள்ளறையில் இருந்து வந்த ராமா நாயக்கர் மனைவி "ஹாய்" என்று சொல்லிக்கொண்டே முன்னே வந்து அவன் கையைப் பிடித்துக்கொண்டு குலுக்கினாள். தலை நிமிர்ந்து பார்த்தான். நல்ல சிவப்பு. குண்டாக இருந்தாள். நீலமும் பச்சையுமாக கவுன் போட்டுக்கொண்டிருந்தாள்.

"என் மனைவி. பெயர் ஆனா. விக்டோரியா பல்கலைக் கழகத்தில் பேராசிரியர். சமூக விஷயங்களில் அக்கறை கொண்டவர். பெரிய படிப்பாளி. உலகம் முழுவதும் சுற்றியவர்."

அவன் இரண்டு முறை தலையசைத்தான்.

"ஆனா, சீக்கிரம் புறப்படு. புதுச்சேரியை மாலைநேரத்தில் ஒரு சுற்றுச் சுற்றி வந்துவிடவேண்டும். என் முன்னோர்கள் கால் பதித்து நடந்து ஏற்பட்டிருக்கும் சுவட்டில் நான் கால் பதிக்க வேண்டும்" என்று சொல்லிக்கொண்டே எழுந்து கறுப்பு பேண்ட்டை இழுத்து விட்டுக்கொண்டார்.

ஆனா மேசை மீது இருந்த நான்கு முழ மல்லிகைப் பூவை எடுத்துக் கழுத்தைச் சுற்றிப் போட்டுக்கொண்டு கைப்பையை எடுத்துக்கொண்டாள்.

"ஒரு நல்ல பையன். இளைஞன் கைடா வந்திருக்கார். அவர்கூட நாம் ஊரை நல்லா சுற்றிப் பார்த்து விடலாம்" என்று ராமா நாயக்கர் முன்னே அடியெடுத்து வைத்து வாசலுக்கு வந்தார்.

"டாக்ஸி" என்று கேட்டாள் வரவேற்பில் இருந்த பெண்.

ராமா நாயக்கர் பதில் ஒன்றும் சொல்லாமல், ஆனா கையைப் பிடித்துக்கொண்டு படியிறங்கி வாசலுக்கு வந்தார். இரண்டு ஆட்டோ டிரைவர்கள் முன்னே அவசர அவசரமாக வந்தார்கள்.

"நாம் நடக்கப் போகிறோம். புதுச்சேரியில் நடப்பதற்கு என்றே வந்திருக்கிறேன்" என்று ராமா நாயக்கர் கையை வீசியபடி உற்சாகமாக ஏதோ புதிய உலகத்திற்கு வந்துவிட்டவர் போல கால்களை எட்ட எட்ட எடுத்து வைத்து நடந்தார். அவர் நடையைப் பார்த்து ரசித்த ஆனா தலையசைத்து ஒரு சிரிப்புச் சிரித்தபடி அன்பரசன் கையைப் பிடித்துக் கொண்டாள். இருவரும் ராமா நாயக்கர்க்குப் பின்னால் நடந்தார்கள்.

"குட்மேன். நல்லா நடப்பார். விக்டோரியா கடற்கரை சாலையில் தினம் நான்கு கிலோ மீட்டர் நடப்பார். பத்து கிலோ மீட்டர் சைக்கிளில் போவார்."

பஸ், லாரி, கார், ஸ்கூட்டர் எல்லாம் மாறி மாறி வந்தன. அதோடு ஆடுமாடுகள், மனிதர்கள். ராமா நாயக்கர் மிரண்டு போய் புன்னை மரத்தடியில் ஒதுங்கி நின்றார். அன்பரசன் அவர் பக்கமாகச் சென்றான்.

"ஒரே கூட்டம்" என்று மக்கள் திரளைப் பார்த்துப் பிரமித்தார்.

"அதான் தெரிகிறதே?" என்றாள் ஆனா.

"பெயர் என்ன?"

“அன்பு.”

“அன்பு, நீ என்கூடவே இருக்கவேண்டும். இந்தப் புதுச்சேரி பற்றி சொல்லவேண்டும். இது என் முன்னோர்கள் ஊர்; அது எனக்குத் தெரியாமலேயே இருந்தது. அப்புறம் தெரிந்தது. தெரிந்ததும் இருக்க முடியவில்லை. இரண்டு வருஷம் பெரிய முயற்சி செய்து வந்துவிட்டோம். என்னைவிட ஆனாவிற்குத் தான் இதில் பெரும் பங்கு.”

“புதுச்சேரி உங்கள் ஊர் என்பதை எப்படிக் கண்டு பிடித்தீர்கள்?”

“இது சரியான கேள்வி. ஆனா, அன்பு கேட்கிற கேள்வியை கேட்டுக்கொள்.”

ஆனா பின்னால் இருந்து முன்னே வந்தாள்.

“நாங்கள் எல்லாம் பிரெஞ்சு கயானா ஆள்கள். அது ஆப்பிரிக்கா உச்சியில் இருக்கிறது. பக்கத்தில் பிரிட்டீஸ் கயானா. நல்ல கடற்கரைப் பட்டினம். மீன் பிடிக்கிறதுதான் தொழில். ஊர்க்குள் கொஞ்சம் விவசாயம் இருக்கிறது. கரும்புதான் முக்கியமான பயிர்.

நாங்கள் கோடைகாலத்தில் தீ மிதித்து மாடு வெட்டி சாமி கும்பிட்டுக்கொண்டு இருந்தோம். அப்பொழுது நான்கைந்து பாட்டு பாடுவோம். அது பழைய நோட்டில் இருக்கும்.

சாராயம் கோவில் திருவிழாவில் ஆறாக ஓடும். ஆண் பெண் என்று வித்தியாசம் இல்லாமல் குடிப்போம். ஆனாலும் சாமி மேல் ரொம்ப பக்தி. எங்கள் சாமி கிறிஸ்துவ சாமி கிடையாது; வேற யாரும் அங்கே தீ மிதித்து மாடுவெட்டி, கோழி அறுத்து சாமி கும்பிடுறது இல்லை. நாங்கள் ரொம்ப வருஷமாக இப்படி கொண்டாடிக்கொண்டு இருக்கிறோம். அந்தப் பழக்கம் எப்பொழுது தொடங்கியது; யார் கொண்டு வந்தது என்பது தெரியாது. ஆனால், எங்கள் தாத்தாதான் பூசாரி. தாத்தாவிற்குப் பிறகு அப்பா; அப்பாவிற்குப் பிறகு என் பெரிய அண்ணன். கோவில் எங்கள் பொறுப்பில்தான் இருந்தது.

எங்கள் தாத்தா கோவில் வாசலில் எங்களை உட்கார வைத்துக்கொண்டு கதை சொல்வார். அவர் கதை எல்லாம் இங்கே யாரும் சொல்லாத கதை; யாரும் கேட்காத கதை. எங்கள் வீட்டில் உடுக்கு ஒன்று இருந்தது. இரண்டு அறுவாள் இருந்தது. உடுக்கை அடித்துக்கொண்டு தாத்தா பாட்டுப் படுவார். அப்பொழுது அவரைப் பார்க்க பயமாக இருக்கும்.

ஆளே மாறிப் போய் இருப்பார். பேச்சு மொழி பிரெஞ்சாக இருக்காது. என்னமோ பேசுவார். அதில் இரண்டொரு பிரெஞ்சு சொல் இருக்கும். ஆனால், தாத்தா காலத்திலேயே அவருக்கு பெரிய மதிப்பு. அவர் சொன்னது எல்லாம் நடந்தது என்று சொல்லிக்கொண்டார்கள். அவர் குறி சொன்னார்.

எனக்குக் கடவுள், சூன்யம், பேய், பிசாசு மேல் எல்லாம் நம்பிக்கை கிடையாது. நான் பிரெஞ்சு கயானா ஆளாக இருந்தேன்.

நான் பிரான்சில் படித்துவிட்டு வந்து, கயானாவில் பள்ளிக்கூடத்தில் பாடம் கற்றுக்கொடுத்துக் கொண்டிருந்தேன். ஊரில் ஒழுங்காகப் படித்த முதல் ஆள் நான்தான்.

ஒருநாள் நாங்கள் பரம்பரை வழக்கப்படி தீ மிதித்து, மாடுவெட்டி பாட்டுப்பாடி கோவிலில் திருவிழா கொண்டாடிக் கொண்டிருந்தோம். அப்பொழுது இந்தியன் எம்பஸியில் இருந்து ஒரு கார் வந்து நின்றது. காரில் இருந்து ஒரு அதிகாரியும் அவன் மனைவியும் இறங்கினார்கள். எங்கள் திருவிழாவை தீ மிதிப்பதை, அப்பா பாட்டுப் பாடுவதை போட்டோ, வீடியோ பிடித்துக்கொண்டார்கள். அடிக்கடி பிரெஞ்சு சுற்றுலாப் பயணிகள் வந்து போட்டோ பிடித்துக்கொண்டு பணம் கொடுத்துவிட்டுப் போவார்கள். அப்படிப்பட்ட ஆட்கள் என்று நினைத்தோம். ஆனால், அவர்கள் அந்த மாதிரியான ஆட் களாகத் தெரியவில்லை. ரொம்ப நேரம் நாங்கள் ஆடுவதையும், பாடுவதையும் பார்த்துக்கொண்டு இருந்தார்கள். தேவைப்படுகிற அளவிற்குப் படம் பிடித்துக்கொண்டார்கள். கடைசியாக அப்பாவிடம் வந்து பேசிக்கொண்டிருந்தார்கள். அப்பாவிற்கு பிரெஞ்சுதான் தெரியும். இங்கிலீஷ் சுத்தமாகத் தெரியாது. அவர்களுக்கு பிரெஞ்சு கொஞ்சம் தெரிந்தது. அப்பா என்னைக் கூப்பிட்டு விசாரிக்கச் சொன்னார். நான் பிரெஞ்சு, இங்கிலீஷ் படித்து இருந்தேன்.

அந்த ஆள் தன் பெயர் ரங்கராஜன் என்றான். இந்தியத் தூதுவர் அலுவலகத்தில் முதன்மை செயலாளர். அவன் மனைவி அலமேலு என்றான். பூர்வீகம் ஸ்ரீரங்கம். அது இந்தியாவின் தென்கோடியில் தமிழ்நாட்டில் இருக்கிறது என்றான். எனக்கு இந்தியா பற்றிக் கொஞ்சம் தெரியும். தமிழ்நாடு பற்றி எல்லாம் தெரியாது.

என்ன? ஏது என்று விசாரித்தேன்.

அப்பா பாடுகிற பாட்டு தமிழ்ப் பாட்டு என்றான். புத்தகம் இருக்கிறதா? எழுதி வைத்து இருக்கிறீர்களா என்று கேட்டான். வீட்டில் ஒரு பழைய பெட்டியில் சில நோட்டுப் புத்தகங்கள், போட்டோக்கள் இருக்கின்றன. அவை ரொம்பப் பழசு என்றார். அவற்றைப் பார்க்கவேண்டும் என்றான். இருந்தாலும் நீங்கள் எல்லாம் நூற்றியம்பது இருநூறு ஆண்டுகளுக்கு முன்னால் பிரெஞ்சு காலனியான புதுச்சேரியில் இருந்து அழைத்துக் கொண்டு வரப்பட்டவர்கள் என்றான்.

'அப்படியா?' என்று கேட்டார் அப்பா.

'புதுச்சேரி துபாஷி ஆனந்தரங்கப்பிள்ளை முதன்முதலாக புதுச்சேரியில் இருந்து தமிழர்கள் கப்பலில் கடத்திக்கொண்டு வந்தது பற்றி எழுதியிருக்கிறார். நீங்கள் அந்த ஆட்களாக இருந்தால் இருநூறு வருடங்களுக்கு முன்னால் வந்திருக்கிறீர்கள் என்றான்.'

அவன் சொல்லச் சொல்ல எங்களுக்கு உற்சாகம் வந்து விட்டது. நாங்கள் எங்கள் வேர்களைத் தெரிந்துகொள்ள ஆசைப்பட்டோம். அடுத்த வாரம் ஞாயிற்றுக்கிழமை, எங்கள் வீட்டிற்கு புதுச்சேரி படமெல்லாம் கொண்டு வந்தான். போட்டோ காட்டினான். புதுச்சேரி கோவில் தீமிதி விழா காட்டினான். அப்புறம் இரண்டு கேசட் பாட்டு போட்டுக் கேட்க வைத்தான். தாத்தா பாடிய பாட்டு மாதிரிதான் இருந்தது. பாட்டி, அம்மா, அத்தை என்று வீட்டில் இருந்த பெண்கள், குழந்தைகளையும் சேர்த்துக்கொண்டார்கள். சர்ச் ரெக்கார்டில் இருந்து பெயர்களை எழுதிகொண்டான்.

அந்த ரங்கராஜன் ரொம்ப நல்ல ஆள்; அவனைவிட அவன் மனைவி அற்புதமானவள். நாங்கள் நூறு நூற்றியம்பது பேர்கள் ஊர், தெரியாமல் நாடு தெரியாமல் உழன்று கொண்டிருந்தோம். மொழி போய்விட்டது. உடையைக் களைந்து விட்டோம். எங்களுக்குச் சொந்தமென்று ஒன்றுமே இல்லை. ஆனால், அதை அறியாமல் வாழ்ந்துகொண்டிருந்தோம். ரங்கராஜன் எங்களையே எங்களுக்கு அறிமுகப்படுத்தினான்.

அவனுக்குப் பெரிய விருந்து கொடுக்கத் தீர்மானித்தோம். ஓட்டலில் விருந்து கொடுப்பது பாவம் என்று பட்டது. எனவே சமூக நலக் கூடத்தில் விருந்து வைப்பது என்று முடிவு செய்தோம். ஊரில் இருந்த ஒவ்வொருவரும் பணம் போட்டார்கள். அதில் தாத்தா பேங்கு பாஸ் புக்கை என்னிடம் கொடுத்து இருக்கிற பணத்தை எல்லாம் எடுத்து விருந்து வை

என்று கட்டளை போட்டார். ஆனால், அவர் பணத்தில் இருந்து நான் ஒரு டாலர்கூட எடுக்கவில்லை. அவரே எங்கள் அடையாளமாக இருந்தார். அவர்க்கு புது பேண்ட், சர்ட் எல்லாம் வாங்கிக் கொடுத்தேன். விருந்துக்கு வர ரங்கராஜன் முதலில் தயங்கினான். தென்னாப்பிரிக்காவிற்கு அலுவல் நிமித்தம் போகவேண்டியிருக்கிறது. இரண்டு மாதங்களுக்கு ஓய்வு இல்லை என்றான். நாங்கள் விடுவதாக இல்லை. அடிக்கடி சென்று தொந்தரவு கொடுத்தோம். கடைசியில் அரை மனத்தோடு விருந்துக்கு வருவதற்கு இசைவு தெரிவித்தான். எங்களுக்கு தாள முடியாத சந்தோஷம். நான் கையைப் பிடித்துக் குலுக்கினேன்.

அவன் மெதுவாக என்னிடம், 'நானும் என் மனைவியும் சைவம். மாமிசம் எதுவும் சாப்பிட மாட்டோம். முட்டைகூட தின்பது இல்லை. மது குடிப்பது இல்லை' என்றான். எனக்கு ஒரு மாதிரி ஆகிவிட்டது. எங்கள் ஊரில் விருந்து என்றால் மாமிசந்தான். மதுவகைகள் கட்டாயம் இருக்கும். எங்கள் பெண்கள்கூட குடிப்பார்கள்.

'மீன்' என்று கேட்டேன்.

'இல்லை. மீன் சாப்பிடுவது இல்லை' என்றான்.

'அப்படியென்றால் என்ன வைத்துக்கொண்டு விருந்து கொடுப்பது.'

அரிசி சோறு, தயிர், திராட்சை, ஆப்பிள், அன்னாசிபழம், ஆரஞ்சு என்றான்.

அவன் விருந்துக்கு வருவதே மகிழ்ச்சி அளித்தது. சமூக நலக்கூடத்தை அலங்கரித்தோம். பாதிரியார் வரவேற்பு பத்திரம் வாசித்துக் கொடுக்க முன் வந்தார். அவர் எங்கள் குடும்பத்து ஆள்தான். நான்தான் வரவேற்பு பத்திரம் எழுதினேன். முதலில் பிரெஞ்சு மொழியில் எழுதினேன். நன்றாக வந்திருப்பது மாதிரி இருந்தது. நல்ல மனத்தோடு எழுதினால் எதுவும் நன்றாக வரும் என்று கல்லூரியில் என்னுடைய பேராசிரியர் சொன்னது நினைவிற்கு வந்தது. அப்புறம் அதனை இங்கிலீசில் மொழி பெயர்த்தேன். அதிக நேரம் பிடித்தது. மொழிபெயர்ப்பைக் கொடுத்து சரிபார்த்துக்கொள்ள ஆளே இல்லை. பிரெஞ்சு பத்திரத்தை பாதிரியார் படித்துவிட்டு நன்றாக இருக்கிறது என்றார். அவர் எங்கள் ஊர் பள்ளிக்கூடத்தில் பத்தாம் வகுப்பு வரையில் படித்தவர். ஒரு தெருச் சண்டையில் கலந்துகொண்டு அடிபட்டார். மூன்று மாதங்கள் சிறுவர் சீர்திருத்தப் பள்ளியில் சேர்க்கப்பட்டு இருந்தார். பின்னர் ரோமன் கத்தோலிக்க

மதத்தில் சேர்ந்து படித்து பாதிரியாராகி விட்டார். அவருக்கு உத்தமர் என்று பெயர். கெட்டவர்கள் அவருக்குப் பயந்தார்கள்; விபசாரம் செய்யும் பெண்கள் அவரைக் கண்டால் ஒதுங்கி மறைந்தார்கள். அவர்தான் எங்களுக்கு ஏசுநாதராக இருந்தார். எங்கள் குற்றங்களை மன்னித்து மோட்சத்திற்கு வழி காட்டினார். அவர் சொல்வது எதையும் நாங்கள் தட்டுவதே இல்லை. அவர் எங்களுக்காகவே வாழ்ந்தார்.

சமூகநலக் கூடத்தில் ஊரில் இருந்த எல்லோரும் வந்து கூடி இருந்தார்கள். நல்லவர்கள், கெட்டவர்கள், அதிகாரிகள், ஊழியர்கள் போலீஸ்காரர்கள், திருடர்கள், விபசாரிகள், உத்தமிகள், இளைஞர்கள், யுவதிகள் என்று பெருங்கூட்டம். கோவில் திருவிழாவிற்கும், தீ மிதிக்கவும், குறி கேட்கவும் வராதவர்கள் எல்லாம் வந்து இருந்தார்கள் அதுவே பெரிய சாதனையாக இருந்தது.

ரங்கராஜனும், அவன் மனைவி அலமேலும் சரியாக நேரத்திற்கு வந்தார்கள். நாங்கள் எல்லோரும் எழுந்து நின்று கைதட்டி அவர்களை வரவேற்றோம். ரங்கராஜன் வெள்ளை வேட்டி கட்டிக்கொண்டு, வெள்ளை சட்டையும், மேலே ஒரு துண்டும் போட்டிருந்தார். அவர் மனைவி மஞ்சள் பட்டுப் புடவை உடுத்திக்கொண்டு நெற்றியில் சிவப்புப் பொட்டு வைத்துக்கொண்டு கழுத்தில் ஒரு சங்கிலி போட்டுக் கொண்டிருந்தார். தாத்தா மக்கள் சார்பில் பொக்கே கொடுத்தார். நான் இருவரையும் அறிமுகம் செய்து வைத்தேன். எங்கள் பாதிரியார் பாராட்டுப் பத்திரம் வாசித்துக் கொடுத்தார். அதனைப் பெற்றுக்கொண்ட ரங்கராஜன் சுருக்கமாக உரை நிகழ்த்தினார்.

அது என் மனத்தில் அப்படியே இருக்கிறது. பதினேழு வருஷங்கள் போய்விட்டது. ரங்கராஜன் இருக்கிறாரோ இல்லையோ தெரியாது. ஆனால், அவர் சொன்னது அப்படியே மனத்தில் இருக்கிறது.

அவர் சொன்னார்: 'பிரெஞ்சு கயானாவில் பேக்கூர் கடற்கரைப் பட்டினத்தில் வாழுகின்ற நீங்கள் இந்தியாவில் உள்ள புதுச்சேரியில் இருந்து, பிரெஞ்சு கிழக்கிந்திய கம்பெனியால் அழைத்துக்கொண்டு வரப்பட்டவர்கள். அதன் பின்னர் தாய்நாட்டோடு தொடர்பு இல்லாமல் போய்விட்டது. பிரெஞ்சு கயானாவையே தாய்நாடாகக் கொண்டு வாழ்ந்து வருகிறீர்கள். அது நல்ல பண்புதான். ஆனால், நீங்கள் அறியாமலேயே தாயகத்தின் பழக்க வழக்கங்களும், சம்பிரதாயங்களும், வழிபாடுகளும் உங்களிடம் தொடர்ந்து வருகிறது. அதில்

முக்கியமானது தீ மிதிப்பது. அது புராதனமான பண்பு. அதனை தொடர்ந்து பின்பற்றி வருகிறீர்கள். விழாவில் பாடுவது தமிழ்ப் பாட்டு. தமிழை பிரெஞ்சு மொழியில் எழுதி பாடிப்பாடி பிரெஞ்சு பாட்டாகவே ஆக்கிவிட்டீர்கள். அது ஒன்றும் தவறு கிடையாது. தமிழ் படிக்கவும், பேசவும் வாய்ப்பு இல்லாத இடத்தில் இப்படி நேர்வது சரிதான்.

உங்கள் தாயகமான இந்தியாவிற்குச் செல்லவும் புதுச் சேரியில் கால்பதித்து நடக்கவும் – உறவினர்களைத் தேடிக் கண்டுபிடிக்கவும் ஆசைப்பட்டால் இந்திய அரசு அதற்கு ஆவன செய்வதற்குத் தயாராக இருக்கிறது. அது புலம் பெயர்ந்த குடும்பங்கள் ஒன்று சேர்வதுதான். உலகம் முழுவதிலும் புலம் பெயர்ந்தவர்கள் வேர்களைத் தேடி பயணப்பட்டுக் கொண்டே இருக்கிறார்கள். அவர்கள் பிரெஞ்சு கயானா மக்களாகவும் இருக்கிறார்கள். யாரெல்லாம் புதுச்சேரிக்கு வந்து போக விரும்பு கிறீர்களோ – அவர்கள் பெயர், முகவரி எழுதிக் கொடுங்கள். இந்திய தூதுவர் அலுவலகம் அவர்கள் பயணம் வெற்றியடைய ஆவன செய்து தரும் என்று உறுதியளிக்கிறேன்' என்றார்.

நான் முதல் ஆளாகப் பெயர் கொடுத்தேன். அடுத்து மூன்று கொள்ளை வழக்குகளில் சிக்கி ஆறாண்டுகள் சிறையில் இருந்து விடுதலையாகி வந்த லாரன்ஸ், அவன் வைப்பாட்டி மாரீவானாவும் பெயர் கொடுத்தார்கள். மொத்தம் பதினேழு பேர்கள் இருந்தார்கள். பாதிரியாரும் ஒரு ஆளாக இருந்தார். கடைசிப் பெயராக தாத்தா பெயர் இருந்தது.

நான் தாத்தா கையைப் பிடித்துக்கொண்டு, 'தாத்தா நாம் இரண்டு பேரும் புதுச்சேரி போகப் போகிறோம். நான் டிக்கெட் எடுக்கிறேன்' என்றேன். அவர் என்னை நிமிர்ந்து பார்த்தார். கண்கள் ஒளி வீசின.

'நீதான் என்னை அழைத்துக் கொண்டு போகப் போறேன்னு எனக்குத் தெரியும்' என்றார்.

'நான் பணத்திற்கு எவ்வளவோ முயற்சி செய்தேன். பணம் தேறவில்லை. ஆட்களும் கூடவில்லை. தூதுவர் அலுவலகத்திற்கு மூன்று மாதங்கள் கழித்து சென்றேன். ரங்கராஜனை இங்கிலாந்துக்கு மாற்றிவிட்டதாகச் சொன்னார்கள். ஆனால், அவன் ஏற்றி வைத்த விளக்கு அணையவே இல்லை." என்றபடி ராமா நாயக்கர் ஆனாவை இழுத்து அணைத்துக்கொண்டு, பொங்கும் கடலையும் அதில் மிதந்து செல்லும் கப்பல்களையும் காட்டி, "இங்கே இருந்துதான் என் முன்னோர்களை

பிரெஞ்சுக்காரர்கள் பிடித்துக்கொண்டு வந்து பிரெஞ்சு கயானாவில் இறக்கி விட்டு வேலை வாங்கி இருக்கிறார்கள். கற்பனை கூட செய்துபார்க்க முடியாது. ஆனால், நடந்து இருக்கிறது." என்றார்.

ஆனா சிறுமியைப் போன்ற ஆர்வத்தோடு கடலில் செல்லும் கப்பல்களையே பார்த்தபடி இருந்தாள்.

அன்பரசன் கைகளை கட்டிக்கொண்டு இருவரையும் மாறிமாறிப் பார்த்துக்கொண்டிருந்தான்.

15

காந்தி சிலையின் பக்கத்தில் ராமா நாயக்கர் உட்கார்ந்தார். சட்டையை இழுத்துவிட்டுக்கொண்டு கையை நீட்டி ஆனாவைக் கூப்பிட்டார். அவள் கடலை விற்கும் பையனிடம் மூன்று பொட்டலம் வேர்க்கடலை வாங்கிக் கொண்டு வந்து முதல் பொட்டலத்தை அன்பரசனிடம் நீட்டினாள். அவன் ராமா நாயக்கர் பக்கம் கையை நீட்டினான். அவள் தலையசைத்துக்கொண்டே கீழே உட்கார்ந்து ஒரு பொட்டலத்தை ராமா நாயக்கரிடம் கொடுத்தாள். அவர் வேர்க்கடலை பிரியர். விக்டோரியா இல்லத்திலும், கல்லூரியிலும் பெரிய பாட்டில்களில் வறுத்த வேர்க்கடலை வாங்கி வைத்திருப்பார். தான் தின்பது போல மற்றவர்களுக்கும் கொடுத்து உபசரிப்பார். அவரே விருந்து பிரியர். அடிக்கடி வீட்டில் விருந்து கொடுப்பார். விருந்தில் வேர்க்கடலை இருக்கும். குடித்துவிட்டு வாந்தி எடுக்கும் ஆட்களை, கலாட்டா பண்ணும் ஆட்களை அடுத்தமுறை விருந்துக்குக் கூப்பிட மாட்டார்.

குடித்த பிறகு யாரால் நிதானமாக இருக்க முடியுதோ அவனே மது அருந்தத் தக்கவன் என்பது அவர் கொள்கையாக இருந்தது. அவர் விருந்தில் வறுத்த வேர்க்கடலைக்கு முக்கியமான இடம் உண்டு. வால்மார்ட்டில் இருந்து புதிதாக விருந்துக்கென தனியாக மசாலா வேர்க்கடலை பொட்டலங்கள் வாங்கி வருவார். அவர்க்குச் சாப்பாட்டில் ருசியிருந்தது போல பேசு வதிலும் ஆர்வம் இருந்தது. விருந்து கொடுப்பதே தன் பேச்சை கேட்க ஆள் பிடிக்கும் காரியந்தான் என்று ஜமேக்கா புரொபெசர் மீகையீல் வான்கோ சொன்னார். அவர் அதற்காகக் கோபித்துக் கொள்ளவில்லை. தலையை அசைத்து ஏற்றுக்கொண்டார். அது சிலருக்கு இரண்டு விருந்தில் தெரிகிறது; சிலருக்கு ஐந்தாறு விருந்துகளுக்கு வந்த பின்தான் தெரிகிறது. சிலர் அது பற்றி கவனிக்காமலேயே குடிப்பதற்கும், சாப்பிடுவதற்கும் வருகிறார்கள்.

“அது சரிதான். ஒவ்வொருவருக்கும் ஒரு நோக்கம் இருக் கிறது. அதனால் வாழ்க்கை சுலபமாக இருக்கிறது” என்றார்.

“இல்லை. யார்க்கும் வாழ்க்கை சுலபமாக இல்லை. எல்லோர்க்கும் ஏதோ ஒருவகையில் வாழ்க்கை கடினமாக இருக்கிறது. அது பலர்க்குத் தெரிவதில்லை; வெகு சிலர்க்குத் தெரிகிறது. தெரியாதவர்கள் பாக்கியசாலிகள். அவர்கள் சந்தோஷமாக வாழ்கிறார்கள்.”

“அது பற்றிப் புத்தகம் எழுதலாம்.”

“எழுதலாம். ஆனால், நான் எழுத மாட்டேன். எனக்கு எழுதுவதற்கு என் வாழ்க்கை இருக்கிறது. என் முன்னோர்கள் தாயகத்தை அறிந்துகொண்டுவிட்டேன். அதை அறியாத வரை யில் எனக்குப் பிரச்சனைகளே இல்லை. ஆடுவது, பாடுவது, பெண்களோடு ஊர் சுற்றுவது, கிளப்புக்குப் போவது என்று இருந்தேன். எப்போது என்னூர் என்பது தொலைவில் இருக் கிறது என்பதைத் தெரிந்துகொண்டுவிட்டேனோ அப்பொழுதில் இருந்து நான் வேறு ஆளாகிவிட்டேன். ஒருமுறை நம் முன்னோர்களின் தாயகத்தைக் கண்டு வந்து அதனைப் பற்றி எழுதுவது என்று தீர்மானித்துவிட்டேன். அதற்காகத்தான் படித்துக்கொண்டு இருக்கிறேன்” என்றார் ராமா நாயக்கர்.

“நீ இந்தியா போகும்போது சொல். நானும் வருகிறேன்.”

“இல்லை. உன் பயணம் வேறு; நான் பயணம் போவது வேறு. இரண்டும் சேர்ந்து போக முடியாது. நான் சுற்றுலா போகவில்லை. ஆகையால் நாம் சேர்ந்து செல்ல முடியாது.”

“இதுதான் நீ?” கிளாசை எடுத்து ஒரு மிடறு குடித்துவிட்டு கீழே வைத்தார்.

ராமா நாயக்கர் நண்பர்களிலேயே திறமைசாலி என்றும் புத்திசாலியென்றும் மீகையீல் வான்கோவைத்தான் ஆனா சொல்லிக்கொண்டிருந்தாள். அவர் தாய் ஜமேக்கா வாசி. தந்தை டச்சு. வாணிகக் கப்பலில் கரி அள்ளிப் போடும் பாயிலர் அட்டெண்டர். ஊர்சுற்றிப் பார்க்கவே கப்பல் வேலையில் சேர்ந்தான். ஏழாண்டுகள் போய்விட்டது. நன்றாக கால்பந்தாடு வான். ஜமேக்காவில் ஓட்டலில் சர்வராக இருந்த காரீனாவைக் கண்டு காதல் கொண்டான். ஒரு குழந்தை பிறந்தது. மீகையீல் வான்கோ என்று பெயரிட்டு கொஞ்சிக்கொண்டிருந்தான். உள்ளூர் கால்பந்து கிளப்பில் கோல்கீப்பராக இருந்தான். நல்ல கோல்கீப்பர் என்று அவனை கேப்டனாக்கி ஸ்பெயினுக்கு

அனுப்பி வைத்தார்கள். அவன் பிறகு திரும்பி வரவே இல்லை. அம்மாதான் படிக்க வைத்து ஆளாக்கினாள். அவள் ஆசார மான பெண். ஞாயிற்றுக்கிழமைகளில் சர்ச்சுக்கு சென்றாள். பாதிரியார் உபதேசப்படி நடந்துகொண்டாள். தன் மகனை ஆசிரியருக்குப் படிக்க வைத்தாள். ஜமேக்காவில் பள்ளிக்கூட ஆசிரியராக இருந்தான். அம்மா காலமான பிறகு ஜமேக்காவில் இருக்கப் பிடிக்கவில்லை. கனடா வந்து மேற்படிப்பு படித்தான். கெட்டிக்காரன் என்பதால் உடனடியாக வேலையும் கிடைத்தது. ராமா நாயக்கர் ஆலோசகர்களில் முதல் ஆள் மீகையீல் வான்கோதான்.

ராமா நாயக்கர் தண்ணீர் குடித்துவிட்டு புட்டியை ஆனாவிடம் கொடுத்துவிட்டு, "உலகத்திற்கு இங்கிலீஷ்காரன் களும், பிரெஞ்சுக்காரன்களும் செய்து உள்ள அட்டூழியத்தைப் பற்றி எழுதி முடிக்க முடியாது" என்றார்.

ஆனா அவர் பக்கத்தில் நெருங்கி உட்கார்ந்தாள்.

"அமெரிக்காவிற்குள் நுழைந்ததும் உங்களை எல்லாம் விரட்டியடித்துவிட்டு நாட்டைப் பிடித்துக்கொண்டு சொந்த மாக்கிக் கொண்டார்கள். நீங்கள் மக்கள் தொகையில் குறைவாக இருந்ததால் சுலபமாகியது. எங்கள் நாட்டிற்குள் வந்ததும் பெரும் கூட்டத்தைப் பார்த்து மிரண்டு போய்விட்டார்கள். அப்புறம் அப்புறம் தாங்கள் பிடித்த மக்கள் இல்லாத நாடுகளுக்கெல்லாம் கொண்டு போய் வேலை வாங்க ஆரம்பித்தார்கள்.

மீகையீல் அடிக்கடி சொல்வான். உலக சரித்திரத்தில் கொடுமையான காலகட்டம் பதினைந்தாவது நூற்றாண்டில் தொடங்குகிறது. அதற்கு முதலில் அச்சாரம் போட்டவன் கிறிஸ்டபர் கொலம்பஸ். அப்புறம் பிரெஞ்சுக்காரன் காட்டர் ஜீவீஸ். இரண்டு பேரும் அமெரிக்காவை வதம் பண்ண வழி வகுத்துக் கொடுத்தார்கள். மூன்றாவது ஆள் வாஸ்கோடா காமா. இவன் இந்தியாவிற்குள் புகுந்ததின் வழியாகத்தான் கிழக் கிந்திய கம்பெனிகள் தோன்றின. பல நாடுகளின் இயற்கையான வளங்கள் சுரண்டப்பட்டு ஒருபகுதி மக்கள் ஏழைகளாகவும், இன்னொரு பகுதி மக்கள் பணக்காரர்களாகவும் மாறினார்கள்."

ஆனா தலையசைத்தாள்.

"அன்பு, இப்படி பக்கத்தில் உட்கார்." அவன் ராமா நாயக்கர் பக்கத்தில் அமர்ந்தான்.

“உனக்கு அலாஸ்கா தெரியுமா? தெரியவேண்டியது இல்லை. உன் அளவிற்கு அமெரிக்கன் புத்திசாலி இல்லை. அவனுக்குப் படிப்பும் வராது; படிக்கறதும் இல்லை. அவனுக்கு இந்தியா என்ற பெரிய நாடு இருப்பதே தெரியாது. ஊர் சுற்றுவான்; நல்லா தின்பான்; சூதாடுவான்; கிளப்புக்குப் போய் கிடைக்கறவளை மேய்ந்துவிட்டு சூரிய உதயம் தெரியாமல் தூங்குவான். அவ்வளவுதான். அங்கே வேலை செய்யறவன் மெக்சிகோ, சீனாகாரன், இந்தியன். அவர்கள் வேலைக்கு உலை வைக்கப் போவதா சொல்லிக்கிட்டு இருக்கிறான். அது நடந்தால் முதலில் அமெரிக்காதான் நாறும்.”

“ராமா” என்று எட்டி அவர் கையைப் பிடித்தாள் ஆனா.

“ஓ! அன்பு. நான் உனக்கு அலாஸ்கா பற்றி சொல்ல வேண்டும். ஆனா அலாஸ்காவாசி. பதினைந்தாயிரம் வருடங் களாக வாழ்ந்து வருகிற பரம்பரையில் பிறந்தவர். அலாஸ்கா என்றால் நமது பூமி என்பது அவர் மொழியில் அர்த்தம். அவர்கள் பல நூற்றாண்டுகளாக சால்மன் மீன் பிடித்துக் கொண்டும், வெண்கரடி வேட்டையாடிக்கொண்டும், ஓநாய் விளையாட்டு விளையாடிக்கொண்டும், டொட்டம் நட்டுக் கொண்டும், விருந்து வைத்துக்கொண்டும் பரிசு கொடுத்துக் கொண்டும் சந்தோஷமாக வாழ்ந்துகொண்டு இருந்தார்கள். அவர்கள் இன்னொரு நாட்டின் மீது படையெடுக்கவில்லை. மற்றவர்களும் அவர்கள் மீது படையெடுக்கவில்லை. எல்லாம் நன்றாகவே போய்க் கொண்டிருந்தது.

ரஷியக்காரன் சைபீரியா வழியாக உள்ளே போய் அலாஸ்கா என் நாடு என்று கொடி நட்டுக்கொண்டான். அது அவனுக்கு மட்டுந்தான் தெரியும். குடிமக்களுக்குத் தெரியாது. கொஞ்சகாலம் சென்றது. ரஷ்ய ராஜாவிற்குப் பணமுடை. எனவே அமெரிக்கனிடம் விலை பேசினான். பத்து மில்லியன் கேட்டான். அலாஸ்கா அமெரிக்காவிற்கு மேலே இருக்கிறது. எனவே இன்னொருத்தன் வந்து வாங்க முடியாது. கொஞ்ச காலம் ரஷியனை அழவிட்டு எட்டு மில்லியனோ, ஒன்பது மில்லியனோ கொடுத்து ரஷ்ய கொடியைப் பிடுங்கிப் போட்டு விட்டு நட்சத்திரம் போட்ட அமெரிக்க நீலநிறக் கொடியைப் பறக்கவிட்டுக்கொண்டான். அமெரிக்காவின் ஐம்பதாவது மாநிலம் அலாஸ்கா என்று உலகம் முழுவதற்கும் கத்திக் கத்திச் சொன்னான்.

அப்பொழுதுதான் அலாஸ்கா பூர்வீகக் குடிமக்களுக்கு விஷயம் தெரிந்தது. அலாஸ்கா எங்கள் நாடு. அதை விற்க

ரஷ்யாவிற்கு உரிமை கிடையாது. அமெரிக்கா பணம் கொடுத்து வாங்கியது செல்லாது. தனக்குச் சொந்தமில்லாத நாட்டை ஒரு நாடு எப்படி விற்க முடியும்? இன்னொரு நாடு எப்படி பணம் கொடுத்து வாங்க முடியும் என்று அலாஸ்காவாசிகள் கேட்டார்கள். அங்கே பறந்துகொண்டிருந்த அமெரிக்க கொடியைக் கிழித்துப் போட்டார்கள். அதற்குத் தீ வைத்தார்கள்.

அமெரிக்கா கடல் படையை அனுப்பியது. அலாஸ்கா வாசிகள் எல்லோரும் அடங்கி அமெரிக்கக் குடிமக்களாக இருக்கவேண்டும். எதிர்த்தால் கடுமையான விளைவுகளைச் சந்திக்க வேண்டுமென எச்சரிக்கைவிட்டது. அலாஸ்காவிற்குள் நுழைந்த கடற்படை வீரர்கள் மறிக்கப்பட்டார்கள். தகராறு ஏற்பட்டது. நான்கைந்து வீரர்கள் செத்துப் போனார்கள். உடனே அமெரிக்கா மூர்க்கத்தனமாக ஆதிகுடிமக்கள் மீது தாக்குதல் நடத்தினார்கள். அவர்களின் மரவீடுகளைக் கொளுத்தினார்கள். பனியிலும், குளிரிலும், மழையிலும் இருக்க இடமில்லாமல் மக்கள் ஓடினார்கள். ஓட்டத்தில் பலர் இறந்தார்கள். அமைதியாக வாழ்ந்த மக்களின் வாழ்க்கை அல்லல் பட வேண்டியதாகிவிட்டது. உயிர் பிழைத்தவர்களில் சிலர் படகில் ஏறி பக்கத்து நாடான கனடாவிற்கு வான்கூவர் நகரத்திற்கு ஓடிவந்தார்கள். அப்படி ஓடிவந்த குடும்பத்தில் பிறந்த பெண்தான் ஆனா."

அன்பரசன் அவள் கையைப் பிடித்துக் குலுக்கினான். அவள் எழுந்து நின்று அணைத்துக்கொண்டு சொன்னாள், "என் முன்னோர்கள் அமெரிக்கர்களால் படாதபாடு பட்டார்கள். எங்கள் மொழி, கலாசாரம், வாழ்க்கை முறை, படிப்பு, இறை நம்பிக்கைகள் எல்லாம் அழிந்து போய்விட்டன. நாங்கள் செவ்விந்தியர்கள் என்று அவர்கள் கொடுத்த பெயரை வைத்துக் கொண்டு அறியப்படுகிறோம். அதுதான் சமூக அவலம்."

ராமா நாயக்கர் அவர்கள் இரண்டு பேர்களையும் துய்ப்ளேக்ஸ் சிலை முன்னால் நிற்க வைத்து போட்டோ எடுத்துக் கொண்டார்.

"ஆனாவிற்கு போட்டோ என்றால் அதிகமாகப் பிடிக்கும். அதனால் எங்கே போனாலும் படம் பிடித்துவிடுகிறேன்."

"துய்ப்ளேக்ஸ் பற்றி நெட்டில் கொஞ்சம் படித்தேன்" என்றாள் ஆனா.

"ஆனா, இவன்தான் துய்ப்ளேக்ஸ். பிரான்சில் இவன் சிலை நம் கண்களில் படவே இல்லை. ஆனால், புதுச்சேரியில் இவன் சிலைதான் முக்கியம். இந்தியாவில் பிரெஞ்சு சாம்ராஜியத்தை

சா. கந்தசாமி ★ 137

அமைக்கப் படாதபாடுபட்டு தோற்றுப் போனவன். இவன் சரித்திரத்தில் வஞ்சிக்கப்பட்டவன். மனிதன் எத்தனை புத்திசாலியாக இருந்தாலும் சந்தர்ப்ப சூழ்நிலைகள் என்று ஒன்று இருக்கிறது என்பதுதான் துய்ப்ளேக்ஸ் சரித்திரம் சொல்கிறது. மனித வாழ்க்கையே நிராசையிலும் துக்கத்திலும் முடிகிறது என்பதுதான் துய்ப்ளேக்ஸ்."

ஆனா இரண்டடி முன்னே சென்று அலைவீசும் கடலைப் பார்த்துக்கொண்டே வேர்க்கடலை கொரித்துக் கொண்டிருந்தாள்.

"ஏற்றம் இருந்தால் இறக்கம் உண்டு. அதுதான் வாழ்க்கையின் தத்துவம். சிலர்க்கு அது தெரிவது இல்லை. அப்படிப்பட்ட ஆள் துய்ப்ளேக்ஸ். அவன் பிரான்சில் கொஞ்சம் வசதியான குடும்பத்தில் பிறந்தான். அவன் தகப்பனார் முன்னேற்றக் கருத்துகள் கொண்ட விவசாயி. காலம் மாறி வருவதை அறிந்து கொண்டவன். பிரெஞ்சு நாட்டு தகப்பனும், தாயும் புதிய நாடுகளுக்குப் பணம் சம்பாரிக்க, பெரிய பதவியைப் பிடிக்க இளவயது மகன்களை விரட்டிக்கொண்டிருந்தார்கள். தங்களால் அடைய முடியாததைத் தங்களின் புதல்வர்கள் வழியாக அடைய முயற்சி செய்தார்கள். புதல்வியைப் பெற்றெடுத்தவர்கள் வசதிபெற்றவனுக்கு மணம் முடித்து வைத்தார்கள். வாழ்க்கை என்பதின் பெரிய வியாபாரம் அதுதான்.

அமெரிக்கா என்ற புதிய நாடு கண்டுபிடிக்கப்பட்டு விட்டது. அது எவ்வளவோ ஆண்டுகளாக இருந்து வருகிறது. பிரெஞ்சுக்காரர்கள், ஸ்பெயின் ஆட்கள், இங்கிலாந்துக்காரர்கள் உள்ளே புகுந்து கொடிநட்டு எங்கள் நாடு என்று பிரகடனப் படுத்திக்கொண்டார்கள். சாகசம் புரிய, பணம் சம்பாரிக்க, அதிகாரம் செலுத்த, இளம் பெண்களைத் தள்ளிக்கொண்டு போக பெரிய வாய்ப்பு கிடைத்தது.

பிரான்சில் கப்பல் ஏறி துய்ப்ளேக்ஸ் அமெரிக்கா சென்றான். அப்பொழுது அவனுக்குப் பதினெட்டு வயதாகி இருந்தது. புத்திசாலி. சுறுசுறுப்பாக இருந்தான். ஆனால், சீக்கிரத்திலேயே அமெரிக்கா தனக்கான இடம் இல்லை என்பது தெரிந்தது. பிரெஞ்சுக்காரர்களின் குடியேற்றப் பகுதிக்கு வந்தான். கவர்னர் பிரெஞ்சு இளைஞர்களை உள்ளூர் பெண்களை கல்யாணம் செய்துகொண்டு சந்தோஷமாக இருங்கள் என்று சொல்லிக்கொண்டிருந்தான். அவனுக்கு மனம் பரபரத்துக் கொண்டிருந்தது. மனம் ஒரு காதலியைத்

தேடிக்கொண்டு இருந்தது. கனவில் வந்துபோகும் அவள் நேரில் தென்படவே இல்லை.”

“எல்லோரும் காதல் கனவு காணுகிறார்கள்?” என்றாள் ஆனா.

“காதல் ஓர் அற்புதம். அது கையில் பிடிபட்டாலும் சரி, பிடிபடாவிட்டாலும் சரி.”

“சரி” என்று தலையசைத்தாள் ஆனா.

“தன் கனவுக் காதலி தொலைதூரத்தில் இருப்பதாக துய்ப் ளேக்ஸ்க்கு மனம் சொல்லிக்கொண்டே இருந்தது. இந்தியாவிற்கு சென்று தேடலாம் என்று முடிவு செய்து கொண்டான். அவன் தகப்பனார் பிரெஞ்சு கிழக்கிந்திய கம்பெனியில் ஒரு வேலை வாங்கிக் கொடுத்தார். எனவே அவன் வேலைக்காரனாக இல்லாமல், வேலை கொடுக்கிற ஆளாகக் கப்பல் ஏறி புதுச்சேரி வந்தான்.”

“இந்தக் கடல்; இதே காற்று; இதே சூரியன்” என்றாள் ஆனா.

“உலகத்திலேயே மாறாமல் இருப்பது கடலும் சூரியனுந்தான். யாரைத் தேடிக்கொண்டு பிரான்ஸ், அமெரிக்கா, கனடா என்று அலைந்துகொண்டிருந்தானோ அந்தக் காதலியை புதுச்சேரியில் கண்டு மெய் சிலிர்த்துப் போனான். கடற்கரையில் அவன் கண்ட கனவுக் காதலி ஜோன்ஸ் ஆல்பர்ட். வயது பதிமூன்று பதினான்கு இருக்கும். புதுச்சேரியில் பிறந்தவள். அவள் மீது காதல் கொண்ட பைத்தியங்கள் அவன் மட்டுந்தான் இல்லை. குமரனில் இருந்து கிழவன் வரையில் பலர் இருந்தார்கள்.”

“ராமா நான் உன் காதலி” என்று ஆனா கேமிராவை எடுத்துக்கொண்டு கடற்கரை சாலையில் போகும் ஆண் களையும் பெண்களையும் போட்டோ எடுக்க ஆரம்பித்தாள்.

“ஜோன்ஸ் ஆல்பர்ட் என்னவோ சின்ன பெண்தான். ஆனால், பெண்களுக்கு வயதே கிடையாது. உடம்பு கிடையாது. அவள் உடம்பிற்குள் போர்த்துக்கீஸ், இத்தாலி, தமிழ், பிரெஞ்சு ரத்தம் எல்லாம் ஓடியது. அவள் தாய் வழிப் பாட்டி தமிழச்சி என்று கிளப்பில் பேசிக்கொண்டார்கள். அவள் ஒரு தனி பரம்பரையே இல்லை. எனவே எல்லோரையும் வசீகரித்தாள். அவளை நாய்க்கார சீமாட்டி என்றே குறிப்பிடவேண்டும்.

அவள் தன்னைவிட பெரிய பெரிய நாய்கள் வளர்த்தாள்; நாய்களோடு கடற்கரையில் வாக்கிங் வந்தாள் என்பதற்காகச் சொல்லவில்லை. புதுச்சேரியில் ராணுவத்திலும், நிர்வாகத்திலும், இருந்த பலர் அவளைச் சுற்றிக் கொண்டிருந்தார்கள். கவர்னர் மெய் காப்பாளன், சட்ட ஆலோசகர் டேவிட் ஆன்ரூ எல்லாம் அதில் முன்னே இருந்தார்கள். இப்படி இவர்கள் தன்னைச் சுற்றி வருவது விளையாட்டுப் பெண் மாதிரி இருந்த ஜோன்ஸ்க்கு தெரிந்தது. அதனால் கர்வம் கூடியது. ஒரு மந்திரப் புன்னகையை வீசி அவர்களை அருகில் அழைத்து தரையில் உருட்டி மூஞ்சியில் மிதித்துக்கொண்டு நடந்தாள். காதல் கொண்டிருந்தவர்களுக்குத் தாங்கள் தரையில் உருள்வதும், அவள் காலில் மிதிபடுவதும் தெரியவில்லை. கன்னத்தில் முத்தமிடுவதாகக் கருதிக் களிப்புற்றார்கள்."

"அதுதான் பெண் என்ற ஜீவனின் சிறப்பு அம்சம். எங்களில் ஒரு பெண்ணை அடைவதற்காக ரேவானைப் போல் வானத்தில் பறப்பார்கள். வெண்கரடியை ஒற்றையாளாக வேட்டையாடி அதன் மிருதுவான மென்முடியை அவள் காலடியில் சமர்ப்பித்து அடிமையைப் போல நிற்பார்கள். சால்மன் மீன் பிடித்து வந்து கொட்டுவார்கள்" என்றாள் ஆனா.

"நான் பெண்களைக் குறை சொல்வதற்காக ஜோன்ஸ் கதையைக் கூறவில்லை. அது ஒரு சரித்திரம். தெரிந்து கொள்ள நிறைய இருக்கிறது என்பதற்காகவே சொல்கிறேன்" என்றார் ராமா நாயக்கர்.

அவள் தலையசைத்தாள்.

"புதுச்சேரியில் என்றுதான் இல்லை. இந்த உலகத்திலேயே துய்ப்ளேக்ஸ், ஜோன்ஸ் இல்லை. அவர்கள் இல்லாமல் போய்விட்டார்கள். ஆனால், அவர்கள் பற்றிய பேச்சு இருக்கிறது; சரித்திரம் இருக்கிறது. அதன் சுவாரசியம் அவர்களை வாழ வைக்கிறது. அதனால் அவர்கள் இருக்கிறார்கள். இல்லாமல் போனவர்கள் இல்லை."

ஆனா தண்ணீர் குடித்துவிட்டு புட்டியை அன்பரசனிடம் நீட்டினாள். அவன் ராமா நாயக்கர் முன்னே கொடுத்தான்.

"நான் தண்ணீர் கேட்கவேண்டும் என்று இருந்தேன்" என்று சொல்லிக்கொண்டே புட்டியை வாங்கி கடகடவென்று குடித்தார். அவர் தண்ணீர் குடிக்கும் வேகத்தையே அன்பரசன் பார்த்துக்கொண்டிருந்தான். புட்டியை அவனிடம் கொடுத்து

விட்டு கோட்டு பையில் இருந்து டிஸ் பேப்பரை எடுத்து முகத்தைத் துடைத்துக்கொண்டார்.

அன்பு மீது கை வைத்துக்கொண்டு, "ஜோன்ஸ் காதலிக்கப் படவே பிறந்தவள். எத்தனை பேர்கள் தன்னைக் காதலிக் கிறார்களோ அத்தனை பெருமை என்று இருந்தாள். அதற்காக அருகில் வந்தவர்களை எட்டி உதைத்தாள்; தொலைவில் இருந்தவர்களைப் பார்வையால் வலை வீசி அருகில் இழுத்தாள். அதனை யாரும் தெரிந்துகொள்ள முடியாமல் செய்தாள் என்பதுதான் அவள் சாமர்த்தியம். திடீரென்று தன் காதலர் களுக்கெல்லாம் உதை கொடுப்பது மாதிரி ஒருத்தனை திருமணம் செய்துகொண்டாள். அப்பொழுது அவள் வயது பதிமூன்று; அவள் கணவன் வயது முப்பது. நம்ப முடிகிறதா. இவள் அவனைக் காதலித்தாளா? அவன் இவளைக் காதலித்தானா? காதலுக்குக் கண் இல்லையா? இதெல்லாம் முக்கியம் இல்லை.

ஜோன்ஸ் எல்லோரையும் காதலிக்க வைத்துக்கொண்டு இருந்தாள். கல்யாணம் அவள் காதலுக்குத் தடையாக இல்லை. காதல் என்றால் அன்பு. நேசம். அவள் பழைய மாதிரியே சிநேகிதர்களோடு பிரியமாக இருந்தாள். அவர்களும் இவளைக் காதலித்துக்கொண்டே இருந்தார்கள். எவனும் கல்யாணத்திற்குப் பிறகு அவளை விட்டுவிட்டு ஓடவில்லை. எல்லா நாய்களின் கழுத்தில் கட்டிய கயிறும் அவள் கையில் இருந்தது. எந்த நாயின் கயிற்றை தளர்த்தி ஊர்சுற்ற விடவேண்டும் என்பதும்; எந்த நாயின் கயிற்றைப் பிடித்து சொடுக்கி இழுக்க வேண்டும் என்பதும் அவளுக்குத் தெரிந்து இருந்தது.

ஜோன்ஸ் ஒரு நல்ல பெண்மணி. கல்யாணமாகி ஏழெட்டு ஆண்டுகளில் ஐந்தாறு பிள்ளைகள் பெற்றுவிட்டாள். பிள்ளைகள் பெற அவள் சலிக்கவே இல்லை. காதலில் ஈடுபாடு இருந்தது போல கலவியிலும் ஆசையிருந்தது. கணவன், குழந்தைகள் என்று இருந்தவளை விடாமல் காதலித்தவர்களில் ஒருவன் துய்ப்ளேக்ஸ். அவன் அவள் மீது கொண்ட பைத்தியம் தெளியவே இல்லை."

"மனிதன் என்றால் எதன் மீதாவது பைத்தியம் பிடித்து இருக்க வேண்டும். அந்த பைத்தியந்தான் வாழ்க்கையை சுவாரசியமாக்குகிறது" என்றாள் ஆனா, ராமா நாயக்கர் பக்கம் வந்து.

"அதுபற்றி நான் பிறகு பேசுகிறேன். ஜோன்ஸை சுற்றிக் கொண்டிருந்த துய்ப்ளேக்ஸை கவர்னர் பிடித்து சந்திர நாகூர்க்கு பெரிய வேலை போட்டு அனுப்பி வைத்தான். அதற்கு

துய்ப்ளேக்ஸ் மீது கொண்ட அக்கறையா, பொறாமையா என்று சொல்ல முடியாது. அவனை விரட்ட எண்ணினான். சந்திர நாகூர் போன துய்ப்ளேக்ஸ் பெரிய மாளிகை கட்டினான். ஹுப்ளி ஆற்றின் கரையில் கட்டப்பட்ட மாளிகையில் தனியாக இருப்பது அவனுக்கு சகிக்க முடியாததாக இருந்தது. புதுச்சேரி, சந்திர நாகூர், மாகே, சென்னை என்று அவனுக்குத் தெரிந்த இடத்தில் எல்லாம் நிறைய பெண்கள் இருந்தார்கள். அதில் சிலர் அவனோடு சேர்ந்து வாழவும், அவனைக் கல்யாணம் செய்துகொள்ளவும் தயாராக இருந்தார்கள். ஆனால், அவன் மனத்தில் ஜோன்ஸ்தான் இருந்தாள். அவள் இன்னொருத்தன் மனைவி என்பதோ ஒன்பது பத்து பிள்ளைகள் பெற்றெடுத்தவள் என்பதோ அவனுக்கு ஒரு விஷயமாகவே படவில்லை. இவன் மனத்தில் அவளும், அவள் மனத்தில் இவனுமாக இருந்தார்கள்.

சந்திர நாகூரில் துய்ப்ளேக்ஸ் பெரிய அதிகாரி. யாரை வேண்டுமானாலும் வேலைக்கு நியமித்துக்கொள்ளலாம். புதுச்சேரி, ஏனாம், மாகேயில் இருந்து யாரை வேண்டுமானாலும் வேலைக்கு அழைத்துக்கொள்ளலாம். எவனை வேண்டுமானாலும் வீட்டுக்கு அனுப்பலாம். அவன் ஜோன்ஸ் கணவனுக்கு ஒரு ஆர்டர் போட்டான். அடுத்த கப்பலில் ஜோன்ஸ் தன் கணவன், குழந்தைகளோடு சந்திர நாகூர் வந்தாள். நான்கைந்து வருஷங்களில் அவள் கணவன் வின்சென்ட் சந்திர நாகூரில் செத்தான். அப்பொழுது அவளுக்கு முப்பது வயதாகி இருந்தது. பதினொரு பிள்ளைகள் பெற்று இருந்தாள்.

"இத்தனை குழந்தைகளா?" என்றாள் ஆனா.

"குழந்தைகள் கடவுள் பாக்கியம்."

அவள் சிரித்தாள்.

"துய்ப்ளேக்ஸ் ஜோன்ஸை திருமணம் செய்துகொண்டான். அதுதான் அவன் முதல் மணம். நல்லவன்; முற்போக்குவாதி. பெரிய காதலன். ரொம்ப நாட்கள் காத்திருந்து காதலியை கைப்பிடித்தான்."

ஆனா கடிகாரத்தைப் பார்த்தாள்.

"அன்பு, நான் புதுச்சேரிக்கு, என் மூதாதையர்களின் பூமிக்கு வந்து கால் பதிப்பேன் என்று நினைக்கவே இல்லை. எனக்கு என் முன்னோர்களின் தாயகம் பற்றி ஒன்றுமே தெரியாது. அதை ரங்கராஜன் தூண்டிவிட்டான். அவன் பல புத்தகங்கள் வாங்கிக் கொடுத்தான். அதில் முக்கியமானது துபாஷி ஆனந்த

ரங்கப்பிள்ளை டைரி."

அன்பரசன் தலையசைத்தான்.

"நீ ஆனந்த ரங்கப்பிள்ளை டைரி படித்து இருக்கிறாயா?" நாளை நாம் ஆனந்த ரங்கப்பிள்ளை வீட்டிற்குப் போகிறோம். அவர் எழுதிய டைரியை வாங்கிப் பார்க்க வேண்டும்."

அவன் இன்னொரு முறை தலையசைத்தான்.

"ஆனந்த ரங்கப்பிள்ளை தமிழில்தான் எழுதியிருக்கிறார். நான் இங்கிலீஷ் படித்தேன். அவர் துய்ப்ளேக்ஸ், அவன் மனைவி ஜோன்ஸ் பற்றி நிறைய எழுதியிருக்கிறார். அதில் இருந்து தெரிவது, அந்த இரண்டு பேர்களும் அப்படியொன்றும் பெரிய ஆள்கள் இல்லை. ரொம்ப சாதாரணமானவர்கள்."

"ராமா, உனக்கு நிறைய அபிப்பிராயம் இருக்கிறது."

"நான் எதையும் தானாக சொல்வது இல்லை. அவர்கள் வாழ்க்கை சொல்கிறது. இந்த துய்ப்ளேக்ஸ் சிலையைத் தூக்கி கடலில் வீசியெறிந்துவிட்டு துபாஷி ஆனந்த ரங்கப்பிள்ளை சிலையை வைக்கவேண்டும். அவர் நாட்டிற்கு நிறைய சொல்லி இருக்கார்" என்று சொல்லிவிட்டுக் கையை வீசியபடி வேகமாக நடந்தார்.

அன்பரசன் அவர் பின்னால் சென்றான்.

16

ராமா நாயக்கர் கைகளைக் கட்டிக்கொண்டு அலை வீசும் கடலைப் பார்த்துக்கொண்டிருந்தார். கடலில் அலைகள் மீது படகுகள் ஏறியும் இறங்கியும் கொண்டிருந்தன. இம்மாதிரி யான படகுகளில்தான் தன் முன்னோர்கள் பிரெஞ்சு கயானா விற்கு கொண்டு வரப்பட்டிருப்பார்கள் என்று நினைத்தார். உடம்பு சிலிர்த்தது. முன்னே ஓரடியெடுத்து வைத்தார்.

அவர் தாத்தா வீராசாமி நாயக்கர். அவரை எல்லோரும் வீருநாயக்கர் என்றுதான் அழைத்தார்கள். அவர் அப்பா, சாமி நாயக்கர். அவர்தான் கானோ ஊர்க்குத் தலைவர் போல இருந்தார். கானோ ஊரில் காளிகோவில் கட்டி குறி சொல்லிக் கொண்டிருந்தார். சித்திரை மாதத்தில் தீமிதி உண்டு. கானோ ஊரில் இருந்தும் பக்கத்து ஊர்களில் இருந்தும் ஏராள மானவர்கள் கலந்துகொள்வார்கள். அறுபது எழுபது பேர்களுக்கு மேல் ஆண்களும் பெண்களும் தீ மிதிப்பார்கள். சிலர் சாமி வந்து ஆடுவார்கள். கோழி அறுப்பதும், ஆடு, வான்கோழி வெட்டுவதும் நடைபெறும். சில சமயம் பன்றி மாடுகூட வெட்டுவார்கள்.

வீருசாமி ஒன்பது வயதில் இருந்தே தன் அப்பாவிற்குத் துணையாக இருந்தார். அவர்களுக்கு செர்ரி தோட்டம் இருந்தது. அதோடு பதினைந்து பசுமாடுகள் கொண்ட ஒரு பண்ணை இருந்தது. அதில் பத்து மாடுகள் பால் கறந்துகொண்டிருந்தன. அதில் இருந்து ஏழு சேர் பசும்பால் கொண்டுபோய் சர்ச்சில் கொடுப்பது வீரு வேலை. அதற்காகவே அவன் வீட்டில் இருந்து சீக்கிரமாகப் புறப்படுவான். பாலை சர்ச்சில் கொடுத்துவிட்டு, பெரிய பாதிரியாரைப் பார்த்து ஆசீர்வாதம் வாங்கிக்கொண்டு பள்ளிக்கூடம் செல்வான். அவன் நன்றாகப் படித்தான். ஆசிரியர்களுக்குப் பிரியமானவனாக இருந்தான். மாலையில் அவன் ஜான் பீலே கால் பந்தாட்டக் குழுவில் சேர்ந்துகொண்டு விளையாடினான். ஞாயிற்றுக்கிழமைகளில் தாத்தாவோடு காளி கோவிலுக்குச் செல்வான். தென்னை மரத்தடியில் ஒரு சின்ன

குறிமேடை. அதைச் சுத்தம் செய்து வைப்பான். அவன் அப்பா உடுக்கை அடித்து கட்டைக்குரலில் பாடுவது மாதிரி குறி சொல்வார். அது காரோலி மொழியா, பிரெஞ்சு மொழியா என்று கண்டுபிடிக்க முடியாது. அதில் சில சமயம் புதிய புதிய சொற்கள் இருக்கும். ஒரு பழைய நோட்டுப் புத்தகத்தை எடுத்துப் பிரித்து வைத்துக்கொண்டு ராகம் போட்டு படிப்பார். எழுத்து எல்லாம் பிரெஞ்சாகவே இருந்தது. ஆனால், அர்த்தம் மட்டும் புரியவில்லை.

"என்ன தாத்தா பாட்டு."

"எங்கள் அப்பா எழுதியது. எனக்குத் தெரியாது."

அவன் கவனமாகக் கேட்டுக் கேட்டு படிக்கக் கற்றுக் கொண்டான். வீரூ தன் சிநேகிதர்களிலேயே வித்தியாசமான பையனாக இருந்தான். பத்தாம் வகுப்பு முடிந்ததும் அவன் ஐஸ் கம்பெனியில் பிளம்பராக இருந்தான். ஐந்து மணிக்கு எல்லாம் வேலை முடிந்துவிடும். ஒரு மணி நேரம் கால் பந்து விளையாடினான். அவன் ஒரு பழைய சைக்கிள் வைத்து இருந்தான். அது அப்பா சைக்கிள். பிரான்சில் இருந்து வந்த நீலநிற சைக்கிள். அந்தப் பகுதியிலேயே நீல சைக்கிள் அவனிடந்தான் இருந்தது. அவன் சைக்கிளில் பறந்துகொண்டே இருந்தான். கால்பந்து ஆடி முடித்ததும் அவன் சிநேகிதர்கள் சினிமா பார்க்க, நடனம் ஆடச் செல்வார்கள். இரவில் ஒரே சைக்கிளில் மூன்று பேர்கள் ஏறிக்கொண்டு வருவார்கள். தனியாக இளம்பெண் வந்தால் தூக்கிக்கொண்டு வயல்வெளிக்குக் கொண்டுபோய் கட்டிப் புரள்வார்கள். அவள் கையில் பணமிருந்தால் பிடுங்கிக்கொண்டு விடுவார்கள். பணம் இல்லாதவர்களுக்குப் பணம் கொடுத்து அனுப்புவார்கள். இரவில் நெடுநேரம் கழித்து வீட்டிற்கு வந்து பொழுது விடிந்தது தெரியாமல் தூங்கிவிடுவார்கள். சில சமயம் போலீஸ் வந்து அவர்களில் சிலரைப் பிடித்துக்கொண்டு போகும். சாலையில் செல்வோர் வேடிக்கை பார்த்துக்கொண்டு செல்வார்கள்.

வீரூ தன் வயதொத்தவர்கள் செய்கிற காரியங்களில் பங்குபெறுவது இல்லை. அவன் அந்தக் கூட்டத்தில் இருந்தாலும் தனியாக இருந்தான். அவர்கள் சாராய கடைக்குச் செல்லும் போது வீட்டிற்கு வந்து மாடுகளுக்குத் தீனி வைத்தான்.

சனிக்கிழமை காலை வேளைகளில் சர்ச்சுக்குச் சென்று பால் கொடுத்துவிட்டு பெரிய பாதிரியார் புத்தகங்களை அடுக்கி வைப்பான்; அவர் ஆடைகளுக்கு இஸ்திரி போட்டு அடுக்கி வைப்பான். இதெல்லாம் தானாக எடுத்துக்கொண்ட வேலை.

ஒரு சனிக்கிழமை அவன் தன் வேலைகளை முடித்துவிட்டு சர்ச்சில் இருந்து வெளியில் வரும்போது, இரண்டு போலீஸ் காரர்கள் ஒரு பெண்ணை அழைத்துக்கொண்டு வந்தார்கள். அவளுக்குப் பதினைந்து பதினாறு வயது இருக்கும். சிவப்பாக குண்டாக இருந்தாள். மூக்கு வெளியே நீட்டிக்கொண்டிருந்தது. வீரூதான் முதலில் பார்த்தான். கெட்டுப்போன பெண்கள், விபச்சார வழக்கில் சிக்கியவர்கள், திருட்டு கொள்ளை வழக்கில் மாட்டிக்கொண்டு சிறைக்குப் போய் விடுதலையானவர்கள் – போக்கிடமற்றவர்களை பாதிரியாரிடம் அனுப்பி வைப்பார்கள். அதில் இவள் யாரோ என்று நினைத்தான்.

“பெரிய பாதிரியார் இருக்கிறாரா? ஆகான் நகரத்து இன்ஸ் பெக்டர் ஜெனரல் அனுப்பி இருக்கிறார். அவர் உதவி தேவை யாக இருக்கிறது” என்றான் கறுப்பு போலீஸ்காரன்.

சர்ச்சின் இடது பக்கத்தில் சப்போட்டா மரத்தடியில் நின்று கொண்டு அணில்கள் பாய்ந்தோடுவதைப் பார்த்துக் கொண்டி ருந்த பாதிரியாரிடம் அவர்களை அழைத்துச் சென்றான். சின்ன அதிகாரி போல இருந்த வெள்ளைக்காரன் தொப்பியைக் கழட்டி பாதிரியார்க்கு வணக்கம் தெரிவித்தான். பாதிரியார் தலையசைத்தார். “ஆகான் நகரத்து இன்ஸ்பெக்டர் ஜென்ரல் வில்லியம்ஸ், தங்களிடம் இந்தப் பெண்ணை அடைக்கலமாக அனுப்பி வைத்திருக்கிறார். அவர் தங்களிடம் படித்த மாணவர் என்றும் தற்போது நல்ல நிலையில் இருப்பதாகவும் சொல்லச் சொன்னார்” என்றான்.

“அது இருக்கட்டும். யார்க்கு அடைக்கலம்.”

“மேரி கர்லீனா. பதினாறு வயதுதான் ஆகிறது. அவள் ஜெயிலுக்குப் போனால் மோசமாகிவிடுவாள். ஆகையால் தாங்கள் அவளை அடைக்கலமாக ஏற்று நல்வழிப்படுத்த வேண்டும் என்று கேட்டுக்கொண்டார்.”

பாதிரியார் முதன் முதலாக மேரி கர்லீனாவை ஏறெடுத்துப் பார்த்தார். அவள் யாரையும் இலட்சியம் பண்ணாமல் சப்போட்டா மரத்துக் கிளையை முறித்து இலைகளை உருவிக் கீழே போட்டபடி இருந்தாள்.

“மேரி கர்லீனா” என்றார் பாதிரியார். அவர் குரல் அதட்டுவது மாதிரி இருந்தது. கையில் இருந்த சப்போட்டா கிளையை கீழே போட்டுவிட்டு, கவுனில் கையைத் துடைத்துக் கொண்டு ஓரடி முன்னே எடுத்து வைத்து பாதிரியார் பக்கம்

வந்து நின்றாள். பாதிரியார் தாழ்ந்த மரக்கிளையில் உட்கார்ந்து கொண்டு, "வில்லியம்ஸை நான் கேட்டதாகச் சொல்லுங்கள். அவரைப்பற்றி நல்ல செய்திகளையே கேட்டுக் கொண்டிருக் கிறேன். மிக்க மகிழ்ச்சி."

போலீஸ்காரர்கள் தலை வணங்கிவிட்டு விடைபெற்றுக் கொண்டு சென்றார்கள்.

பாதிரியார் மேரி கர்லீனாவை ஏறெடுத்துப் பார்த்தார். குறுகுறுப்பும், குழந்தைத்தனமும், மாறாமல் இருந்தாள். இன்னும் அவள் தெளிவு பெறாத குழந்தைதான் என்று பட்டது. எனவே அவர் வீரூவையும், மேரியையும் அழைத்துக்கொண்டு சலவைக் கல் பக்கம் சென்றார். அதுதான் சர்ச்சில் அமைதியான இடம். வெளியாட்கள் யாரும் வரமாட்டார்கள். பெரிய பெரிய விசாரணை எல்லாம் சலவைக்கல் பக்கத்தில்தான் நடத்துவார். அது சப்போட்டா, பாக்குமரங்கள் நிழலில் இருந்தது. அவர் பெரிய கல்லில் அவளை உட்கார சொன்னார். அவள் மறுத் தாள். ஒரு பாதிரியார் முன்னே உட்கார அவளுக்கு மனம் வரவில்லை. சப்போட்டா மரத்தின் பின்னால் மறைந்தாள்.

"மகளே! இப்படி வா" என்று அவள் கையைப் பிடித்து முன்னே உட்கார வைத்தார். வீரூ அவருக்குப் பின்னால் நின்று கொண்டான். பாக்கு மரத்தில் கறுப்பு அணில் வேகமாக ஏறியது.

"பாக்கு மரம், சப்போட்டா, வண்ணத்துப்பூச்சி, அணில் எல்லாம் உனக்கு ரொம்பப் பிடித்திருக்கிறது" என்றார் பாதிரியார்.

"ஆமாம். எல்லாம் எங்கள் ஊர் மாதிரியே இருக்கிறது. நான் எங்கள் தோட்டத்தில் நிறைய அணில், பட்டாம்பூச்சி எல்லாம் பார்த்து இருக்கிறேன்."

"அப்படியா? உனக்குப் பிடித்து இருக்கிறதா?"

"எங்கள் தோட்டத்திற்குப் பின்னால், சர்ச் மைதானம். அதில் அடிக்கடி கால்பந்தாட்டம் நடைபெறும். நாங்கள் தோட்டத்திற்குப் போய் பூ, காய், பழம் எல்லாம் பறித்துக் கொண்டு கால்பந்தாட்டம் பார்க்கப் போவோம். அதில் வெளியூரில் இருந்தும், உள்ளூரில் இருந்தும் நிறையப் பேர்கள் ஆடுவார்கள். பெரிய கூட்டம் வேடிக்கை பார்க்க வந்து கூடிவிடும். ஆட்டம் முடிந்ததும் சிலர் எங்களைப் போன்ற இளம்பெண்களை ஓட்டலுக்கு அழைத்துக்கொண்டு போய் நல்ல சாப்பாடு வாங்கிக் கொடுப்பார்கள். சில சமயங்களில்

கால்பந்தாட்ட வீரர்களுக்கு எங்களில் சிலரைப் பிடித்துப் போய் விடும். அவர்களை, தாங்கள் விளையாடப் போகும் ஊர்களுக்கு அழைத்துக்கொண்டு போவார்கள். நல்ல சாப்பாடு, நல்ல உடை, மணிகள், வாசனை திரவியங்கள் வாங்கிக் கொடுத்து, கொஞ்சம் பணமும் கொடுத்து ஒரு வாரம், பத்துநாள், கழித்து அனுப்பி வைப்பார்கள். சந்தோஷமாக வீடு வந்து விடுவோம். அம்மா, அப்பா இரண்டு நாட்கள் கோபமாக இருப்பார்கள். பிறகு சரியாகிவிடும். நாங்களே சம்பாதிக்கிறோம் என்று விட்டுவிடு வார்கள்.

இரண்டு மாதங்களுக்கு முன்னே எனக்கு ஜார்ஜ்மோன் என்ற கால்பந்தாட்டக்காரனோடு பழக்கம் ஏற்பட்டது. அவன் பெரிய விளையாட்டு வீரன். அவனைப் பிடிக்க பல பெண்கள் போட்டி போட்டார்கள். அவர்களைத் தள்ளிக்கொண்டு என்னால் முன்னே போக முடியவில்லை. ஒதுங்கி என்ன செய்ய லாம் என்று யோசித்தபடி ஒதுங்கி நின்று கொண்டிருந்தேன்.

ஆனால், அவன் என்னைக் கண்டுபிடித்துவிட்டான். என்னை, மறைத்துக்கொண்டு இருந்தவர்களை எல்லாம் தள்ளி விட்டு முன்னே வந்தான். என் கையைப் பிடித்துக்கொண்டு நடனம் ஆடினான். அப்புறம் கப்பலில் ஏற்றிக்கொண்டு கீர்கானா தீவிற்குப் போனான். இரண்டு பேரும் தனியாக சுதந்திர மாக பதினைந்து நாட்கள் போல இருந்தோம்” என்று சொல்லிவிட்டு அழுதாள்.

பாதிரியார் ஒன்றும் சொல்லாமல் அவளையே பார்த்தபடி இருந்தார். வீரு குரோட்டன்சில் காய்ந்து போயிருந்த இலையை எடுத்துக் கீழே போட்டான்.

“அது ஞாயிற்றுக்கிழமை. கடல் பயணத்தில் இருந்து திரும்பி வந்தோம். சர்ச்சுக்குப் போகலாம் என்றேன். அவன் கேட்க வில்லை. என்னை ஒரு சூதாட்ட விடுதிக்கு அழைத்துக்கொண்டு சென்றான். என்னை சூதாடச் சொன்னான். எனக்கு அதில் பழக்கம் இல்லை. என்றாலும் சூதாடினேன். ஆச்சரியகரமாக நான் ஜெயித்தேன். எல்லா ஆட்டத்திலும் நானே ஜெயித்தேன். எல்லாப் பணத்தையும் அவன் வாங்கிக்கொண்டான். சூதாட்ட கிளப்பில் பழைய சிநேகிதர்கள் என்று இரண்டு பேர்கள் அவனோடு சேர்ந்துகொண்டார்கள். நான்கு பேர்களும் ஒரு திறந்த மோட்டார் காரில் நகரத்தைச் சுற்றி வந்தோம். அவன் சிநேகிதர்களில் கோனான் என்பவன் நன்றாகப் பாடினான். அவன் எங்கள் பகுதி ஆள் மாதிரி இருந்தான். நான் அவனை

எங்கள் ஊரில் பார்த்தது இல்லை. அவனும் என்னைப் பார்த்து இருந்தது மாதிரி தெரியவில்லை.

"நாங்கள், நால்வரும் பெரிய ஓட்டலில் அறை எடுத்துக் கொண்டு ஒன்றாகத் தங்கினோம். சூதாட்டத்தில் ஜெயித்த பணத்தை வைத்துக்கொண்டு என்ன தொழில் செய்வது என்று ஆலோசனை நடத்தினோம். ஜார்ஜ் கால்பந்து கிளப் ஆரம்பிக்கலாம் என்றான். அவன் சிநேகிதர்கள் சூதாட்ட விடுதி தொடங்கலாம் என்றார்கள். எனக்கு அன்று ஒன்றுமே தோன்ற வில்லை. மாட்டுக்கறி தின்றுகொண்டும், சாராயமும் குடித்துக் கொண்டும் சிநேகிதர்களைக் கட்டிப்பிடித்துக் கொண்டும் சந்தோஷமாக இருந்தேன். என் வயதில் அப்படிப்பட்ட பரவச மான ஒருநாளை அனுபவித்தது இல்லை. நான் சந்தோஷத்தின் உச்சியில் இருந்தேன். அவர்கள் எனக்கு அடிமையாக இருந் தார்கள்; என்னைக் கட்டிப்பிடித்து முத்தமிட்டார்கள், கண்ட கண்ட இடத்தில் எல்லாம் கடித்தார்கள்."

"போதும்.. போதும்.. இனி ஒன்றும் நீ சொல்ல வேண்டாம். உனக்கு வயதுதான் ஆகி இருக்கிறது; அறிவு இல்லை. ஒழுக்கம் கிடையாது. என்ன பேசுவது என்று தெரியாமல் பெரிய மனுசியாக வளர்ந்து இருக்கிறாய். கையில் பணம் இருக்கிறது."

வீரு பாதிரியார் கோபமாகப் பேசுவதைப் பார்த்து பயந்து போய் கைகளைக் கட்டிக்கொண்டு ஒடுங்கி நின்றான்.

"ஆமாம். எனக்கு இப்போதுதான் தெரிகிறது" என்று தலை குனிந்தபடி சொன்னாள். தலையை அசைத்துக் கொண்டாள்.

"அப்புறம் என்ன நடந்தது?"

"அயோக்கியர்கள். என் உடுப்புகள், பணம், நகை, செருப்பு என்று எல்லாவற்றையும் திருடிக்கொண்டு ஓடிவிட்டார்கள். அதுவும் சும்மா போகவில்லை. என்னை உள்ளே போட்டு பூட்டிவிட்டு ஓடிவிட்டார்கள். நான் வெகுநேரம் கழித்து கதவை அடித்து ஆர்ப்பாட்டம் போட்டேன். ஓட்டல்காரர்கள் என்னை போலீஸ் ஸ்டேஷனுக்கு விரட்டிவிட்டார்கள். நான் போலீஸ் காரர்களிடம் நடந்ததைச் சொன்னேன். நான் சொன்ன எதையும் அவர்கள் கேட்கவில்லை. உன்னை மாதிரி தினமும் தறிகெட்டு பத்துபேர்கள் வருகிறார்கள். அவர்களுக்கு போலீஸ் என்ன பண்ண முடியும் என்றார்கள். நான் அவர்களையே பார்த்துக்கொண்டிருந்தேன். என் தைரியம் போய்விட்டது. நான் எட்டு பேர்களோடு பிறந்தவள் எல்லோரும் ஆண்கள். நான்தான் கடைசி. எட்டாவது பெண். எல்லா அண்ணன்களும்

என்னைக் கொஞ்சி மகிழ்ந்தார்கள். பெரிய அண்ணன் அப்பா மாதிரி கவனித்துக்கொண்டான். ஆனால், அவன் மனைவிதான் என்னைக் கொத்திக்கொண்டே இருந்தாள்."

பாதிரியார் அவளை ஏறெடுத்துப் பார்த்தார்.

"நான் இப்படி ஆனது அவளுக்கு சந்தோஷம்."

"ஊருக்குப் போ. பணம் தருகிறேன். எல்லாம் சரியாகப் போய்விடும்" என்றார் பாதிரியார்.

"மாட்டேன். நான் ஊர்க்குப் போகவே மாட்டேன். என் அண்ணன் மனைவிகள் என்னைப் பார்த்துச் சிரிப்பார்கள். அவர்கள் முகத்தில் எப்படி முழிப்பேன். என்னால் முடியாது" என்று கையால் முகத்தை மூடிக்கொண்டு அழுதாள்.

"அப்படியென்றால்"

"என்னை போலீஸ்காரர்கள் துரத்தியடிக்க முயற்சி செய்து கொண்டிருந்தபோது பெரிய அதிகாரியான வில்லியம்ஸ் வந்தார். அவர்தான் நான் பாதிரியாரிடம் அடைக்கலமாக அனுப்பி வைக்கிறேன். உன் கஷ்டத்தை கர்த்தர் நீக்கிவிட்டார் என்று சொன்னார். அவர் சொன்னதை நம்பித்தான் வந்திருக்கிறேன். என்னை வெளியில் துரத்திவிடாதீர்கள். நான் இந்த வயதில் ரொம்பப் பட்டுவிட்டேன். இனி என்னால் பட முடியாது."

பாதிரியார் தலையசைத்துக் கொண்டார். அவரே ஓர் அனாதை. அம்மா, அப்பா யாரென்றே தெரியாது. பிறந்த ஊர் என்பதுதான் இல்லை. எந்த வயதில் அனாதை என்பதுகூட தெரியாது. நினைவுதெரிந்த நாள் முதலாக அனாதை. ஓர் அனாதை இன்னொரு அனாதையைப் பாதுகாக்கவேண்டும். அதுதான் அவர் வெளியில் சொல்லாதது.

மனிதர்கள் என்றாலே அனாதைகள் என்று ஒரு சமயத்தில் அவர் திடமாகக் கருதினார். உறவு, சொந்தம், நட்பு, பாசம் என்பதெல்லாம் மனிதர்கள் தங்களாகவே ஏற்படுத்திக் கொண்டவை. தன்னை அனாதை என்று சொல்லிக்கொள்ள ஒவ்வொருவருக்கும் பயம். பயந்தான் மனிதர்களிடையே கூட்டத்தைச் சேர்க்கிறது. நான் பெரும் கூட்டத்தைச் சேர்ந்தவன் என்று சொல்ல வைக்கிறது. ஆனால், உண்மையில் மனிதர்கள் எல்லோரும் அனாதை. யார்க்கும் யாரும் சொந்தமில்லை.

மேரி கர்லீனாவிற்கு எல்லோரும் இருக்கிறார்கள். ஆனால், அவள் தன்னை ஓர் அனாதை என்று சொல்லிக் கொள்கிறாள்.

ஆனால், உண்மையில் நான்தான் அனாதை. ஆனால், ஆண்டவன் எல்லோரையும் ரட்சிக்கிறார். தன் மகனாக ஏற்றுக் கொண்டு அன்பு செலுத்துகிறார். எல்லோரும் என் குழந்தைகள்; நான் உங்களைக் காக்கிறேன் என்று சொன்னவர் இருக்கையில் யார் அனாதை. அவர் சொன்னதோடு மட்டும் நிற்காமல் தன் இரண்டு கைகளையும் அகல விரித்து அழைத்து அணைத்து அடைக்கலம் கொடுக்கிறார்.

என் தந்தை, என் தெய்வம், என் பிதா இருக்கிறவரையில் இந்த பிரபஞ்சத்தில் யாரும் அனாதை கிடையாது. அனாதை என்று சொல்லிக்கொண்டு யாரும் அவர் முன்னே நிற்க முடியாது. அவர் கண்களுக்குத் தெரியவில்லை என்பதால் அவரே இல்லையென்று சொல்ல முடியாது.

“மகளே! தேவாலயம் புனிதமான இடம். இங்கு பாவ சிந்தனைகளுக்கோ, பாவ காரியங்களுக்கோ இடம் கிடையாது” என்று கண்டிப்பான குரலில் சொன்னார்.

அவள் தலையசைத்தாள்.

“வில்லியம்ஸ் என் பிரியத்திற்கும் தேவனின் அன்புக்கும் உரியவர். அவர் சொல்லியனுப்பியதற்காகவே உனக்கு அடைக் கலம் கொடுக்கப்படுகிறது.”

“அவர்தான் என்னைக் காத்த கடவுள்.”

“அதெல்லாம் சரிதான். நீ சரியாக நடந்துகொள்ள வேண்டும். அதிகாலையில் சூரிய உதயத்திற்குப் பின்னால் எழுந்து தேவாலயம் வரவேண்டும்; சூரியன் மறைகிறபோது தேவால யத்தில் இருந்து போய்விட வேண்டும்.”

“என் தெய்வமே! நான் எங்கு போவேன். இருட்டு என்றால் எனக்கு ஒரே பயம்.”

“தேவாலயத்திற்குப் பின்னால், காம்பௌண்ட் சுவரை யொட்டி அன்தோனிகா என்ற மூதாட்டி இருக்கிறார். அவரிடம் பத்து பால் மாடுகள் இருக்கின்றன. நீ அவருக்கு உதவியாக கொஞ்ச நாட்கள் இரு. பிறகு என்ன செய்யலாம் என்று பார்க்கலாம்.”

“நான் தவறெதுவும் செய்ய மாட்டேன்.”

“அதுபோதும். இரண்டாண்டுகளுக்கு முன்னால் காவோ கிராமத்தில் இருந்து ஒரு பெண் வந்தாள். ஓராண்டு சரியாக

இருந்தாள். எட்டு பால் மாடுகளை ஓட்டிக்கொண்டு மேய்ச்சலுக்குச் சென்றாள். ஒரு உதவாக்கரையோடு சேர்ந்துகொண்டு மாடுகளை விற்றுவிற்று ஓடிப் போய்விட்டாள்."

"நான் பாவ காரியங்கள் செய்யமாட்டேன். பாவ காரியங்கள் செய்து நான் நிறைய அனுபவித்துவிட்டேன்."

"வீரூ, இந்தப் பெண்ணை அன்தோனிகாவிடம் அழைத்துச் செல். நம் அடைக்கலம் என்று சொல்" என்று மரக்கிளையில் இருந்து எழுந்தார்.

இரண்டு மைனாக்கள் தத்தி தத்திக் கொண்டு முன்னே சென்றன. மேரி தலையில் விழுந்த சருகு ஒன்றை எடுத்துக் கீழே போட்டுவிட்டு வீரூ நாயக்கர் பக்கமாக வந்தாள்.

இருவரும் அன்தோனிகா வீட்டிற்குச் சென்றார்கள். அன்தோனிகாவிற்கு வயது அறுபது இருக்கும். அவள் எங்கிருந்து வந்தாள் என்பது யார்க்கும் தெரியாது. இருபது ஆண்டுகளாக சர்ச்சின் மாடுகளைப் பார்த்துக்கொண்டு வருகிறாள். அவளுக்கு மாட்டு வைத்தியம் தெரிந்து இருந்தது. ஏதாவது ஒரு மாடு சுணக்கமாக இருந்தால் உடனே அதற்கு என்ன நோய் வந்திருக்கிறது என்று கண்டுபிடித்துவிடுவாள். அவள் தன் குடியிருப்பில் சீசாக்களில் நிறைய மருந்துகள் வைத்துக்கொண்டிருந்தாள். நோய் அறிவதிலும் மருந்து கொடுப்பதிலும் அவளுக்கு சந்தேகமே வந்தது இல்லை. அதுபோலவே மாடுகள் சினைக்கு கத்த ஆரம்பித்தவுடனேயே பொலிகாளைகளைக் கொண்டு வரச்சொல்லி கான்கோனை பெரிய மாட்டுப் பண்ணைக்கு அனுப்பிவிடுவாள்.

அவள் மாடுகளிடம் எவ்வளவு பிரியமாக இருந்தாளோ அதே மாதிரியே மனிதர்களிடமும் இருந்தாள். எனவேதான் தறிகெட்டு சீரழிந்து வரும் பெண்களை எல்லாம் பாதிரியார் அவளிடம் அனுப்பி வைத்துக்கொண்டிருந்தார். அதில் திருந்தியவர்களும் உண்டு; அவள் உடுப்புகளையும், மருந்துகளையும், அன்றாடச் செலவிற்கு வைத்திருந்த பணத்தையும் எடுத்துக் கொண்டு ஓடியவர்களும் உண்டு. அவள் சொன்ன ஆண் மகனைக் கல்யாணம் செய்துகொண்டு குழந்தை பெற்றுக் கொண்டு வாழ்கிறவர்களும் உண்டு. எல்லோரையும் அவள் ஒரே மாதிரி பாவித்தாள்.

"கர்த்தர் கருணை மழை பொழிகிறார்" என்று அடிக்கடி சொல்லிக்கொண்டே இருந்தாள்.

மேரி கர்லீனாவை கண்டதும், "வா மகளே வா" என்றபடி கையைப் பிடித்து வீட்டிற்குள் அழைத்துச் சென்றாள். நாற்காலியில் உட்கார வைத்தாள். சமையல் அறைக்குச் சென்று ஒரு தட்டில் செர்ரி பழங்கள் கொண்டு வந்து கொடுத்தாள். அவளை ஆச்சரியத்தோடு பார்த்தாள். இத்தனை வயதில் யாரும் இதயத்தைத் தொடும் விதமாகப் பேசியது இல்லை என்றும், பழங்கள் கொடுத்துத் தன்னை உபசரித்ததில்லை என்பதும் நினைவிற்கு வந்தது.

"நம் தோட்டத்து செர்ரி. நன்றாகப் பழுத்திருக்கிறது சாப்பிடு" என்றாள்.

தன்னுடைய உண்மையான தாய் இவளேயென்றும் இத்தனை ஆண்டுகளாகத் தேடியலைந்து எத்தனையோ சிரமங்களும் அவமானங்களும் பட்டதெல்லாம் இவளைக் காணத்தான் என்றும் பட்டது. ஒரு செர்ரி பழத்தை எடுத்துத் தின்றாள். அதன் இனிமையும் குளிர்மையும் இதயத்திற்கும் பாய்ந்தோடுவது மாதிரி இருந்தது.

"அம்மா" என்று கட்டியணைத்துக் கொண்டாள். "கர்த்தர் என்னை சரியான இடத்தில் கொண்டு வந்து சேர்த்து இருக்கிறார்."

அன்தோனி முன்னே வந்தாள்.

"நான் நிறைய பாவங்கள் செய்து இருக்கிறேன். ஞாயிற்றுக் கிழமைகளில் சரியாக சர்ச்சுக்குப் போய் பிரார்த்தனை செய்தது இல்லை. அப்புறம் கண்டவர்களோடு சேர்ந்துகொண்டு கர்த்தர்க்கு பிரியமில்லாத பல காரியங்கள் செய்து இருக்கிறேன்."

"போதும். நீ ஒன்றும் சொல்லவேண்டாம். கர்த்தர்க்கு எல்லாம் தெரியும். ஆனால், அவர் தன் பிள்ளைகள் செய்யும் தவறுகளை, பாவ காரியங்களை மன்னித்து விடுகிறார். நீயும் கர்த்தரால் மன்னிக்கப்பட்டவள்தான்."

"அம்மா. நான் இனி உங்களை விட்டு போகவே மாட்டேன். பாவ காரியங்கள் ஒன்றையும் செய்ய மாட்டேன். உங்களுடன் கடைசி வரையில் இருந்து மரித்துப் போவேன்."

அன்தோனிகா அவள் தலையில் கை வைத்து ஆசிர்வாதம் செய்தாள்.

மேரி கர்லீனா மூன்று மாதங்கள் அடக்க ஒடுக்கமான பெண்ணாக இருந்தாள். அன்தோனிகாவே ஆச்சரியப்பட்டுப் போனாள். பாதிரியார் ஒருமுறை அவளைப் பற்றி விசாரித்தார்.

"நல்லபெண். எனக்கு உபகாரமாக இருக்கிறாள். ஊரில் எல்லோர்க்கும் நல்லது செய்கிறாள். சிறுவர் சிறுமிகளுக்குப் பாடம் சொல்லிக் கொடுக்கிறாள். கடவுளால் ஆசிர்வதிக்கப் பட்டவள்" என்றாள்.

"நல்லது" என்றார் பாதிரியார். அவருக்கு மேரி கர்லீனா நல்ல பெண்ணாக இருப்பது மகிழ்ச்சி அளித்தது.

கோன்வாஸ் என்ற யூத அடகுக் கடைக்காரன் தன் ஐந்து வயது மகளுக்கு பிரெஞ்சு கற்றுக் கொடுக்க ஆசிரியை ஒருத்தி வேண்டுமென்று பாதிரியாரிடம் கேட்டான். அவர் மேரி கர்லீனாவை சிபார்சு செய்தார். கோன்வாஸ் இரண்டு முறைகள் அவளைப் பார்த்திருக்கிறான். எனவே நல்லவளா? ஒழுங்காகப் பாடம் சொல்லிக் கொடுப்பாளா? நம்பக்கூடியவளா என்று இரண்டுமுறை பாதிரியாரிடம் கேட்டான். அவனுக்கு எல்லோர் மீதும் அவநம்பிக்கைதான். ஏனெனில் நகரத்திலேயே அவன் தான் பெரிய பணக்காரன். அவனிடம் இரண்டு கார்கள், ஒரு குதிரை வண்டி, ஐம்பது ஏக்கர் பெரிய பண்ணைகள் எல்லாம் இருந்தன. அவன் பண்ணையில் எழுபத்தைந்து பேர்களுக்கு மேல் வேலை பார்த்தார்கள்.

"கர்த்தரை நம்புகிறவன்; அவர் மகளை நம்புவான்" என்றார் பாதிரியார். அவன் அரைகுறையான மனத்தோடு தன் மகளுக்கு பிரெஞ்சு கற்றுக் கொடுக்க மேரி கர்லீனாவை ஆசிரியையாக நியமித்தான்.

கோன்வாஸ் மகள் இவனாவிற்கு ஐந்து வயது. உடம்பு நன்றாக வளர்ந்து இருந்தது. ஆனால், போதுமான அளவிற்கு மூளை வளர்ச்சி பெறவில்லை. ஆனால், அது அதிகமாக வெளியில் தெரியக்கூடிய விதத்தில் இல்லை. சொல்வதை கிரகிப்பதிலும், திருப்பிச் சொல்வதிலும் சிரமப்பட்டுக் கொண்டி ருந்தாள். மேரி கர்லீனா அவள் பிரச்சனையை உடனே கண்டு பிடித்துவிட்டாள். அவளுக்குப் பெரிதாகப் படிப்பு இல்லா விட்டாலும், ஊர் சுற்றி நிறைய அனுபவம் பெற்று இருந்தாள். அந்த அனுபவத்தில் மகள் போல மடியில் உட்கார வைத்து கதைச் சொல்லி, பாட்டுப் பாடி, பாடம் நடத்தி கொஞ்சம் தேற்றிவிட்டாள். கோன்வாஸ் மூன்றாவது மாதம் அவள் சம்பளத்தை உயர்த்தினான். வீட்டிற்குள் வந்து போகும் உரிமையையும் கொடுத்து இருந்தான். ஆறு மாதங்கள் எல்லாம் சரியாக இருந்தது.

ஒருநாள் மேரி கர்லீனா கோன்வாஸ் வீட்டில் வெள்ளித் தட்டைத் திருடிக்கொண்டு குதிரை மேய்க்கின்ற டோரி

என்பவனோடு சேர்ந்துகொண்டு பக்கத்து ஊருக்குச் சென்றாள். சந்தை நடந்துகொண்டிருந்தது. வெள்ளித்தட்டை விற்று சாராயம் குடித்துவிட்டு சந்தையில் சுற்றிக்கொண்டிருந்தாள்.

சந்தைக்கு செர்ரி பழங்கள், அன்னாசி பழங்கள் விற்க வந்த அவள் அண்ணி இவளைப் பார்த்தாள். முதலில் அவள் இவள் தானா என்பது அடையாளம் தெரியவில்லை. நல்ல சாப்பாட்டில் கொழுகொழுவென்று இருந்தாள். உயர் ரக கவுன் போட்டுக்கொண்டு, தலையில் வெல்வெட் தொப்பியணிந்து இருந்தாள். தொப்பியில் பலவிதமான இறகுகள்.

அண்ணி அவள் கையைப் பிடித்து முன்னே இழுத்து, கன்னத்தில் இரண்டு அறை கொடுத்தாள். அவள் தொப்பியை கையில் எடுத்துகொண்டு பெரிதாகக் கத்தினாள். சந்தையில் இருந்தவர்கள் எல்லாம் முன்னே வந்தார்கள். குதிரை மேய்க் கிறவன் கூட்டத்தில் மறைந்து ஒளிந்தான்.

“எங்களை எல்லாம் தவிக்க விட்டுவிட்டு ஒன்பது மாதமாக நீ எங்கேயோ ஓடிப்போக, உன் அண்ணன் நான்தான் உன்னை விரட்டி அடித்துவிட்டேன் என்று என்னை மிதிமிதி என்று மிதிக்கிறான்” என்று அவளைப் பிடித்து இழுத்துக்கொண்டு ஊருக்குச் சென்றாள்.

ஊரில் எல்லோரும் அவளை அன்பாக வரவேற்றார்கள். அவள் அண்ணன்மார்களும், அண்ணிமார்களும் அவளுக்கு விருந்தளித்தார்கள். விதவிதமான துணிமணிகள், சோப்புகள், வாசனை திரவியங்கள் வாங்கி வந்து கொடுத்தார்கள். காணாமல் போன தங்கள் சகோதரி கர்த்தரின் கருணையால் வீடு வந்து சேர்ந்ததைக் கொண்டாட பெரிய விருந்துக்கு ஏற்பாடு செய்தார்கள். நூறுபேர்களுக்கான விருந்து. நகர மேயர், பாதிரியார், பள்ளிக்கூட தலைமையாசிரியர், ஜான் பீலே கால்பந்தாட்ட கிளப் தலைவர், கிரீன்பீஸ் உள்ளூர் செயலாளர், போலீஸ் இன்ஸ்பெக்டர், கேன்சர் இன்ஸ்டூட் அறக்காவலர் என்று பலருக்கும் அழைப்பு கொடுத்தார்கள்.

மேரி கர்லீனா தன் சிநேகிதிகள் நான்கு பேர்களுக்கு வீடு தேடிச் சென்று அழைப்பு கொடுத்தாள். அதில் நீனாகல்கரனி தான் கண்டிப்பாக வருகிறேன் என்றாள். மற்றவர்கள் ஏதேதோ வேலையிருக்கிறது என்று சொல்லி ஒதுங்கிக்கொண்டு விட்டார்கள். திடீரென்று வீரூ நாயக்கரை அழைக்க வேண்டும் என்று நினைத்தாள். சின்ன அண்ணனிடம் தன் ஆசையைச் சொன்னாள்.

“வீரூ என்னுடைய பழைய நண்பன்; நானும் அவனும் கால்பந்து ஆடியிருக்கிறோம். அவன் ரொம்ப நல்லவன். எனக்கும் சிநேகிதன் உனக்கும் சிநேகிதன். நாம் இரண்டு பேரும் போய் அவனுக்கு அழைப்புக் கொடுத்து கூட்டி வருவோம்” என்றான்.

“இல்லை. நான் வரவில்லை. நீ மட்டும் போய் அழைத்து விட்டு வா. ஆனால், கட்டாயம் வீரூ வரவேண்டும்.”

“அவன் கண்டிப்பாக வருவான். ஏதாவது சாக்குப்போக்குச் சொன்னால் அவனை மோட்டார் சைக்கிளில் தூக்கிக்கொண்டு வந்துவிடுவேன்.”

“மிரட்டி, ரொம்ப பயமுறுத்தி விடாதே. வீரூ பயப்படுற ஆள்.”

“யார்? அவனா? அவன் எங்களை எல்லாம் பயமுறுத்தி இருக்கிறான். உனக்கு அவனைப் பற்றி ஒன்றும் தெரியாது” என்றான்.

“எனக்குத் தெரியறது, தெரியாதது முக்கியமல்ல. வீரு விருந்துக்கு வரவேண்டும்” என்றாள் கண்டிப்பான குரலில்.

“அதெல்லாம் என் பொறுப்பு. நான் பார்த்துக்கொள் கிறேன்” என்று அவன் உறுதியளித்தான். தன் சகோதரிக்கு வீரு நல்ல கணவனாக இருப்பான் என்று நினைத்தான். அவளுக்கு அவனைப் பிடித்திருக்கிறது. எங்கெங்கோ சுற்றி அலைந்துவிட்டு வீடு வந்து சேர்ந்து இருக்கிறாள். பழைய பெண் இல்லை. மாறியிருக்கிறாள். எனவே அவளுக்குக் கல்யாணம் செய்து வைத்துவிடலாம் என்று நினைத்தான். அதனை தன் மற்ற சகோதரர்களிடம் சொன்னான். மேரி கர்லீனாவிற்கு நடத்த இருக்கும் விருந்தை கல்யாண விருந்தாக வைத்துக்கொண்டு விடலாம் என்று பெரிய அண்ணன் சொன்னான்.

மாப்பிள்ளை என்று யாரைப் பிடிப்பது என்பதுதான் குழப்பமாக இருந்தது. அவளுக்கு நகரத்தில் மூன்று சிநேகிதர்கள் இருந்தார்கள். அதில் பால்யகால சிநேகிதன் பால் ஹென்றி. எப்போதும் ஒன்றாகவே இருந்தார்கள். ஆனால், அது முறிந்து விட்டது. ஓராண்டாக பன்றி வெட்டும் ஆன்ரூஸ் அதிக சிநேகிதமாகிவிட்டான். அவளுக்காக நான்கு ஜோடி செருப்பு வாங்கிக் கொடுத்தான்; லேவண்டர் நறுமணப் பொருட்கள் விற்கும் கடைக்கு அழைத்துக்கொண்டு போய் உதட்டு சாயம், உள்ளாடைகள், செண்ட் எல்லாம் வாங்கிக் கொடுத்தான்

என்றும், அவன்தான் மேரி கர்லீனா காதலன் என்றும், அவளைக் கல்யாணம் செய்துகொள்ளப் போகிறவன் என்றும் ஊரில் பேசிக்கொண்டார்கள்.

அவள் யாரை விரும்புகிறாளோ, அவனுக்கு திருமணம் செய்து கொடுப்பது என்று அவள் சகோதரர்கள் முடிவு செய்து இருந்தார்கள். சின்ன அண்ணன், ஒருநாள் இரவு சாப்பாட்டிற்குப் பிறகு, தயங்கிக்கொண்டே, "கர்லீனா, பெரியண்ணன் உனக்குக் கல்யாணம் பண்ணிவிடலாம் என்றார். மாப்பிள்ளை பார்த்துவிட்டீயா?" என்று கேட்டான்.

"ஓ! பார்த்துட்டேனே?"

"அப்படியா?"

"யார்?"

"வீரு. வீராசாமி."

"அவனா?"

அவள் சந்தோஷமாகத் தலையசைத்தாள்.

"அவன் உனக்கு நல்ல கணவனாக இருப்பான். நான் பார்த்துப் பேசி முடித்துவிடுகிறேன்" என்றான் அவன். மேரி கர்லீனா காணாமல் போய் கிடைத்ததற்காக ஏற்பாடு செய்யப்பட்ட விருந்து கல்யாண விருந்தாக அமைந்துவிட்டது.

முதலில் பாதிரியாரிடம் சொன்னார்கள். அவர் நல்லது, அப்படியே செய்துவிடுங்கள் என்றார். வீரு அப்பா ராமா நாயக்கரிடம் கல்யாணம் பற்றி சொன்னார்கள். அவர் தாயக் கட்டையை உருட்டிப் பார்த்துவிட்டு இரண்டு முறை தலை யசைத்தார். பெண் பெயர் கேட்டார். மனத்திற்குள்ளேயே கணக்குப் போட்டார். பெயர் ராசி சரியாக இருக்கிறது. கல்யாணத்திற்கு நாங்கள் வந்துவிடுகிறோம் என்றார்.

ஞாயிற்றுக்கிழமை காலையில் வீராசாமி நாயக்கர் மேரி கர்லீனா திருமணம் ரோமன் கத்தோலிக் சர்ச்சில் சம்பிரதாயமாக நடைபெற்றது. நகரத்தில் வாழ்கின்ற பெரிய பெரிய ஆள்கள் எல்லாம் வந்து ஆசிர்வாதம் செய்தார்கள். கல்யாணத்திற்கென்று வீருவிற்கு ஒருகாசு கூட செலவில்லை. மேரியின் சின்ன அண்ணன் அவனுக்கு பேண்ட் சர்ட், கோட்டு, டை, பூட்ஸ் எல்லாம் வாங்கிக் கொடுத்தான். ரோஸ் என்னும் திருமண உடைகள் விற்கும் கடையின் மூன்றாம் ஆண்டு நிறைவு விழாவும் கர்லீனா திருமணமும் ஒரேநாளில் வந்ததால் திருமண உடையை

அன்பளிப்பாகக் கொடுத்தார்கள். விருந்தில் பரிமாறும் விஸ்கி, ஒயின் செலவுகளை அவள் முன்னாள் காதலன் அன்ரூஸ் ஏற்றுக்கொண்டான்.

வீரு தாத்தா, அப்பா, அம்மா, அத்தை, மூன்று சகோதரிகள், அவர்களின் கணவன்மார்கள் என்று பன்னிரண்டு ஆட்கள், அவர்கள் குழந்தைகள் என்று பதினேழு பேர்கள் உற்சாகமாக திருமண விருந்தில் கலந்துகொண்டு மணமக்களை வாழ்த்தினார்கள்.

திருமணமான ஒரு வாரம் கழித்து வீருவும், அவன் மனைவி மேரி கர்லீனாவும் சொந்த ஊரான கோகானுக்குச் சென்றார்கள். காளி அம்மன் கோவிலில் திருவிழா நடைபெற்றுக் கொண்டிருந்தது. காரை விட்டு இறங்கும்போது வெடிவெடித்தது. வீரு அவள் கையைப் பிடித்துக் கொண்டான். அவன் தாத்தா ராமா நாயக்கர் மஞ்சள் வேட்டிக் கட்டிக்கொண்டு தீயில் இறங்கி நடந்து முன்னே சென்றுகொண்டு இருந்தார். அவன் கரம் கூப்பி வணங்கினான்.

மேரி கர்லீனா கல்யாணத்திற்குப் பிறகு புது மனுஷியாகவே இருந்தாள். இவனுக்கு அவள் படைக்கப்பட்டது மாதிரியும்; அவள் இவனுக்குப் படைக்கப்பட்டது மாதிரியும் ஒன்றாக இணைந்து இருந்தார்கள். அதில் ராமா நாயக்கர்க்குத்தான் அதிகமான சந்தோஷம். தன் பேரன் நல்ல குட்டியை பிடித்துக் கொண்டு வந்து இருப்பதாக சிநேகிதர்களிடம் சொல்லி மகிழ்ந்தார். அவள் ஒருநாள் தன் வீட்டிற்குச் சென்று ஒரு பல்லாங்குழி கட்டை, சோழிகள் கொண்டு வந்தாள். தன் பாட்டி ஆடியது; அம்மா ஆடியது. பெரிய அண்ணி எனக்குப் பரிசாகக் கொடுத்தது என்று காட்டினாள்.

அவனும் அவளும் வாசலில் உட்கார்ந்துகொண்டு பல்லாங்குழி ஆடினார்கள். சின்ன அண்ணன் கலர் போட்டோ எடுத்துக் கொடுத்தான். அதை பத்திரமாக நோட்டுப் புத்தகத்தில் வைத்துக்கொண்டிருந்தாள்.

தன் பாட்டியின் சொத்து என்று ராமாநாயக்கர் பல்லாங்குழி போட்டோவை ரங்கராஜனிடம் காட்டினார். ரங்கராஜன் மனைவி அலமேலு தன் கேமிராவில் அதை போட்டோ எடுத்துக்கொண்டு சென்னையில் உள்ள தன் தம்பி பார்த்த சாரதிக்கு பிரெஞ்சு கயானாவில் பல்லாங்குழி ஆடப்பட்டது பற்றி ஒரு கட்டுரை எழுதி அனுப்பினாள். அதனை அவன் டைம்ஸ் ஆப் இந்தியாவிற்கு அனுப்பி வைத்தான். மூன்று

மாதங்கள் கழித்து வெளிவந்தது. அப்பொழுது ரங்கராஜன் தாய்லாந்துக்கு மாற்றலாகி இருந்தான்.

ஆனா கால்களைப் பிடித்துக்கொண்டு எழுந்து நின்றாள். சாலையில் விளக்குகள் எரிய ஆரம்பித்துவிட்டன. அவன் கைகளை உதறியபடி, "ராமா கால் வலிக்கிறது. புறப்படலாம்" என்றாள்.

"அன்பு ஒரு ஆட்டோ பிடி? மீதிக் கதை நாளைக்கு. என் கதை ஒருநாளில் சொல்லக் கூடியது இல்லை" என்றார்.

அன்பு கடற்கரை சாலையில் சென்று ஒரு ஆட்டோவைப் பிடித்தான். மூவரும் விருந்தினர் விடுதிக்கு வந்தார்கள். கீழே இறங்கும்போது ஒரு நூறு ரூபாய் நோட்டை எடுத்து அன்பரசனிடம் கொடுத்துச் சாப்பிடு என்றார். அவன் அவர் முகத்தை நிமிர்ந்து பார்த்துவிட்டு பணத்தை வாங்கிப் பையில் திணித்துக் கொண்டான்.

17

ராமா நாயக்கர் அறைக்குள் வந்ததும் ஆனாவைக் கட்டிப் பிடித்து முத்தமிட்டார்.

"ஆனா, இன்று என் வாழ்க்கையில் அற்புதமான நாள். என் பாட்டி ஒரு அற்புதம் என்றால் நீ இன்னொரு அற்புதம். உன்னால்தான் என் வாழ்க்கை நிறைவடைந்து இருக்கிறது" என்றார். அடிக்கடி ராமா நாயக்கர் இப்படிப் பேசுவது உண்டு. அது பொய்யோ, புனைந்துரையோ கிடையாது. தான் எதை உணர்கிறாரோ அதை மறைக்காமல் பேசக்கூடியவர். எனவே அவள் அவற்றை வெறுத்ததோ, புறந்தள்ளியதோ கிடையாது.

"சரி" என்று தலையசைத்துக்கொண்டு விஸ்கி பாட்டிலை எடுத்து மேசைமேல் வைத்தாள். அவர் தினமும் இரவில் இரண்டு கிளாஸ் விஸ்கி குடிக்கிற ஆள். அவள் கன்னத்தைத் தட்டி விட்டு, பேண்டை இழுத்துவிட்டுக் கொண்டு நாற்காலியில் உட்கார்ந்தார்.

ஆனா லேப் டாப்பைத் திறந்தாள். புதுச்சேரி கடல், துய்ப்ளேக்ஸ் சிலை. கடற்கரையில் ஆண்களும் பெண்களும் சைக்கிள் ஓட்டுவது. அன்பரசன். சர்ச்சுகள் படங்களை லேப்டாப்பில் ஏற்றி டொரோண்டோவில் இருக்கும் மகள் ரோஸ் ராமா நாயக்கர்க்கு அனுப்பி வைத்தாள்.

ராமா நாயக்கர் ஒரு கிளாஸ் விஸ்கி குடித்ததும் எழுந்து வந்து அன்பரசன் அறைக் கதவைத் தட்டினார். அவன் கதவைத் திறந்தான்.

"ஒரு கிளாஸ் விஸ்கி."

"இல்லை. சார்"

"பயப்படாமல் குடி. உன் வயதில் நான் பெரிய குடிகாரன்" என்று சிரித்தார்.

"இல்லை. சார். நான் குடிக்கறது இல்லை."

"அது நல்ல பழக்கம்தான். எனக்காக அந்தப் பழக்கத்தை விட்டு விடாதே" என்று அறைக்குச் சென்றார்.

ஆனா புதுச்சேரியில் கண்டதையும், கேட்டதையும் ராமா நாயக்கர் பேசியதையும் எழுதி மகளுக்கு இ-மெயிலில் அனுப்பி வைத்துக் கொண்டிருந்தாள்.

"நாம் திரும்பிப் போனதும், வான்கூவர் சன் பத்திரிகைக்கு ஒரு பயணக் கட்டுரை எழுத வேண்டும். போட்டோவை எல்லாம் சரியா வைத்துக்கொள்" என்றார் அவளிடம்.

ஆனா படுக்கையில் சாய்ந்தாள்.

"ஆனா எப்பொழுது சாப்பாடு" என்றார்.

"என்னால் ஓரடி கூட நடக்க முடியாது. போன் போட்டு சாப்பாட்டை அறைக்குக் கொண்டு வரச் சொல்."

"அரை மணி நேரம் போகட்டும்."

"சரி."

அவர் மூன்றாவது கிளாஸ் விஸ்கி குடிக்க ஆரம்பித்தார். ஆனா கண்களை மூடியபடி தன் வாழ்க்கையைப் பற்றி நினைத்துப் பார்த்தாள்.

விக்டோரியாவில், 'மனிதர்கள் ஏன் சமூகவிரோதிகளாக இருக்கிறார்கள்?' என்ற இரண்டு நாள் கருத்தரங்கில் ராமா நாயக்கரை முதன் முதலில் சந்தித்தாள். டொரோண்டோவில் இருந்து வந்திருந்த ஆட்டன் என்கிற தென்னாப்பிரிக்கா பேராசிரியர் அறிமுகப்படுத்தி வைத்தார். கையைப் பிடித்துக் குலுக்கினாள். ஆனால், அது வெறும் சம்பிரதாய கை குலுக்கலாக இல்லை. ராமா நாயக்கர் கையில் இருந்து மின்சாரம் உடம்புக்குள் பாய்ந்தோடுவது மாதிரி இருந்தது. அவள் தலையை அசைத்துக்கொண்டாள். அவர் பக்கத்து இருக்கையில் உட்கார்ந்துகொண்டாள். சாதாரணமாக அப்படி செய்கிறவள் இல்லை. அவள் இளம் பெண்ணோ, காதல் வயப்படுகிற வயதிலோ இல்லை. வயதாகிவிட்டது. மகள் டொரோண்டோவில் கிரீன்பீஸ்ஸில் சேர்ந்து சுற்றுப்புறச்சூழல் இயக்கத்தில் வேலை செய்துகொண்டிருக்கிறாள். ஆனா கணவன் ஆல்பர்ட், ஜோன்ஸ்பர்க்கில் இசை சொல்லிக்கொண்டு இருக்கிறான். அவனும் அவளைப் போல் ஒரு செவ்விந்தியன்தான். ஆனால், அதைச் சொல்கிறவன். புதிது, புதிதாகக் கதைகள் புனைந்து சொல்வான். இத்தனை கதைகள் அவனுக்கு எங்கிருந்து

வருகிறது என்று அவன் தாய் ஆச்சரியப்பட்டுப் போவாள். ஒருமுறை அவனை மடியில் உட்கார வைத்துக்கொண்டு கேட்டாள். அவன் சிரித்துக்கொண்டே கன்னத்தில் முத்த மிட்டான். அவள் சிரித்தாள், கைகளைத் தட்டினாள்.

ஆல்பர்ட் அலாஸ்காவிற்கு கோடை காலத்தில் சுற்றுலா கப்பலில் கதை சொல்லச் சென்றான். அவன் செவ்விந்தியர் களைப்போல சிவப்பு உடையும், கையில் ஈட்டியும், தலையில் சிறகுத் தொப்பியும் அணிந்துகொண்டு ஆடிக்கொண்டும் பாடிக்கொண்டும் கதை சொல்வான். அவன் கதையில் அவன் மட்டுந்தான் இருப்பான். கதையில் சால்மன் மீன், ரேவான் என்னும் காக்கை, வெண்கரடி, பைசன் என்னும் எருமை, கறுப்புக் கரடி, ஆல்டர் என்னும் கடல் மீன் எல்லாம் இருக்கும். அவன் தன் பேச்சால் கடல் அலைகளையும், ஆற்றில் சால்மன் துள்ளிப் பாய்ந்து ஓடுவதையும், வெண்கரடி நீரில் காத்திருந்து பாய்ந்து சால்மனை ரத்தம் சொட்டச் சொட்ட கௌவிப் பிடிப்பதையும் கேட்பவர்கள் கண் முன்னே காட்சியாக்கி விடுவான். அவன் கதை செவ்விந்தியர்களுக்கே உரியது; பரம்பரை பரம்பரையாக ரத்தத்தில் ஊறி வந்தது. அவன் கதை களின் புனைவையும், சொல்லும் நேர்த்தியையும் பார்த்துவிட்டு பயணிகள் நிறைய டாலர்களாகக் கொடுத்தார்கள். கப்பல் கம்பெனி ஒவ்வொரு பயணத்திற்கும் அவன் ஊதியத்தை உயர்த்திக் கொடுத்து வந்தது.

கனடா தினத்தன்று வான்கூவர் கனடா பேலஸில் அவன் கதை சொல்லும் சிறப்பு நிகழ்ச்சி நடைபெற்றது. பிரிட்டீஸ் கொலம்பியா கவர்னர் தலைமை வகித்து, அவனுக்குச் சிறப்பு செய்தார். ஆனாவும், ரோஸ்சும் முதல் வரிசையில் அமர்ந்து ரசித்தார்கள். கவர்னர் அவனை கனடாவின் மாணிக்கம், முதல் மனிதன் என்று புகழ்ந்துரைத்தார். எல்லாம் சரியாகத்தான் இருந்தது.

அவன் டெரோண்டாவிற்கு டெரிபாக்ஸ் கேன்சர் ஓட்டத் திற்காக வான்கூவரில் இருந்து ஏழு பேர்களோடு விமானத்தில் சென்றான். சிறிய வகை விமானம். இயந்திரக் கோளாறு காரணமாக விமானம் தீப்பற்றி எரிந்து கீழே விழுந்தது. விமானத்தில் பயணம் செய்தவர்கள் அனைவரும் போய் விட்டார்கள். ஆனாவிற்கு இரண்டு நாட்கள் பேச்சே வர வில்லை. அவள் ஸ்டான்லி பூங்கா; ஜார்ஜ் பூங்கா பக்கத்தில் மௌனமாகச் சுற்றி வந்தாள், ரோஸ் கையைப் பிடித்துக் கொண்டு. அவளுக்கு அப்பொழுது இருபத்தேழு வயதாகி இருந்தது. செவ்விந்திய பெண்களுக்கே உரிய அழகும், வசீகரமும் கொண்டு இருந்தாள்.

விக்டோரியா, கருத்தரங்கில் அவளுக்குப் பயன் உள்ளதாக இருந்தது ராமா நாயக்கர் சந்திப்புத்தான். அவனை இவளுக்குப் பிடித்து இருந்தது. அப்படியொன்றும் அறிவாளியாக இல்லா விட்டாலும் நல்லமனிதன், நம்பிக்கைக்கு உரியவன் என்பதைத் தெரிந்துகொண்டாள். உண்மையைப் பேசினான்; தன் மனைவி பிஜி தமிழச்சி இரண்டாண்டுகளுக்கு முன் விவாகரத்து செய்து விட்டாள். தனியாக மேபிள் அவின்யூவில் இருப்பதாகச் சொன்னான். அவள் பதில் ஒன்றும் சொல்லாமல் கேட்டுக் கொண்டாள்.

கப்பலை விட்டு இறங்கும்போது இவன் தனக்கு நல்ல துணைவனாக இருப்பானா என்ற கேள்வி வந்தது. தலைக்கு மேலாக ரோவன் ஒன்று பறந்து சென்றது. அவள் ரோவான் கூட்டந்தான். அலாஸ்காவில் இருந்து ஓடி வந்தவர்கள். ஆனால், இப்போது எல்லாம் போய்விட்டார்கள். ஓலோ ஆற்றில் சால்மன் பிடித்தது, வெண்கரடி வேட்டையாடியது எல்லாம் போய் விட்டது. வால்மார்ட்டில் சால்மன் மீன் வாங்கித்தான் தின்ன வேண்டும். வெண்கரடி வேட்டையாடினால் சிறைதான் போக வேண்டும்.

ஸ்டேன்லி பூங்காவில், மீன்கள் கண்காட்சியைப் பார்த்துக் கொண்டு வரும்போது அவள்தான் கேட்டாள். “ராமா நாம் திருமணம் செய்துகொள்வோமா?” என்று.

“நான் எப்படி கேட்பது என்று பயந்துகொண்டிருந்தேன்.” அவர் சிரித்தார்.

“ரோஸ் என்ன சொல்கிறாள்.”

“இந்த யோசனையை அவள்தான் முதலில் சொன்னாள்.”

“நல்ல மகள்.”

“நீ நல்ல மனிதன்.”

ஆனா சந்தோஷமான நினைவுகளோடு புரண்டு படுத்தாள்.

ராமா நாயக்கர் அறையின் கதவைச் சாத்திவிட்டு பால் கனியில் நின்று சுற்றும் முற்றும் பார்த்தார். தொலைவில் பாட்டு சப்தம் கேட்டது. வர வர தூக்கலாக இருந்தது. தாத்தா வீரு நாயக்கர் குரலைக் கேட்டார். நிற்க முடியவில்லை. தலையை பரபரவென்று அசைத்துக்கொண்டார். வீரு நாயக்கர் குரல் மனத்திற்குள் ஆழ இறங்குவது மாதிரி இருந்தது. அவர் எழுந்து வந்து ஆனாவைப் பார்த்தார். அவள் தூக்கத்திலேயே சிரித்துக் கொண்டிருந்தாள். இரவு விளக்கைப் போட்டுவிட்டு, கேமிராவை எடுத்துக்கொண்டு அறையின் கதவைச் சாத்தி

பூட்டி சாவியைப் பையில் போட்டுக்கொண்டு போய் அன்பரசன் கதவைத் தட்டினார். அவன் கதவைத் திறந்தான்.

"அன்பு, புதுச்சேரியில் ராத்திரியில் என்ன நடக்கிறது?"

அவனுக்கு ஒருகணம் ஒன்றும் புரியவில்லை. நிமிர்ந்து பார்த்தான்.

"ஏதோ சப்தம் கேட்டுக்கொண்டே இருக்கிறது" என்றார்.

அவன் சப்தத்தை செவிமடுத்தான். தலையை அசைத்துக் கொண்டு, "கோனேரி குப்பத்தில் கூத்து சார்."

"வா. கூத்துப் பார்க்கப் போகலாம்."

"ஒரு நிமிஷம் சார்" உள்ளே சென்றான்.

அவர் பால்கனிக்கு வந்து கூத்து சப்தத்தையே கேட்டுக் கொண்டிருந்தார்.

அன்பு பேண்ட் சட்டை போட்டுக்கொண்டு வந்தான். இரண்டு பேரும் ஒரு ரிக்ஷாவில் ஏறிக்கொண்டு கூத்து நடக்கும் கோனேரி குப்பம் சென்றார்கள். மாரி அம்மன் கோவில் திடலில் கூத்து நடைபெற்றுக்கொண்டிருந்தது. நாலா பக்கமும் பிரகாச மான விளக்குகள். வண்ணக் காகிதக் கொடிகள். தரையில் ஆண்களும் பெண்களும் உட்கார்ந்து இருந்தார்கள். சிறுவர் சிறுமிகள் தரையில் படுத்துத் தூங்கிக் கொண்டிருந்தார்கள்.

கட்டியக்காரன் இரண்டு சுற்றுச் சுற்றிவிட்டு அரங்கத் திற்குள் ஓடினான். இரணியன் பெரிதாகச் சிரித்துக்கொண்டு வாளைத் தூக்கிக்கொண்டு பயமுறுத்துவது போல வந்தான். ராமா நாயக்கர் முன்னே சென்று போட்டோ எடுத்துக் கொண்டார். ஆடுகின்றவனும், அமர்ந்து கூத்துப் பார்க்கின்றவர் களும், தானும் ஒரே மாதிரியான ஆள்போல இருந்தது. முதன் முதலாக தான் இப்படி நினைப்பதாக எண்ணினார். அது உண்மையான உணர்வு. தன்னுடைய மனிதர்களோடு ஒன்றாகக் கலந்து இருப்பது போல இருந்தது. தரையில் உட்கார்ந்து கூத்துப் பார்க்கும் ஒவ்வொருவரையும் கூர்ந்து பார்த்தார். அந்த முகங்கள் தன் தாத்தா, அவர் அப்பா, அம்மா, அக்கா, மனைவி என்று எல்லாமாக இருப்பது தெரிந்தது. முன்னும், பின்னும் நகர்ந்து நகர்ந்து போட்டோ எடுத்தார். அன்பரசன் அவர் கூடவே சென்றுகொண்டிருந்தான்.

இரணியன் சலங்கை கலகலக்க சிரிப்பு வெடிக்க கடவுளைக் கூவியழைத்தான். அவன் குரல் எல்லோரையும்

பயமுறுத்துவது போல இருந்தது. அவன் முன்னே பிரகலாதன் கை குவித்து, "ஹரி ஹரி.. நாராயணா.. ஹரி ஹரி... நாராயணா.. ஹரி ஹரி நாராயணா" என்று சொல்லிக்கொண்டே இருந்தான்.

ராமா நாயக்கர் முன்னே பாய்ந்து இரணியனையும் பிரகலாதனையும் படம்பிடிக்க ஆரம்பித்தார். நான்கு இளைஞர்கள் டி சர்ட்டும், பேண்ட்டும் போட்டுக்கொண்டிருந்தவர்கள் கத்திக்கொண்டே ஓடி வந்தார்கள். ஒருவன் திடீரென்று பாய்ந்து ராமா நாயக்கர் கையில் இருந்த கேமிராவைப் பிடுங்கிக் கொண்டான். இன்னொருவன், "யாரைக் கேட்டுக்கிட்டுடா வீடியோ பிடிக்கற?" என்றான்.

அன்பு முன்னே பாய்ந்து, "அவர் ஒரு பேராசிரியர். புதுச்சேரி ஆள்" என்றான்.

"அந்த பருப்பு எல்லாம் இருக்கட்டும். இவன் வீடியோ எடுத்துக்கிட்டு போய் பிரான்சில் வித்து பணம் பண்ணிடுவான். எங்கள் கோவிலுக்கு ஐயாயிரம் வாங்கிக் கொடு."

"ஐயாயிரமா?"

"ஏன்டா, உன் பணத்தையா கேட்கிறோம். அவன் டாலரா வச்சி இருப்பான். நீ வாங்கிக் கொடு. கமிஷன் கொடுக்கிறேன்."

ராமா நாயக்கர்க்கு விஷயம் கொஞ்சம் புரிந்தது. கையை நீட்டி அவர்களை சமாதானப்படுத்தினார்.

"நீ இங்க வந்து வீடியோ எடுத்தது தப்பு. அதுக்குப் பணம் கொடு. அப்பத்தான் கேமிரா கிடைக்கும்."

அன்பு தனியாக ராமா நாயக்கரை அழைத்தான்.

"தனியா என்னாடா பேச்சு. எங்கள் முன்னாடியே பேசு. முன்னால பின்னால காரியமெல்லாம் இங்க வேகாது."

"ஒன்னும் ரகசியம் இல்லை."

ராமா நாயக்கர்க்குப் புரிந்தது. அவர் பையில் கைவிட்டு ஆயிரம் ரூபாய் எடுத்து அன்பிடம் கொடுத்தார். அதை வாங்கி அவன் உயரமாக கறுப்பாக கேமிராவைப் பிடுங்கியவனிடம் கொடுத்தான்.

"என்னடா பிச்சைக்காசு ஆயிரம்... ஐயாயிரம் எடு."

"இவர் புதுச்சேரி ஆள்தான்.. ரொம்ப வருஷத்துக்கு அப்புறம் பார்க்க வந்திருக்கார்."

“இன்னும் ஆயிரம் வெட்டு. பழைய கதை எல்லாம் வேணாம்.”

“கேமிராவைக் கொடு.”

“நாங்கள் ஒன்றும் கேமிராவைத் தூக்கிக் கொண்டு ஓடிட மாட்டோம். முதல்ல பணத்தை எடு.”

வாக்குவாதத்தின் போக்கை அறிந்துகொண்ட ராம நாயக்கர் இரண்டாயிரம் எடுத்துக் கொடுத்தார். கேமிரா கைமாறியது.

இரணியன் சுவரை எட்டி உதைக்கிறான். சுவரைப் பிளந்து கொண்டு நரசிம்மமூர்த்தி சிங்கத்தலையோடு வெளிப்பட்டு இரணியனைப் பிடித்துக் கிழித்து கீழே போடுறார். அவன் ஆட்டமும் பாட்டும் இன்றி சாய்கிறான்.

“நல்ல கூத்து. படம் பிடித்துக் கொள்” என்றான் பணத்தை பையில் சொறுகிக்கொண்டு.

ராமா நாயக்கர் பதிலொன்றும் சொல்லாமல் முன்னே காலெடுத்து வந்தார். அன்பு கையைக் கட்டிக்கொண்டே அவர் பின்னே நடந்தான். ஒரு ஆட்டோ வந்தது. அவன் நிறுத்தி னான். இரண்டு பேரும் ஆட்டோவில் ஏறி உட்கார்ந்தார்கள்.

“கூத்து நல்லா இருந்தது. நான் இந்தக் கதையைப் படித்து இருக்கிறேன்” என்றார் ராமா நாயக்கர்.

அன்பு பதிலொன்றும் சொல்லாமல் சாலையைப் பார்த்துக் கொண்டே வந்தான். மணி பன்னிரண்டுக்கு மேலாகிவிட்டது.

“சார், நல்ல மலையாள பொண்ணு இருக்கு சார். புதுசு. காலேஜ் கேர்ள்” என்று ரகசியம் போல ஓர் ஆள் வந்து காதில் சொன்னான்.

அவன் கையால் விரட்டினான்.

“அவன் என்ன பணமா கேட்டான்” என்றார் ராமா நாயக்கர்.

அவன் பதிலொன்றும் சொல்லாமல் இறுகிய முகத்தோடு இருந்தான்.

ஆட்டோ வளைந்து திரும்பியது.

“போ” என்று வெடுக்கென்று கத்தினான் அன்பு.

ஆட்டோ வேகமாகச் சென்று கெஸ்ட் ஹவுஸில் நின்றது.

18

இளங்காலை. வானம் லேசாகக் கறுத்து இருந்தது.

விருந்தினர் இல்லத்தில் இருந்து வெளியில் வந்ததும் ராமா நாயக்கர் வானத்தை நிமிர்ந்து பார்த்தார். தலையை அசைத்துக் கொண்டு, "மழை வருமா?" என்று இவனிடம் கேட்டார்.

"பகலுக்கு மேல்தான் வரும்."

"சரி."

மூவரும் ஆட்டோவில் ஏறி வேதபுரீஸ்வரர் கோவிலுக்குச் சென்றார்கள். கோவில் வாசலில் பெரிய கோலம் போட்டிருந்தார்கள். ஆனா கோலத்தை ஒரு போட்டோ எடுத்துக் கொண்டாள். கோவில் மணி ஒலித்துக்கொண்டே இருந்தது. அன்பரசன் கோவில் அர்ச்சகரிடம் புதுச்சேரி ஆள் என்றான்.

"மூஞ்சியைப் பார்த்தாலே தெரியுதே. நீ வேற சொல்ல ணுமா?" என்று இடுப்பில் கட்டியிருந்த துண்டை அவிழ்த்து முகத்தைத் துடைத்துக்கொண்டார்.

அவன் தலையசைத்தான்.

"முதன் முதலாக புதுச்சேரிக்கு தம்பதி சகிதமாக வந்திருக்கார். ஒரு அர்ச்சனை பண்ணிடலாம், சுவாமி பேருக்கு" என்று கர்ப்பகிரகத்துக்குள் சென்றார். கற்பூர ஆரத்தி எடுத்தார். பழம், தேங்காய், பூ தட்டோடு இரண்டு சாமந்தி மாலைகளோடு வெளியில் வந்தார். ஆனா, ராமா நாயக்கர் முன்னே தீப ஆரத்தியைக் காட்டினார். அவர்கள் எரியும் கற்பூரத்தின் ஜுவாலையைத் தொட்டு கண்களில் ஒற்றிக் கொண்டார்கள். பின்னர் அன்பு கையை நீட்டினான். அர்ச்சகர் ஆனா, ராமா நாயக்கர் நெற்றியில் திருநீறு பூசி விட்டு சாமந்தி பூ மாலையை அணிவித்தார். ஆனா கேமிராவை எடுத்து அன்புவிடம் கொடுத்து இரண்டு பேரையும் வீடியோ எடுக்கச் சொன்னாள். அர்ச்சகர் ஆரத்தித் தட்டோடு கேமிராவைப் பார்த்துக்கொண்டு

நின்றார். ராமா நாயக்கர் ஐநூறு ரூபாய் நோட்டை எடுத்து தட்டில் வைத்தார். அர்ச்சகர் முகம் மலர்ந்தது. அவர் நெற்றியில் விபூதி பூசி சந்தனப் பொட்டு வைத்தார். பெரிய ரோஜா மாலையை ஆனா கழுத்தில் அணிவித்தார்.

அன்பரசன் முன்னே வந்தும் பின்னால் நகர்ந்தும் வீடியோ எடுத்தான்.

"வேதபுரீஸ்வர், புதுச்சேரிக்கே உரியவர். ரொம்ப சக்தி வாய்ந்தவர். நினைத்து வந்த எந்தக் காரியத்தையும் நன்றாக நடத்திக் கொடுத்துவிடுவார். மகாகவி பாரதியார் புதுச்சேரியில் இருந்தவரைக்கும் தினம் வந்து பகவானை சேவித்துக் கொண்டிருந்தார்" என்றார்.

ராமா நாயக்கர் தலையசைத்துக்கொண்டு முன்னே அடியெடுத்து வைத்தார். அவர் பின்னே ஆனா நடந்தாள். இருவரையும் அன்பு வீடியோ எடுத்துக்கொண்டு சென்றான்.

ஒரு ஆள் வேகமாக வந்து, "கோவில்ல வீடியோ எடுக்கக் கூடாது" என்றான்.

"கோவில்ல பர்மிஷன் வாங்கியாகிவிட்டது."

"யார் கிட்ட. நான்தான் பர்மிஷன் கொடுக்கற ஆள்" என்றான்.

அர்ச்சகர் அவசர அவசரமாக வந்து, "நாயே.. என்ன? போடா வெளியே" என்று மிரட்டினார். அவன் அர்ச்சகரை முறைத்துப் பார்த்துவிட்டு மெதுவாக வெளியில் சென்றான். வேதபுரீஸ்வரர் கோவிலை ஒரு சுற்று சுற்றிவிட்டு, சுவாமி சன்னதிக்கு எதிராக ராமா நாயக்கர் உட்கார்ந்தார். அவர் பக்கத்தில் ஆனா அமர்ந்து கழுத்து மாலையைப் பின்னால் தள்ளி விட்டுக் கொண்டாள்.

"நாம் இருவரும் மாலையும் கழுத்துமாக இருப்பதை ரோஸ்க்கு இமெயிலில் அனுப்பிடவேண்டும்."

"ஆமாம். புதுச்சேரி வேதபுரீஸ்வரர் கோவில் என்று எழுத வேண்டும்" என்று சொல்லிக்கொண்டே எழுந்தார். ஐந்தாறு பெண்கள் பட்டுப் புடவையில் அர்ச்சனைத் தட்டுகளோடு வந்தார்கள்.

"கோவில் அழகாக இருக்கிறது; வழிபாட்டில் ஒரு நேர்த்தி இருக்கிறது" என்றாள் ஆனா.

அவர்கள் வெளியே வந்தார்கள்.

“ஆனா, இது புது வேதபுரீஸ்வரர் கோவில். பழைய வேதபுரீஸ்வரர் கோவிலை துய்ப்ளேக்ஸ், அவன் மனைவி, கிறிஸ்துவ பாதிரிகள் எல்லோரும் ஒன்றாகச் சேர்ந்துகொண்டு இடித்துவிட்டார்கள்.’’

“கோவிலை, வழிபாட்டுத் தலங்களை இடிப்பார்களா?”

“ஐரோப்பிய காட்டுமிராண்டிகள் எல்லாம் செய்வார்கள். உங்களை டோட்டம் செய்யக்கூடாது என்று சட்டம் போட்டார் கள். உங்கள் சமயம், கடவுளை வழிபடக்கூடாது என்றார்கள். அவர்களைத் தவிர வேறு எதுவும் அவர்களுக்கு முக்கிய மில்லை.”

“ஆமாம் அது பெரிய கொடுமை” என்றாள் ஆனா.

“அதிகாரம், துப்பாக்கி நிறைய கொடுமைகள் செய்து இருக்கிறது. மனிதன் சகோதர மனிதனுக்கு நிறைய தீமை செய்து இருக்கிறான். அதுதான் சரித்திரம்.”

“நாங்கள் அனுபவித்த, அனுபவிக்கிற கொடுமைகளை யாரும் அனுபவிக்கக்கூடாது. இருபதாயிரம் ஆண்டுகளுக்கு மேலாக அமைதியான எங்கள் வாழ்க்கை ஒரு நூற்றாண்டில் சீரழிந்து போய்விட்டது. அதற்குக் காரணம், எங்கள் எளிமை கிடையாது, அவர்களின் மூர்க்கத்தனம்.”

“அதைத்தான் எங்கள் ஊரில் – புதுச்சேரியில் பிரெஞ்சுக் காரர்கள் செய்தார்கள். எங்கள் வளத்தைச் சுரண்டிக்கொண்டு போனார்கள். எங்கள் புராதன கோவில்களை இடித்தார்கள்; பெண்களை அபகரித்துக் கொண்டார்கள். ஆண்களை பிஜி, கயானா, ரீயூனியன் என்று பல நாட்டிற்கு அடிமைகளாகப் பிடித்துக்கொண்டு சென்றார்கள்.

சரித்திரம் முழுவதிலும் பெண்கள்தான் அதிகமான சித்திர வதைகளுக்கு உள்ளாகியிருக்கிறார்கள். அது சொல்லப்பட்டதை விட சொல்லப்படாததுதான் அதிகம்.”

புது மணப்பெண் பட்டுப் புடவை உடுத்திக்கொண்டு தலை நிறைய மல்லிகையும், கனகாம்பரமும் அணிந்துகொண்டு நெற்றியில் குங்குமம் சூடிக்கொண்டு மணமகன் கையைப் பற்றிக் கொண்டு தலை குனிந்தபடியே வேதபுரீஸ்வரர் கோவிலுக்குள் சென்றாள்.

“ராமா, அந்தப் பெண் அழகாக இருக்கிறாள்.”

“நீ சொன்னால் சரி. நான் சொல்லக்கூடாது.”

"ஓ! அப்படியா?" என்று ராமா நாயக்கர் கையைப் பிடித்துக்கொண்டு சிரித்தாள்.

கோவிலை விட்டு வெளியில் வந்தார்கள்.

மழை தூற ஆரம்பித்தது. அன்பு டாக்ஸிக்கு கை காட்டினான். டாக்ஸி வந்து நின்றது. டிரைவர் கதவைத் திறந்து விட்டான்.

ராமா நாயக்கரும், ஆனாவும் பின்னால் ஏறி அமர்ந்தார்கள். அன்பு முன் இருக்கையில் உட்கார்ந்தான்.

"ஆரோவில் போகிறோம்" என்றான்.

டாக்ஸி நகர ஆரம்பித்தது. மழை பொழிந்தது. ஆனா புதுச்சேரி வரைபடத்தை எடுத்து ஆரோவில்லைப் பார்க்க ஆரம்பித்தாள். மழைக்குள் புகுந்து டாக்ஸி சென்றுகொண்டே இருந்தது. அன்பு தலையசைத்தபடி மழைப் பாடல்களை முணுமுணுத்துக்கொண்டே இருந்தான்.

19

பெசன்ட் நகர். அன்பரசன் ஆட்டோவில் வந்து பேராசிரியர் வீட்டின் முன்னே இறங்கினான். பெருமழை விட்டு தூறல் விழுந்துகொண்டே இருந்தது. ஆட்டோவிற்குப் பணம் கொடுத்துவிட்டு கேட்டைத் திறந்துகொண்டு முன்னே சென்றான்.

“மழை வந்து, நீ வரப் போவதைச் சொல்லிவிட்டது.” என்று சவிதா புன்னகை பூத்தாள்.

“புதுச்சேரியிலேயே மழை பிடித்துக்கொண்டு விட்டது.”

“தெரியும்.”

அவன் நாற்காலியில் உட்கார்ந்து பூட்ஸைக் கழட்டினான்.

“தேநீர் சாப்பிடுற.”

“அது குடிக்கறது.”

“அப்படியா?”

“அப்பா எங்கே? முதலில் பார்க்கனும்.”

“மலேசியா கருத்தரங்கிற்காக நான்கு நாட்களாகக் கட்டுரை எழுதிக்கொண்டிருக்கிறார். ஆமாம்.. ராமா நாயக்கர் விஷயம் எப்படி இருந்தது. அவர் தன் மக்களைக் கண்டுபிடித்தாரா?”

“அது பெரிய கதை. அப்பாவைப் பார்த்துட்டு வந்து சொல்றேன்” என்று மாடிப்படியேறி மேலே சென்றான்.

பேராசிரியர் கம்ப்யூட்டரில் கட்டுரை எழுதிக்கொண்டு இருந்தார்.

“ஐயா?” என்றான்.

அவர் திரும்பிப் பார்த்தார். அன்பு ஓரடி முன்னே எடுத்து வைத்தான்.

"என்ன நீ மட்டும் வந்து இருக்கிற, ராமா நாயக்கன் அவன் பொண்டாட்டி எல்லாம் வர்ல."

"ஆரோவில்ல ஒரு பிரெஞ்சுக்காரனைப் பார்த்தார். அவரும் மலேசியா கருத்தரங்கிற்கு வருகிறாராம். அதனால் நான் இவர்கூட வந்துடுறேன். நீ ஊர்க்குப் போ என்று என்னை அனுப்பி வைத்துவிட்டார்."

"அப்படி... அப்படியா சொன்னான்?"

"நான் மலேசியாவில் பேராசிரியரைப் பார்த்துப் பேசிக் கிறேன். அவர் செய்த உதவிக்கு ரொம்ப நன்றி என்று சொல்லச் சொன்னார்."

"நன்றியே இல்லாதவன். நான் சொல்லித்தான் புதுச் சேரிக்கே வந்தான். வந்ததும் ஒரு நிமிஷத்தில் ஆள் மாறி விட்டான். சரி... மேலே என்ன சொன்னான்."

"பிரெஞ்சு எம்பசிக்குப் போய் பெரிசா கத்தினார். கூட்டம் சேர்ந்து போய்விட்டது. பெரிய ஆபீசர் எல்லாம் வந்து அவரை சமாதானப்படுத்தி அனுப்பி வைத்தார்கள்."

"காட்டுமிராண்டி, இவன் இப்படி ஏதாவது செய்வான் என்று தெரியும். அவன் பொண்டாட்டி. அவளும் நாய் மாதிரி கத்தினாளா?"

"இல்ல. ரொம்ப நல்ல மாதிரி நடந்துக்கிட்டாங்க. வேதபுரீஸ்வரர் கோவிலுக்குப் போய் சாமி எல்லாம் கும்பிட்டாங்க. நிறைய தர்மம் பண்ணினாங்க."

"அப்படியா? நான் இவனைத்தான் நல்லவன் என்று நினைத்துக்கொண்டிருந்தேன். ஆமாம்... ஊரெல்லாம் சுற்றிப் பார்த்தானா? சாதி ஜனமென்று யாரையாவது அடையாளம் கண்டுபிடித்தானா?"

"கடற்கரையில் கொஞ்ச நேரம் இருந்தார். துய்ப்ளேக்ஸ் பற்றி எல்லாம் சொன்னார்."

"புத்தகம் படித்து இருக்கிறான். பிரெஞ்சில் துய்ப்ளேக்ஸ் பற்றி புத்தகம் இருக்கும். இவனுக்குக் கொஞ்சம் பிரெஞ்சு தெரியும்."

அன்பு தலையசைத்தான்.

"தன் வேர்களைக் கண்டுபிடிக்கத்தான் வருகிறேன் என்று சொல்லிக்கிட்டே இருந்தான். இவனுக்கு என்ன வேர் இருக்கப் போகிறது. சரி. உன்னை நல்லா கவனித்துக்கொண்டானா?"

“ஐம்பது டாலர் கொடுத்தார்” என்று மேல் சட்டை பையில் இருந்து அமெரிக்கன் டாலர் நோட்டை எடுத்து மேசை மீது வைத்தான்.

“என்ன? வெறும் ஐம்பது டாலர்தானா? அற்பநாய். நான் ஐநூறு, அறுநூறு டாலர் கொடுப்பான் என்று நினைத்தேன். மலேசியா வரட்டும், நான் பார்த்துக்கொள்கிறேன்.”

“இல்லை ஐயா. அதெல்லாம் ஒன்றும் வேண்டாம்.”

“தண்ணி அடிச்சானா?”

“அதெல்லாம் ஒன்றும் இல்லை, ஐயா.”

“நான் மலேசியா கருத்தரங்கத்தில் கலந்துகொண்டுவிட்டு, அப்படியே சிங்கப்பூர், தாய்லாந்து போய்விட்டு பதினைந்து நாட்களில் வந்துவிடுகிறேன்.”

“சரி, ஐயா.”

“நீ இங்கேயே உட்கார்ந்து பிஎச்டியை எழுதி முடித்துவிடு. ரொம்ப நாள் வீணாகிவிட்டது. உன்னோடு வந்த சண்முகம் பட்டம் வாங்கிக்கொண்டு போய்விட்டான்.”

அவன் தலையசைத்தான்.

“அடுத்த ஆண்டு போபால்ல நல்ல வேலை வரப்போகிறது. பிஎச்டி முடித்தால் அது கிடைக்கும். சிநேகிதன் அசோக் தவான் இயக்குநர்”

“சரி, ஐயா. நான் எழுதி முடித்துடுறேன்.”

சவிதா இரண்டு டீயோடு உள்ளே வந்தாள்.

“சவிதா. நான் அன்பு கிட்ட சொல்லியிருக்கறேன். அவர் இங்கேயே உட்கார்ந்து பத்து நாள்ள பிஎச்டியை எழுதி முடித்து விடுவார். எதாவது உதவி தேவையென்றால் சீதா தர்மராஜனிடம் சொல்லிவிட்டுப் போறேன். நீ போன் பண்ணி பேசு.”

“சரி அப்பா.”

“நீதான் அன்புவை உட்கார வைத்து எழுத வைக்க வேண்டும். ஆறு அத்தியாயம் ரொம்ப நல்லா எழுதி இருக்கார். கடைசி அத்தியாயத்தை எழுதி முடித்தால் போதும். ஆனால், முனைப்பு இல்லை. திறமையில்லாத ஆள்கள் எல்லாம் காமா சோமா என்று எழுதிப் பட்டம் வாங்கிக்கொண்டு போய் விடுகிறார்கள். திறமைசாலிகள் சோம்பேறிகளாக இருக் கிறார்கள்.”

"அப்பா, உங்கள் மலேசியா கருத்தரங்கு கட்டுரை" என்றவள் பேராசிரியர் பக்கத்தில் உட்கார்ந்து, "தேநீர், அப்பா" என்றாள்.

அவர் கப்பை கையில் எடுத்துக்கொண்டு, "கட்டுரையை நேற்றே முடித்து இ-மெயிலில் ராமசுந்தரம் செயலாளர்க்கு அனுப்பிவிட்டேன்" என்றார்.

அன்பு இரண்டு பேரையும் மாறி மாறிப் பார்த்துக் கொண்டிருந்தான்.

சவிதா தேநீர் கோப்பையை அவன் பக்கம் நகர்த்தி வைத்தாள்.

"அந்த ராமா நாயக்கன் ஐம்பது டாலர் கொடுத்து அன்பை கழட்டி விட்டுவிட்டான். நான் அவனை சும்மா விடப்போறது இல்லை."

"அதெல்லாம் ஒரு விஷயமா அப்பா, உங்களுக்கு."

"அடிமுட்டாள். காட்டுமிராண்டி. எத்தனை வருஷம் ஆனாலும் எங்கே குடியேறினாலும் புத்தி மாறுமா?"

"அப்பா, டீ ஆறிப்போகுது?"

"மனசு ஆற மாட்டேங்கிறது. அந்த ராமா நாயக்கன் கனடாவில் என் கூடவே சுற்றிக் கொண்டிருந்தான். மெயில்ல. டெலிபோன்ல்ல, சென்னைக்கு வந்து உன்னோடதான் மலேசியாவிற்கு விமானம் ஏறப்போறேன்னு சொல்லிக்கிட்டே இருந்தான். நானும் உண்மையைத்தான் சொல்லுறான்னு காஸ்மாபாலிட்டன் கிளப்பில் அறைக்கு எல்லாம் ஏற்பாடு செய்து இருந்தேன். கடைசியில் ஏதோ பொண்டாட்டி சிநேகிதன் கிடைத்ததும் ஓடிப் போய்விட்டான்."

"அதெல்லாம் ஒரு விஷயமா அப்பா. உங்கள் கூடத்தான் துணைவேந்தர் முத்து சுடர்வண்ணன், பேராசிரியர் பவானி சங்கரி எல்லாம் வருகிறார்களே."

பேராசிரியர் தேநீர் கப்பை மேசைமீது வைத்துவிட்டு பெரிதாகச் சிரித்துவிட்டு, "வேண்டாம். அந்த துணைவேந்தர் வெறும் வாய் சவடால். திறந்த வாயை மூடாமல் பேசிக் கொண்டே இருப்பான். போன சிண்டிகேட்டில் அவனை நாற அடித்து விட்டார்கள்."

"டீ ஆறுது அப்பா."

பேராசிரியர் தேநீர் கப்பை எடுத்து ஒரு மிடறு குடித்து விட்டு கப்பை மேசை மீது வைத்துவிட்டு, "மழையா பொழியுது" என்று கேட்டார்.

"நம்ப அன்பு மழையை அழைத்துக்கொண்டு வந்திருக்கிறார்" என்று சொல்லிவிட்டு தேநீர் கோப்பைகளை எடுத்துக் கொண்டு கீழே இறங்கினாள். அவள் கூடவே படியிறங்கினான் அன்பரசன்.

சவிதாவின் வெள்ளை நாய் ஓடிவந்து அவனை இரண்டு சுற்றுச் சுற்றியது. அதனைத் தூக்கி அணைத்தபடி தலையைத் தடவிக் கொடுத்தான். வாசல்மணி ஒலித்தது. முன்னே சென்று கதவைத் திறந்தான்.

"அன்பு" என்று சண்முகம் சிரித்தான்.

"வா" என்று அவனை வரவேற்றான். நாயைக் கீழே விட்டு விட்டு "உட்கார்" என்று சோபாவைக் காட்டினான்.

"நீ ஊர்லதான் இருக்கற. நான் உன்னை தேடுதேடுன்னு தேடினேன். சவிதாவைக்கூட கேட்டேன். உன்னைக் கண்டே பிடிக்கமுடியவில்லை."

"தஞ்சாவூர், புதுச்சேரின்னு இருந்துட்டேன்."

"கனடாதான் கிளம்பிட்டியோன்னு நினைத்தேன்."

"நினைக்கறது என்ன? ஆசையில சொல்லறது எல்லாம் நடக்கனுமில்ல."

"நீ சரியா சொல்லற."

"அது இருக்கட்டும். எப்படி உன் பிஎச்டி பேப்பர் காரியம் நடந்தது."

"பெரிய பட்டமளிப்பு விழா மாதிரி நடந்தது. நல்ல கூட்டம். நானே எதிர்பார்க்கவில்லை. சரித்திர பேராசிரியர் மாதவி முருகேசன் மூன்று கேள்வி கேட்டு என்னை நிறைய பேச வச்சிட்டார்கள். பேராசிரியர் நாகநாதன் இருள் குகையில் இருந்த கானல் மெக்கன்சியை சண்முகம் ஒளி பாய்ச்சி வெளி யுலகத்திற்குக் கொண்டு வந்துவிட்டார். அவர் ஆய்வின் வழியாக தமிழ்ச் சமூகம், வரலாற்று முறையில் புத்தொளி பெற்று விட்டது என்றார்."

"எல்லோரும் சரியாகத்தான் சொல்லியிருக்கிறார்கள்."

"நம்ப பேராசிரியர்க்கு ரொம்ப சந்தோஷம். காவ்யா கிட்டச் சொல்லி புத்தகமாகப் போட ஏற்பாடு செய்துவிட்டார். சவிதா கைத்தட்டி பாராட்டியது."

"நல்ல ஆராய்ச்சி என்றால் எல்லோரும் பாராட்டுவார்கள்."

"ஆனால், நீ இல்லெங்கறதுதான் எனக்கு வருத்தம்."

"அதுக்கென்ன? நீ எதையும் நல்லா செய்யற ஆள். ஒரு பிரதி இருந்தால் கொடு. படிக்கணும்."

"சவிதாகிட்ட ஒன்னு இருக்கிறது. அது வேண்டாம். அடுத்த வாரம் உனக்கென்று ஒரு பிரதி கொண்டு வந்து கொடுக்கறேன்."

"இல்லை. வேண்டாம். நான் சவிதாகிட்ட வாங்கிப் படித்துக்கொள்றேன்."

"ஆண்டிபட்டியில் தஞ்சாவூர் பிரகாசத்தைப் பார்த்தேன். அவர் உனக்குக் கட்டுரை எழுத நிறைய ஐடியா எல்லாம் கொடுத்ததாகச் சொன்னார்."

"ஆமாம்."

"நான் இப்பத்தான் முதல் முதலாகப் பார்க்கறேன். நிறுத்தாமல் மூணு மணி நேரம் பேசிக்கிட்டே இருந்தார்."

அன்பு ஒரு சிரிப்புச் சிரித்தான்.

"உலகத்தில் தன்னைத்தவிர எல்லோரையும் முட்டாள், மடையன் என்றார். நான் பயந்துபோய் ஓடி வந்துட்டேன்."

"ஆனால், ரொம்ப விஷயம் தெரிந்த ஆள்."

"அதுதான் கஷ்டம்" என்றான் சண்முகம்.

சவிதா வெள்ளித்தட்டில் லட்டு எடுத்துக்கொண்டு வந்தாள். இருவரும் அவளை மாறி மாறிப் பார்த்துக்கொண்டு இருந்தார்கள்.

"இன்று அம்மாவிற்குப் பிறந்த நாள். அப்பா தன் பிறந்த நாளைக் கொண்டாடுவதில்லை. ஆனால், அம்மா பிறந்த நாளைக் கொண்டாடாமல் விட்டதே இல்லை" என்று சொல்லிய படி இரண்டு லட்டுகளை எடுத்து முதலில் சண்முகத்திற்குக் கொடுத்தாள். அவன் கரம் நீட்டி வாங்கிக்கொண்டு அன்ன பூரணி போட்டோவை நிமிர்ந்து பார்த்தான். ரோஜா மாலைக்கு மத்தியில் அன்னை சிரித்துக்கொண்டு இருந்தார். லட்டை சோபாவில் வைத்துவிட்டு, அன்னபூரணி படத்திற்கு முன்னே தரையில் விழுந்து வணங்கினான். அவனை ஆச்சரியத்தோடு அன்பும், சவிதாவும் பார்த்துக்கொண்டிருந்தார்கள்.

20

சென்னை சர்வதேச விமான நிலையம். பெரும் கூட்டமாக இருந்தது. ஆஸ்திரேலியாவில் இருந்து கிரிக்கெட் விளையாட்டு வீரர்கள் வருகிறார்கள் என்று கிரிக்கெட் ரசிகர்கள் கூடியிருந்தார்கள். அன்பரசன் காரை ஓட்டி வந்தான். பேராசிரியர் முன்னிருக்கையில் அமர்ந்திருந்தார். பின்னால் சவிதா. அவன் காரை நிறுத்தினான். காரில் இருந்து இறங்கிய பேராசிரியர் கூட்டத்தைப் பார்த்ததும், "பெரிய கூட்டம்" என்றார் சவிதாவிடம்.

"கிரிக்கெட் கூட்டம் அப்பா."

"சென்னையில் கிரிக்கெட் நடக்குதா" என்று கேட்டார்.

"நாளைக்கு மறுநாள் அப்பா" என்றாள்.

அவர் சுற்றும் முற்றும் பார்த்தார். அன்பரசன் காரின் பின்னால் இருந்து பெட்டிகளைக் கீழே இறக்கி வைத்துவிட்டு, "சவிதா, நான் காரை பார்க் பண்ணிவிட்டு வர்றேன். நீ இரு" என்று காரில் ஏறினான்.

துணைவேந்தர் முத்துச்சுடர் வண்ணன் டொயொட்டோ காரில் தன் மனைவியோடு வந்து இறங்கினார். பேராசிரியரைப் பார்த்ததும், பார்க்காதது போல தன் மனைவி கையைப் பிடித்துக்கொண்டு தலைகுனிந்தபடியே முன்னே சென்றார்.

பேராசிரியர் ஐஸ்கிரீம் தின்னும் சிறுமியைப் பார்த்துக் கொண்டிருந்தார். சவிதா பின்னால் சென்று ஒரு ட்ராலியை இழுத்து வந்தாள். அன்பரசன் வேகமாக வந்து பெட்டிகளை ட்ராலி மீது ஏற்றி வைத்தான். மலேசியா விமானம் பயணிகள் ஏறுவதற்கு தயாராக நிற்கிறது என்று அறிவிப்பு செய்யப்பட்டது. அதனைப் பேராசிரியர் காது கொடுத்துக் கேட்டுக்கொண்டார்.

அன்பரசன் ட்ராலியை அவர் முன்னே தள்ளி வைத்தான்.

"அன்பு, பிஎச்டியை எழுதி முடித்துவிடணும்."

“சரி, ஐயா”

“சவிதா, பத்தரம்” என்று அவள் தலை மீது கை வைத்து ஆசீர்வாதம் செய்தார். அவள் தலை குனிந்து ஏற்றுக் கொண்டாள்.

“புரொபஸர்'' என்று சொல்லிக்கொண்டே நொண்டி நொண்டிக் கொண்டு பேராசிரியை பவானி சங்கரி அவர் முன்னே வந்தாள். அவள் கணவன் ரகுநாதன் ட்ராலியைத் தள்ளிக்கொண்டு வந்தான்.

“வா அம்மா. என்ன நொண்டுற.”

“போன வாரம் வீட்டிலேயே பேரன்கூட விளையாடும் போது விழுந்துட்டேன். நல்ல அடி. இப்ப பரவாயில்லை. நடக்க முடிகிறது.”

“அன்பு, ஆபத்தைக் கொண்டு வந்துவிடுகிறது.”

“ஆமாம் புரொபஸர். நான் புறப்படும்போதே உங்களைத் தான் நினைத்துக்கொண்டே வந்தேன்” என்றவள் சவிதாவைப் பார்த்துவிட்டு, “மகளா” என்று கேட்டாள்.

“ஆமாம்?” என்றார்.

“மூன்று வருஷத்திற்கு முன்னால் பார்த்து இருக்கிறேன்” என்று சவிதா கையைப் பிடித்துக்கொண்டு, “நல்லா இருக்கிறீயா அம்மா. புரொபஸர் மாதிரி ஒரு அப்பாவிற்கு மகளாகப் பிறப்பதற்குக் கொடுத்து வைத்திருக்கணும்” என்றாள்.

சவிதா புன்னகை பூத்தாள்.

“நீயும் மலேசியா வர்றீயா அம்மா?”

“இல்லை. நான் மட்டுந்தான்” என்றார் பேராசிரியர்.

“சார், கூட்டம் வந்துக்கிட்டே இருக்கிறது” என்றான் பவானி சங்கரி கணவன்.

“ஆமாம்.” பேராசிரியர் கோட் பையில் இருந்த பாஸ் போர்ட், டிக்கெட்டை கையில் எடுத்துக்கொண்டார். ட்ராலி யைத் தள்ளிக்கொண்டு முன்னே சென்றார். அவர் பின்னால் பேராசிரியை பவானி சங்கரியும், அவள் கணவனும் சென்றார் கள். கூட்டத்தில் பேராசிரியர் மறையும் வரையில் சவிதாவும் அன்பும் நின்றுகொண்டே இருந்தார்கள். உள்ளே சென்ற அவர் ஒருமுறை தலையசைத்துவிட்டு மறைந்தார். அன்பு அப்படியே நின்றுகொண்டிருந்தான்.

“நம்ப போகலாம்” என்றாள் சவிதா. அன்பு தலையை அசைத்துக்கொண்டு அவள் கையைப் பிடித்துக்கொண்டு வெளியில் வந்தான்.

சண்முகம் வேகவேகமா வந்தான். அவன் கையில் சிறிய புத்தகக் கட்டு இருந்தது.

“புரொபஸர் உள்ள போயிட்டாரா?”

“இப்பத்தான். புரொபஸர் பவானி சங்கரி வந்தாங்க. அவங்க கூட போயிட்டார்.”

“திண்ணப்பன் கேட்டார்ன்னு தமிழண்ணல் தொல் காப்பியம் கொடுத்துவிட்டார். நான் அதை எங்கேயோ வைத்து விட்டேன். தேடிக் கண்டுபிடிக்க இரண்டு நாள் ஆகிவிட்டது.”

“பரவாயில்லை. நான் போன் பண்ணி சொல்லிவிடுறேன்” என்றாள் சவிதா.

அன்பரசன் பேண்ட் பையில் கைவிட்டு ஒரு பை ஸ்டார் சாக்லெட்டை எடுத்து சண்முகத்திடம் நீட்டினான்.

“என்ன விசேஷம், அன்பு?”

“காலையில் எனக்கும் சவிதாவிற்கும் ரிஜிஸ்டர் ஆபீசில் கல்யாணம்.”

“சந்தோஷம்.”

“பேராசிரியர்க்குத் தெரியாது. அவர் மலேசியாவில் இருந்து வந்ததும்தான் சொல்லனும்” என்றாள் சவிதா.

“அது நல்லதுதான்.”

“நீ எங்கள் கூட வா. கல்யாண விருந்து சாப்பிடலாம்.”

“ரொம்ப நன்றி. மணி பதினொன்று ஆகப்போகுது. நான் தம்பி கூட காஞ்சிபுரம் போகனும். அவன் கார்ல காத்துக் கிட்டிருக்கான். நீ ரொம்ப நல்ல விஷயம் சொல்லியிருக்க. என் நல்வாழ்த்துகள். இருவரும் நீடூழி வாழ வேண்டும்” என்று அன்பு கையைப் பிடித்துக் குலுக்கினான்.

“எங்கள் கூட வந்து விருந்து சாப்பிடவேண்டும்” என்றாள் சவிதா மறுபடியும்.

“பேராசிரியர் வந்ததும் நானே போன் பண்ணிட்டு வர்றேன். பைவ் ஸ்டார் ஓட்டல்ல ஒரு விருந்து கொடுக்கறேன்.”

“பாக்கியம்” என்று சவிதா கரம் கூப்பினாள்.

மழைத் தூறல் கூடியது.

"மழை வருகிறது" என்றான் அன்பு.

"உனக்குத்தான் மழை பிடிக்குமே" என்று சண்முகம் அன்பரசன் கையைப் பிடித்து நிறைவாகக் குலுக்கி, "திருமணத்திற்கு என் இதயபூர்வமான நல்வாழ்த்துகள்" என்றான்.

மழை பொழிய ஆரம்பித்தது.

மழை என்று சொல்லிக்கொண்டே சவிதா காரை நோக்கி ஓட ஆரம்பித்தாள். அன்பரசன் நனைந்துகொண்டே காரை நோக்கிச் சென்றான்.

சவிதா காரில் ஏறி உட்கார்ந்தாள். அவள் பக்கத்தில் அன்பு அமர்ந்தான்.

"பெரும் மழை வந்துவிட்டது" என்றபடி காரை எடுத்தாள்.

அவன் மழையைப் பார்த்துக்கொண்டே இருந்தான்.

"இவன் கிட்ட கல்யாணம் பற்றிச் சொல்லிவிட்டோம். ஊரெல்லாம் பரப்பிவிடுவான்" என்றாள்.

தலையசைத்தான். இருளில் பொழியும் மழையைப் பார்த்துக் கொண்டே இருந்தான். கார் மெதுவாகச் சென்றுகொண்டிருந்தது.

21

அன்பரசன் சட்டைப் பையில் இருந்த செல்போன் அடித்தது. சண்முகம் முகத்தைப் பார்த்தபடியே, "ஒரு நிமிஷம் விடமாட்டார்கள்" என்று போனை எடுத்தான்.

"பேசு" என்றான் சண்முகம்.

பல்கலைக்கழகத்தில் இருந்து அழைத்து இருந்தார்கள். "பத்து நிமிஷத்தில் வந்துடுவேன்" என்ற சொல்லி செல்போனை அணைத்து பையில் போட்டுக்கொண்டான்.

"ரொம்ப வேலையா?"

"பல்கலைக்கழகத்தில் என்ன வேலை."

சண்முகம் சிரித்தான். அரவிந்த ஆசிரமத்திற்குச் சென்றிருந்த இரண்டு வங்காளப் பெண்களும் தலை முக்காட்டை இழுத்து விட்டுக்கொண்டு காரில் ஏறி உட்கார்ந்தார்கள்.

"அன்பு, சவிதா எப்படி இருக்கிறது. எத்தனை குழந்தைகள். நாம் விமான நிலையத்தில் பார்த்ததுதான். பத்துப் பதினொரு வருஷமா உங்களைப் பார்க்கவே முடியல."

"சவிதா போபாலுக்கு வந்து இரண்டு வருஷத்துல அப்துல் உசைன் என்ற நாடகப் பேராசிரியரைத் திருமணம் செய்து கொண்டு ஆயிஷாவாகி லக்னோ போய்விட்டது."

சண்முகம் ஒன்றும் சொல்லாமல் அவனையே பார்த்துக் கொண்டிருந்தான்.

"நான் வாரணாசி, சாந்தி நிகேதன், டில்லி என்று ஒரு சுற்றுச் சுற்றிவிட்டு புதுச்சேரிக்கு வந்துவிட்டேன். ஐந்து மாதங்கள் ஆகிறது. எத்தனை மாதம் இருக்கப் போகிறேனோ தெரியல."

"அப்படியா?"

“உம்.”

“எப்படி இருக்கிற”

“ரொம்ப நல்லா இருக்கிறேன்” என்று சிரித்தான்.

“கல்யாணம்.”

“இல்லை. ஒரு கல்யாணமே போதுமென்று விட்டுட்டேன். வாழ்க்கையென்றால் கல்யாணம் மட்டுந்தானா?”

சண்முகம் தலையசைத்து, கடிகாரத்தைப் பார்த்தான்.

“பல்கலைக்கழகத்திற்கு வா. உன்னிடம் நிறைய பேச இருக்கிறது” என்றான் அன்பரசன்.

“உன்னைப் பார்த்ததும் நான் பழைய காலத்திற்கே போய் விட்டேன். என்ன பேசறதுன்னு தெரியல.”

அவன் தலையை ஒரு முறை சிலுப்பிக்கொண்டு சிரித்தான்.

“என்ன?”

“காலத்திற்குப் பழசு, புதுசு என்பதெல்லாம் கிடையாது. அதெல்லாம் மனிதன் தனக்காக வைத்துக்கொண்ட புனைவு என்று நம் பேராசிரியர் சொன்னதுதான் நினைவிற்கு வருகிறது.”

“பேராசிரியர்?”

“இல்லை. அவர் நான்கு வருஷத்திற்கு முன்னால் திடீரென்று போய்விட்டார். நான்தான் எடுத்து அடக்கம் பண்ணினேன்.”

“பாவம். நல்ல மனிதர்.”

“உலகத்தில் கெட்டவன் என்று யாரும் கிடையாது.”

“அதுதான் உண்மை.”

“நீ இப்ப என்ன பண்ணுற. சிதம்பரம் அண்ணாமலையில் இல்லையின்னு கேள்விப்பட்டேன்.”

“அதெ விட்டு ஐந்து வருஷம் ஆகுது. மாமனார்கூட சேர்ந்து கொண்டு ரியல் எஸ்டேட் செய்யறேன். அதோட பைனான்ஸ்.”

“படிப்பு பலன் இல்லாதது என்று விட்டுட்ட.”

“அப்படி இல்லை. அதுவும் படிப்புதான்.”

அவன் சிரித்தான்.

"நீ பழைய மாதிரியே சிரிக்கற அன்பு" என்றான்.

மழை பொழிய ஆரம்பித்தது.

அன்பரசன் மேல் சட்டையில் இருந்து விசிட்டிங் கார்டை எடுத்துக் கொடுத்து, "அவசரமாகப் போய்க்கிட்டு இருந்த உன்னை மடக்கிப் போட்டுட்டேன்" என்றான்.

"நான் உன்னை கூப்பிடுறேன், அன்பு" என்றபடி கார்டைப் பார்த்தான்.

அன்பரசன் செல்போன் ஒலித்தது. மழை பெரிதாக பொழிய ஆரம்பித்தது. அவன் வேகவேகமாக ஓடி காரில் உட்கார்ந்தான். மழை காற்றோடு பொழிந்துகொண்டே இருந்தது. கார் மழையின் ஊடே நகர்ந்து சென்றுகொண்டிருந்தது.

●